கதைப்பாடல்களில் கட்டபொம்மன்

கதைப்பாடல்களில் கட்டபொம்மன்

வே. மாணிக்கம் (பி. 1946)

நெல்லை மாவட்டம் முந்நீர்ப் பள்ளத்தில் பிறந்த வே. மாணிக்கம் முப்பதாண்டுகளுக்கும் மேல் பாளையங்கோட்டை தூய யோவான் கல்லூரியில் தமிழாசிரியராகப் பணியாற்றியவர். கட்டபொம்மன் பற்றி ஆராய்ந்து முனைவர் பட்டம் பெற்றவர். கால் நூற்றாண்டுக்கும் மேலாக மேற்கொண்ட கட்டபொம்மன் ஆய்வின் விளைவாக இவர் எழுதிய நூல்கள்: *கட்டபொம்மன் கும்மிப்பாடல்* (பதிப்பு, 1983); *வீரபாண்டிய கட்டபொம்மன் விவாத மேடை* (1992); *வீரபாண்டிய கட்டபொம்மன் வரலாறு* (1998); *தானாபதிப் பிள்ளை வரலாறு* (2005); *கட்டபொம்மன் வரலாற்று உண்மைகள்* (2006); *ஊமைத்துரை வரலாறு* (2011).

முகவரி : 4அ, பக்தராய்ப் பணிவார் தெரு, பாளையங்கோட்டை 627002, கைப்பேசி: 9443506934

வே. மாணிக்கம்

கதைப்பாடல்களில் கட்டபொம்மன்

காலச்சுவடு பதிப்பகம்

கதைப்பாடல்களில் கட்டபொம்மன் • ஆய்வுநூல் • ஆசிரியர்: வே. மாணிக்கம் • © வே. மாணிக்கம் • முதல் பதிப்பு: டிசம்பர் 2014 • வெளியீடு: காலச்சுவடு பப்ளிகேஷன்ஸ் (பி) லிட்., 669, கே. பி. சாலை, நாகர்கோவில் 629001

காலச்சுவடு பதிப்பக வெளியீடு: 625

kataip paaTalil kaTTapomman • Monograph on folk ballads about Kattabomman • Author: V. Manickam • © V. Manickam • Language: Tamil • First Edition: December 2014 • Size: Demy 1 x 8 • Paper: 18.6 kg maplitho • Pages: 160

Published by Kalachuvadu Publications Pvt. Ltd., 669 K.P. Road, Nagercoil 629001, India • Phone: 91-4652-278525 • e-mail: publications@kalachuvadu.com • Wrapper printed at Print Specialities, Chennai 600014 • Printed at Mani Offset, Chennai 600077

ISBN: 978-93-82033-91-2

12/2014/S.No. 625, kcp 1214, 18.6 (1) ILL

உழைப்பு உழைப்பு அவள்தான் அம்மா
எப்போது தூங்கினாள்
எப்போது எழுந்தாள்
பிள்ளைகள் நாங்கள் அறியோம்
எங்கள் வீட்டுப் பசுக்களும் கன்றுகளுமே
எங்களை விட அதிக நேரம் அம்மா அம்மா
என்று அவர்களை அழைக்கும்
எங்களிடம் பேசுவது போலவே
அவற்றிடமும் அம்மா பேசுவாள்
முல்லைப்பாட்டுச் சிறுமி
என்முன்னே நிழலாடுவாள்
தன்னலத்தை வெல்வதே தியாக உணர்ச்சி
என்று வாழ்ந்த என் அன்னைக்கு இந்நூல்

பொருளடக்கம்

முன்னுரை

'கதைப்பாடல்களில் கட்டபொம்மன்' என்ற இந்நூல் என் முனைவர் பட்ட ஆய்வேட்டின் முற்பகுதியின் திருந்திய வடிவமாகும். ஆய்வேட்டின் பிற பகுதிகள் 'தானாபதிப் பிள்ளை வரலாறு', 'ஊமைத்துரை வரலாறு' என இரு நூல்களாக முன்னரே வெளிவந்துள்ளன. கட்டபொம்மன் குறித்த தவறான கருத்துக்களை மறுத்து நான் பேசிய சொற்பொழிவுகளின் தொகுப்பு 'வீரபாண்டியக் கட்டபொம்மன் விவாத மேடை' *(1992)* என்ற நூலும், இதன் விரிவான இரண்டாம் பதிப்பு 'கட்டபொம்மன் வரலாற்று உண்மைகள்' *(2008)* என்னும் தலைப்பிலும் வெளிவந்துள்ளன. களஆய்வில் கிடைத்த கட்டபொம்மன் கதைப்பாடல் சுவடிகளுள் ஒன்றைக் 'கட்டபொம்மன் கும்மிப் பாடல்' என்ற தலைப்பில் விளக்கக் குறிப்புக்களோடு பதிப்பித்துள்ளேன் *(1983)*. மேலும் 'சக்கம்மாள் கோயில் வரலாறும் வழிபாடும்,' 'பாஞ்சாலங்குறிச்சி வரலாறு,' 'கட்டபொம்மன் கதைப்பாடல்கள்,' 'முருக வழிபாட்டில் பாஞ்சாலங்குறிச்சியார்,' 'ஊமையன் கோயில்' போன்ற கட்டுரைகளையும் எழுதியுள்ளேன். இவற்றுள் 'பாஞ்சாலங்குறிச்சி வரலாறு' என்ற கட்டுரையைத் தமிழக அரசு சுற்றுலாத் துறை சிறு நூலாக வெளியிட்டுள்ளது. நான் உயர்நிலைப் பள்ளியில் படித்தபோது *(1957)* கட்டபொம்மன் நாடகத்தை நண்பர்களோடு நடத்தினேன். கட்டபொம்மன் உறவு என் அறுபத்து எட்டாம் வயதிலும் தொடர்வது எனக்கு மகிழ்ச்சியைத் தருகின்றது.

கதைப்பாடல்களில் கட்டபொம்மன் வரலாறு என்ற இந்த ஆய்வு இதுவரை கட்டபொம்மன் குறித்து வெளிவந்துள்ள நூல்களை ஆய்வு செய்து, கட்டபொம்மன் குறித்த தவறான செய்திகளை ஆதாரங்களோடு மறுத்து உண்மையை மக்கள் மன்றத்துக்குக் கொண்டுவந்துள்ளது. இந்த ஆய்வு கட்டபொம்மன் கதைப்பாடல்களையும் சான்றாதாரமாகக் கொண்டு, வரலாற்று ஆசிரியர்கள் சொல்லாத புதிய செய்திகளையும் பதிவு செய்துள்ளது. கட்டபொம்மனும் ஊமைத்துரையும் திருக்களப்பூர் காட்டில் கைது செய்யப்பட்டனர் என்ற செய்தியை மட்டுமே வரலாற்று ஆசிரியர்கள் எழுதியுள்ளனர். இந்த ஆய்வு அவர்கள் கைது செய்யப்பட்ட இடத்தையும், அந்த இடத்தில் ஊமைத்துரைக்குக் கோயில் கட்டி மக்கள் வழிபட்டு வருவதையும் முதன் முதலில் பதிவு செய்துள்ளது. இதுபோலவே ஊமைத்துரை சிறை வைக்கப்பட்டிருந்த பாளையங்கோட்டைச் சிறைச்சாலையும் களஆய்வுவழி அடையாளம் காணப்பட்டுள்ளது. இன்று அந்தக் கட்டடத்தில் இயங்கி வரும் அரசு அருங்காட்சியகத்தில் ஊமைத்துரைக்கு 18–5–2012இல் நினைவு அரங்கம் அமைக்கப் பெற்றுள்ளது. என் ஆய்வில் சேகரிக்கப்பட்ட ஓலைச்சுவடி, புகைப்படங்கள் போன்றவை அந்த அரங்கில் இடம்பெற்றுள்ளன. விடுதலைப் போராட்டத்தில் களப்பலியான தானாபதிப் பிள்ளை குறித்த தவறான கருத்தை ஆதாரங்களோடு மறுத்து உண்மையை இந்த ஆய்வு நிலைநாட்டியுள்ளது. ஆங்கிலேயரின் ஆவணங்களில் இடம் பெறாத வெள்ளையத் தேவன், சுந்தரலிங்கம், பொட்டிப் பகடை போன்ற உள்நாட்டு வீரர் பலர் குறித்த செய்திகளும் இந்த ஆய்வில் தொகுக்கப்பட்டன. இந்த ஆய்வு மக்களோடு இணைந்த ஆய்வாக விளங்குகின்றது.

இந்த நூலை நான் வெளியிட எண்ணியபோது அருமைத் தம்பி ஆ. இரா. வேங்கடாசலபதி என்னிடம் 'அண்ணாச்சி, உங்கள் புத்தகம் பரந்துபட்ட எல்லையைச் சென்று சேர வேண்டியது, அதைத் திருநெல்வேலிக்குள்ளேயே நீங்கள் முடக்கிவிடுகின்றீர்கள், 'காலச்சுவடு' போன்ற பெரிய பதிப்பகத்தின் வழி வெளியிடல் வேண்டும், காலச்சுவடில் கொடுங்கள், நான் கண்ணனிடம் பேசுகின்றேன்' என்றார். எல்லையற்ற வாசிப்பு, ஆழமான எழுத்து, தளராத திட்டமிட்ட உழைப்பு இவற்றை இளவயது முதல் சலிக்காமல் கடைப்பிடித்து வரும் சலபதியின் கருத்து நன்றின்பால் உய்ப்பது என்ற திறம் தெரிந்து தேறப்பட்டது.

என் ஆய்வுக்குத் துணை நின்ற அனைவரையும் 'ஊமைத்துரை வரலாறு' என்ற நூலில் விரிவாகக் குறிப்பிட்டுள்ளேன்.

அவர்களுக்கு மீண்டும் நன்றி. இந்நூலைத் தட்டச்சு செய்து கொடுத்த சகோதரர் சிவமுருகனுக்கு நன்றி உரியதாகும். இந்நூலைச் சிறப்பாக நூல்வடிவாக்கி வெளியிடும் காலச்சுவடு பதிப்பகத்துக்கும், மெய்ப்பு பார்த்து உதவிய முனைவர் எம். மகாலட்சுமிக்கும் என்றும் நன்றியுடையேன்.

கர்னல் வெல்ஸ் பாஞ்சாலங்குறிச்சி பற்றி எழுதிய செய்திகளை மக்கள் வெளியீடு தமிழில் மொழிபெயர்த்துச் சிறு நூலாக வெளியிட்டுள்ளது. அதனைச் சிறு மாற்றங்களோடு என் ஆய்வில் பயன்படுத்தியுள்ளேன். மக்கள் வெளியீடு மே. து. ராசுகுமார் அவர்களுக்கு என் நன்றி.

இந்நூல் வெளிவரும் வேளையில் என் நெறியாளர், கல்வியிற் சிறந்த, அன்பு மனம் உடைய யாவர்க்கும் நல்லவர் பேராசிரியர் தே. லூர்து அவர்களை நினைந்து வணங்குகின்றேன்.

பாளையங்கோட்டை **வே. மாணிக்கம்**
06.11.2014

கட்டபொம்மன் கதைப்பாடல்கள்

கதைப்பாடல்களும் வரலாறும்

வாய்மொழி வழக்காற்றுச் செய்திகள் வரலாறு ஆகுமா என்பது குறித்து மாறுபட்ட கருத்துக்கள் வரலாற்று ஆய்வாளர்களிடையே உள்ளன. அமெரிக்க மானிடவியலார் இராபர்ட் லோவி *(Robert Lowie)*, இங்கிலாந்தின் இலார்ட் ராகலன் *(Lord Ragalan)* போன்றோர் வாய்மொழி வழக்காறுகள் உண்மையற்ற கற்பனை என்று ஒதுக்கினர். ஆனால் ஜார்ஜ் லாரன்ஸ் கொம்மே வாய்மொழி வழக்காற்றியல் ஒரு வரலாற்று அறிவியல் என்ற கருத்தை வெளியிட்டு நிறுவினார்.

மேறகூறிய மாறுபட்ட கருத்துக்கள் தமிழக ஆய்வாளர்களிடமும் பரவலாகக் காணப்படுகின்றன. வரலாற்றுக் கதைப்பாடல்கள் வரலாற்றுச் சான்றுகளாகா, அவை வீரகாவியங்கள் என்ற மனநிலை பெரும்பான்மை வரலாற்று ஆய்வாளர்களிடம் காணப்படுகின்றது. இந்தக் கண்ணோட்டத்திலேயே கட்டபொம்மன் கதைப்பாடல்கள் திறனாய்வு செய்யப்பட்டுள்ளன.

அடிகளார் கீன்ஸ், 'கட்டபொம்மன் கதைப்பாடல்கள் பொருளற்ற அற்புதச் செயல்களையும் மனிதர்களால் செயற்படுத்த முடியாத அருஞ் செயல்களையும் கூறுகின்றன. இவற்றில் தவறான செய்திகளும் மிகைப்படுத்தப்பட்ட நிகழ்ச்சிகளும் உள்ளன. இவ்வாறு பாடுவதற்குப் புரவலரிடமிருந்து

பாடகன் மிகுந்த பொருளைப் பெற்றான். எனவே, தன்னுடைய தலைவனை மகிழ்விப்பதற்காக இவ்வாறு பாடியுள்ளான்' என்று குறிப்பிட்டுள்ளார். இவரைப் பின்பற்றியே கால்டுவெல் (1982:207), புலியூர்க் கேசிகன் (1959:10), தமிழ்வாணன் (1965:191) ஆகியோரும் கட்டபொம்மன் கதைப்பாடல்கள் வரலாற்றுச் சான்றுகள் ஆகா, அவை கற்பனை மிகுந்தவை என்று எழுதியுள்ளனர். கட்டபொம்மன் கதைப்பாடல்களைத் தொகுத்து ஆய்வு செய்தபோது அவற்றில் வரலாற்று உண்மைகளும், வரலாற்று ஆசிரியர்கள் குறிப்பிடாத வரலாற்றுச் செய்திகளும் உள்ளதை நான் அறிந்தேன். கதைப்பாடல்களை ஒதுக்கித் தள்ளிவிட்டு முழுமையான வரலாற்றை எழுத இயலாது என்பதையும் உணர முடிந்தது.

வரலாறு என்பது மனிதனுடைய கடந்த கால நடவடிக்கைகள் அனைத்தையும் விளக்குவதாகும், கடந்த இரண்டு நூற்றாண்டுகளாக இந்திய வரலாறு என்பது காலவரிசைக்கு முதன்மை கொடுத்து ஆட்சி புரிந்தோர் வரலாற்றை அடுக்கிக் கூறும் போக்கிலேயே எழுதப்பட்டது. இவை இந்தியாவில் வாழ்ந்த வெளிநாட்டவராலும் ஆங்கிலக் கல்வி கற்று ஆங்கில அரசின்பால் பற்றுடன் விளங்கிய இந்தியராலும் எழுதப்பட்டன. 'பிரிட்டிசு இந்திய வரலாறு' என்ற நூலில் இந்தியர்கள் காட்டுமிராண்டி நிலையில் இருப்பது போன்ற ஒரு கருத்தாக்கத்தைப் பரப்பி, ஐரோப்பிய பண்பாட்டுக்கு ஜேம்ஸ் மில் உயர்ந்த இடத்தைக் கொடுக்க முயன்றார். சிறந்த மொழியியல் வல்லுநராகிய கால்டுவெல்கூட ஐரோப்பியக் காலனி ஆதிக்க உணர்வுகளின் சார்பாளராக நின்றே திருநெல்வேலி வரலாற்றை எழுதியுள்ளார். இந்த அணுகுமுறையிலேயே ஐரோப்பியரை எதிர்த்த கட்டபொம்மனைக் கொள்ளைக்காரனாக அவர் சித்திரித்துள்ளார். இவருடைய கருத்தே பின்னர்த் தமிழக வரலாற்று ஆசிரியர்கள் பலரின் எழுத்தைப் பாதித்தது.

இவர்கள் தாங்கள் எழுதிய வரலாற்றுக்கு அன்றை ஆட்சியாளர்கள் எழுதிவைத்த ஆவணங்களையே சான்றாகக் கொண்டுள்ளனர். ஒரு நாட்டை மற்றொரு நாட்டார் எவ்வாறு அடிமைப்படுத்தினர் என்ற வரலாற்றை மட்டுமே அரசு ஆவணங்கள் விளக்குகின்றன. வெளிநாட்டு ஆதிக்கச் சக்திகளை உள்நாட்டுப் புரட்சியாளர்கள் எத்தகை மன உணர்வோடு எதிர்த்தனர்? அந்தப் போராட்டத்தை அந்தக் காலகட்டத்தில் வாழ்ந்த மக்கள் எவ்வாறு நோக்கினர் என்பனவற்றை ஆட்சியாளர்கள் தொகுத்துள்ள வரலாற்று ஆவணங்களைக் கொண்டு அறிய இயலாது. ஆனால், கதைப் பாடல்கள் போன்ற வாய்மொழி வழக்காறுகள் ஆதிக்கச்

சக்திகளை எதிர்த்தவர்களுடைய எண்ணங்களையும் செயல்களை யும் விரிவாகத் தருகின்றன. எனவே, கட்டபொம்மன் குறித்த முழுமையான வரலாற்றை எழுத கட்டபொம்மன் கதைப் பாடல்களும் இந்நூலில் சான்றாதரங்களாக எடுத்துக் கொள்ளப் பட்டன.

வெள்ளையர் ஆதிக்கத்தை எதிர்த்த கட்டபொம்மன்மீது கொண்ட வெறுப்பால் பாஞ்சாலங்குறிச்சி வரலாற்றை எழுதிய கீன்ஸ், கால்டுவெல் போன்றோர் கட்டபொம்மன் கதைப்பாடல்களை ஆய்வு எல்லையிலிருந்து புறம் தள்ளினர். ஆங்கிலேயரைக் கட்டபொம்மன் எதிர்த்தவர் என்பதனாலேயே அவரைப் பற்றிய கதைப்பாடல்களை மெக்கன்சி *(Mackenzie)* சேகரிக்கவில்லை என்று நிக்கலஸ் பி. டர்க்ஸ் *(Nicholas B.Dirks)* தன்னுடைய 'உள்ளீடற்ற மணிமுடி' *(The Hollow Crown)* என்ற நூலில் குறிப்பிட்டுள்ளார். 'கதைப்பாடல்களில் கட்டபொம்மன்' என்ற இந்த நூல், வரலாற்று ஆவணங்கள், வரலாற்று நூல்கள், இவற்றோடு கட்டபொம்மன் கதைப்பாடல்களையும் கள ஆய்வுச் செய்திகளையும் வரலாற்றுச் சான்றுகளாகக் கொண்டுள்ளது.

கதைப்பாடல்கள் கூறும் செய்திகளை வரலாற்று ஆவணங் களோடு ஒப்பிட்டுப் பார்க்கும்போது ஆவணங்கள் குறிப்பிடும் பல செய்திகளைக் கதைப்பாடகர்களும் பாடியிருக்கின்றனர். கலெக்டர் எழுதிய கடிதங்களைக் கட்டபொம்மன் அலட்சியம் செய்தமை, நிருவாகக் குழுவினர் எடுத்த முடிவு, முதற் போரில் முதல் நாள் நடந்த தாக்குதலில் ஆங்கிலேயர் படைகள் பின்வாங்கியமை ஆகிய செய்திகள் ஆவணங்களிலும் கதைப்பாடல்களிலும் ஒத்துக்காணப்படுகின்றன. மேலும், இரண்டாவது போர் குறித்துக் கர்னல் வெல்சு எழுதியுள்ள போர் நிகழ்ச்சிகளில் பெரும்பாலானவை கதைப்பாடல்களிலும் காணப்படுகின்றன. கர்னல் வெல்சு இந்தப் போரில் நேரடியாகப் பங்கு பெற்றவர் என்பது மனங்கொள்ளத்தக்கது. கட்டபொம்மன் கதைப்பாடல்கள் மிகுதியும் கதைநாயகன் வாழ்ந்த காலத்தில் வாழ்ந்தவர்களாலும், அந்தத் தலைமுறையினரிடம் நேராகக் கேட்டுணர்ந்தவர்களாலும் பாடப்பட்டிருக்க வேண்டும். எனவேதான் கட்டபொம்மன் கதைப்பாடல்களில் வரலாற்று உண்மைகள் மிகுந்து காணப்படுகின்றன.

அரசு ஆவணங்களைச் சான்றாதாரங்களாகக் கொண்டு எழுதப்பட்ட வரலாற்று நூல்களில், ஒரு குறிப்பிட்ட காலத்தில் போராடிய இரு பகுதியினருள், ஆளும் அணியினரின் நடவடிக் கைகளை மட்டுமே காணமுடிகின்றது. ஆனால், வாய்மொழி வரலாறுகள் மற்றொரு பகுதியினரின், அதாவது எதிர்த்துப்

போராடியவர்களின் நடவடிக்கைகளையும் விளக்குகின்றன. பாஞ்சாலங்குறிச்சி வரலாற்றில் அரசு ஆவணங்களும், வரலாற்று ஆசிரியர்களும் குறிப்பிடாத செய்திகள் பலவற்றைக் கட்டபொம்மன் கதைப்பாடல்கள் பாடுகின்றன. பேட்டிக்காக கலெக்டரைக் கட்டபொம்மன் ஊரூராகப் பின் தொடர்ந்து ஏன் சென்றார்? பாஞ்சாங்குறிச்சிக் கோட்டையைப் பானர்மேன் முற்றுகையிட்டபோது கட்டபொம்மன் ஏன்? எவ்வாறு? கோட்டையிலிருந்து வெளியேறினார்? என்பன போன்ற சிக்கலான வினாக்களுக்குக் கதைப்பாடல்களே பதில் கூறுகின்றன.

வரலாற்றுக்கும் வரலாற்றுக் கதைப்பாடலுக்கும் வேறுபாடு உண்டு. வரலாற்றுக் கதைப்பாடகன் வரலாற்று உண்மையைக் கேட்போருக்குச் சுவை பயக்கும் வகையில் காவியப் பாங்கோடு பாடுகின்றான். ஒரு நிகழ்ச்சியைக் கண்ணால் காண்பவரே வரலாற்றின் அடித்தளத்தை அமைக்கும் தலைமையாளர் எனலாம். கண்ணால் கண்டது வாயை அடையும்போது அது காதால் கேட்பதாக மாறுகின்றது. காதால் கேட்கப்படுவன பெரும்பாலானவை எழுத்து வடிவம் பெறுகின்றன. வாய்மொழி வரலாறுகளுக்கும் இந்தக் கோட்பாடு பொருத்தமுடையதே. தான் கண்ணால் கண்ட, காதால் கேட்ட செய்திகளைக் கொண்டே பாடகன் கதையைக் கட்டுகின்றான். எனவே, வாய்மொழி வரலாறுகளை முற்றிலுமாகப் புறக்கணித்து வரலாற்றை எழுதுவது முழுமையான வரலாறு ஆகாது. இந்த நோக்கில் கட்டபொம்மன் வரலாற்றை வரலாற்று நூல்கள், ஆவணங்கள் இவற்றோடு கட்டபொம்மன் வரலாற்றுக் கதைப்பாடல்களையும் களஆய்வுச் செய்திகளையும் சான்றாதாரமாகக் கொண்டு இந்நூலை எழுதியுள்ளேன்.

கட்டபொம்மன் கதைப்பாடல்கள்

கதைப்பாடல்கள் பதிவு செய்துள்ள கட்டபொம்மன் வரலாற்றைக் காண்பதற்கு முன்னர், அந்தக் கதைப்பாடல்களின் தோற்றத்தையும், அவற்றின் கதைசொல்லும் போக்கையும் விளக்க வேண்டியது தேவை. கட்டபொம்மன் கதைப்பாடல்கள் எத்தகைய வரலாற்றுப் பின்னணியில் எழுந்தன? நிகழ்ச்சியைச் சொல்லும் நோக்கில் அவை வேறுபடுகின்றனவா? வேறுபடுவதற்குரிய காரணங்கள் யாவை? வரலாற்றில் ஏதேனும் ஒரு நிகழ்ச்சியை அவை விரிவாகப் பாடுகின்றனவா? ஏன் விரிவாகப் பாடுகின்றன? நிகழ்ச்சிகளைச் சொல்லும் போக்கின் அடிப்படையில் கதைப் பாடல்களைத் தனித்தனிக் குழுவாக வகைப்படுத்த முடியுமா? என்னும் நோக்கில் இங்குக் கட்டபொம்மன் கதைப்பாடல்கள் குறித்த செய்திகளைக் காணலாம்.

பாஞ்சாலங்குறிச்சிப் பாளையக்காரர் கட்டபொம்மனும் அவருடைய தம்பி ஊமைத்துரையும் மானவுணர்வே பெரிதெனக் கொண்டு கும்பினி நிருவாகத்தை எதிர்த்து நின்றனர். இதனால் இருவரும் தூக்கிலிடப்பட்டனர். அவர்கள் அரசியல் வாழ்வில் எதிர்கொண்ட சிக்கல்களில் எல்லாம் சமுதாயம் மதிக்கும் வீரப்பண்பை வெளிப்படுத்தினர். இராமநாதபுரம் பேட்டி, முதலாம் போர், கயத்தாற்று விசாரணை, பாளைச்சிறைத் தாக்குதல், இரண்டாம் போர் என எல்லா நிகழ்ச்சிகளும் அவர்களுடைய தன்மான உணர்வையும் விடுதலை வேட்கையையும் வீரப்பண்பையும் வெளிப்படுத்தின. மக்கள் இப்பண்புகளை வியந்து போற்றினர். மேலும் முப்பத்தொன்பது வயது நிரம்பிய கட்டபொம்மனுக்கும் அவருடைய சகோதரர் ஊமைத்துரைக்கும் ஏற்பட்ட அவல முடிவு மக்கள் உள்ளத்தில் பெரும் பாதிப்பை ஏற்படுத்தியது. இவற்றால் அவர்களுடைய வீரவரலாறு மக்களால் மக்கள் முன் பாடப்பட்டது. இப்பாடல்களை நாம் 'கட்டபொம்மன் வரலாற்றுக் கதைப்பாடல்கள்' என்று குறிப்பிடுகின்றோம்.

கட்டபொம்மன் கதைப்பாடல்கள் நீண்ட காலமாகவே பாடப்பட்டு வந்துள்ளதை ஆய்வாளர்கள், குறிப்பிட்டுள்ளனர். 'பாஞ்சாலங்குறிச்சிப் பாளையக்காரர்' என்ற நூலின் பிற்பகுதியில் கட்டபொம்மன் கதைப்பாடலிலிருந்து சில செய்திகளைக் கீன்ஸ் கொடுத்துள்ளார் (1873:5–12). இராபர்ட் சுவல் (Robert swell) என்பவரால் 1882இல் தொகுக்கப்பட்ட தொல்பொருள் அறிக்கையிலும் கட்டபொம்மன் கதைப்பாடல் குறித்த செய்திகள் காணப்படுகின்றன(1882:308). சிறையிலிருந்த விடுதலைப் போராட்ட வீரர்கள் கட்டபொம்மன் கதையைப் பாடியதாக வ.உ.சி. தன்னுடைய சுயசரிதையில் குறிப்பிட்டுள்ளார் (1991:90). புத்தனேரி ரா.சுப்பிரமணியன் இளமைக்காலத்தில் தான் கண்டு களித்த கட்டபொம்மன் கூத்து குறித்து, "கட்டபொம்மன் பாட லுக்கென்றே தனியான இசைப்பாணி ஒன்று உண்டு. நாட்டுப் பாடல் மெட்டில் ஒரு சுகமான ஓசைநயமும் தாளக்கட்டும் இருக்கும். தானானே தானானே – தானனன்னா, தானானே தானானே தானனன்னா என்ற சந்தத்தில் அமைந்திருக்கும். இதில் துரிதம், மடக்கு எல்லாம் இடையிடையே விரவி வரும்" என்று கூறியுள்ளார் (1977:2). கட்டபொம்மன் கதைப்பாடல்களைக் கேட்ட கு.சா.கிருஷ்ணமூர்த்தி, "அவர்கள் பாடிய பாடல்கள் மிக எளிய கிராமியப் பாணியிலேதான் இருந்தன. ஆனால், அந்தப் பாடல்களிலே உள்ள உணர்ச்சியும் உயிர்த்துடிப்பும் மக்கள் இதயத்திலே எழுச்சியூட்டுவனவாக இருந்தன" என்று கூறிச் சில பாடல்களையும் மேற்கோளாகச் சுட்டியுள்ளார் (1979:109).

இந்தக் கதைப்பாடலின் ஓலைச்சுவடிகள் திருநெல்வேலி, தூத்துக்குடி மாவட்டங்களில் விளாத்திகுளம், தூத்துக்குடி, பாஞ்சாலங்குறிச்சி, நாசரேத், சிவகளை, கோவில்பட்டி, சாத்தூர், பாளையங்கோட்டை ஆகிய இடங்களில் காணப்படுகின்றன. கோனார், தேவர், நாடார் ஆகிய பிற்படுத்தப்பட்ட சாதி மக்களே மிகுதியாகப் பாடி வந்துள்ளனர். தற்போது இந்தக் கதைப்பாடல்கள் பெரும்வழக்காகப் பாடும்நிலை இல்லை. குறிப்பிட்ட சடங்குகளில் கட்டபொம்மன் கதைப்பாடல் பாடப் படவேண்டும் என்ற கட்டாயம் இல்லை. விடுதலைப் போராட்ட காலத்தில் மக்கள் உள்ளத்தில் விடுதலை உணர்வை ஏற்படுத்த கட்டபொம்மன் கதைப்பாடலை விடுதலை வீரர்கள் மக்கள் முன் பாடியிருக்கின்றனர். கட்டபொம்மன் கதைப்பாடல்களை அச்சிட்டு வெளியிடப்பட்டவை, ஓலைச் சுவடிகளாக உள்ளவை, கையெழுத்துப் படிகளாக அமைந்துள்ளவை என மூன்று வகையாகப் பகுக்கலாம்.

அச்சு வடிவில் வெளிவந்துள்ள கட்டபொம்மன் கதைப் பாடலைப் பின்வரும் அட்டவணை மூலம் தெளிவாக உணர்த்தலாம்.

எண்	கதைப்பாடல்	பதிப்பாசிரியர்	வெளியீட்டாளர்	ஆண்டு
1	கட்டபொம்மு துரை கதை	மு. கிருஷ்ண பிள்ளை	பி.என்.சி. பிரதர்ஸ் ஏஜென்டு, மதுரை	1929 – I 1932 – II
2	கட்டபொம்மன் கும்மி	சிரஞ்சீவி	பிரேமா பிரசுரம், சென்னை.	1958
	இராமநாதபுரம் பேட்டி		”	”
3	கட்டபொம்மன் வரலாறு	டி. சந்திர சேகரன்	தமிழக அரசு கீழ்த்திசை சுவடி நூலகம்	1960
4	கட்டபொம்மன் கதைப்பாடல்	நா. வானமா மலை	என்.சி.பி.எச்	1961
5	வீரபாண்டியக் கட்டபொம்மு கதைப்பாடல்	நா. வானமா மலை	மதுரைப் பல்கலைக் கழகம்	1971
6	கட்டபொம்மு கூத்து	நா. வானமா மலை	மதுரைப் பல்கலைக் கழகம்	1972

7	கட்டபொம்மு கும்மிப் பாடல்	சி. நடராஜன்	ஈஸ்வரி வெளியீடு நாகர்கோவில்	1978
8	கட்டபொம்மன் கும்மிப் பாடல்	வே. மாணிக்கம்	மாநிலத் தமிழ்ச் சங்கம், திருநெல்வேலி	1983
9	பாஞ்சாலங் குறிச்சி கட்டபொம்மு கதை	–	ஸ்ரீமகள் கம்பெனி சென்னை	–

இவை நீங்கலாக ஜெகவீரபாண்டியனார் தன்னுடைய பாஞ்சாலங்குறிச்சி வீரசரித்திரம் என்ற நூலில் "இராமநாதபுரம் பேட்டி விருத்தம்" என்ற கதைப்பாடலைக் கொடுத்துள்ளார் (1954:138–146). 1951இல் *ஆனந்த விகடன்* இதழில் "கட்டபொம்மு கதை" என்ற பாடல் 33 வாரங்கள் தொடர்ச்சியாக வெளிவந்துள்ளது.

கட்டபொம்மு துரை கதை (1929)

இந்தக் கதைப்பாடல் ஏட்டில் எவ்வாறு எழுதப்பட்டிருந்ததோ அவ்வாறே பதிப்பிக்கப்பட்டுள்ளது. சாத்தூர் தாலுகா நள்ளி ஸ்டேசன் முள்ளிச் செவல் முருகபசனை மடாலயபதி சடைச் சுவாமியவர்கள் இயற்றிய சாற்று வெண்பா உள்ளது. இந்தச் சாற்றுக்கவி வழி இதனை இயற்றியவர் அடைக்கலாபுரம், ஸ்ரீலஸ்ரீ சிதம்பரம் சுவாமிகள் என்பதை அறிய முடிகிறது. "ஒருவர் இயற்றியது நாட்டார் பாடல் ஆகுமா? என்ற கேள்வியை நாட்டுப்புறப் பண்பாட்டியல் ஆராய்ச்சியாளர்கள் கேட்பதில்லை. ஏனெனில், நீண்ட கதைப்பாடல் தனிப்பட்டவர்களால் எழுதப் படுகின்றது. இது நாட்டுப்பாடல் மரபுகளைப் பின்பற்றி எழுதப்பட்டு, ஏதாவதோர் பிரதேசத்தில் மக்களிடையே பரவி அவர்களாலும் வாய்மொழியாகப் பரப்பப்பட்டால் (oral transmission) அதுவும் நாட்டுப் பாடலாகும் என்பதை உலகப் பண்பாட்டியல் ஆராய்ச்சியாளர்கள் ஒப்புக்கொண்டுள்ளனர்" என்று நா. வானமாமலை குறிப்பிட்டுள்ளார் (1972:2). இப்பாடலின் இடையிடையே உரைநடையில் கதை நிகழ்ச்சிகள் சொல்லப்படுகின்றன. இது வில்லிசைப் பாடல் அமைப்பாகும். பல வரிகளில் பாடவேண்டிய செய்திகளைப் பாடகன் இவ்வாறு உரைநடையில் சுருக்கமாகச் சொல்லிவிடுகிறான். கட்டபொம்மனின் முன்னோர் ஆந்திராவிலிருந்து பஞ்சத்தின் காரணமாகக் குடிபெயர்ந்து, தமிழகத்தின் தென்பகுதியில் குடியேறி, ஆட்சி அமைத்த வரலாற்றை இப்பாடல் சிறப்பாகப்

பாடுகின்றது. இச்செய்திகள் வேறு கதைப்பாடல்களில் இல்லை. இது கோவில்பட்டி வட்டாரத்தில் தெலுங்கு பேசும் மக்களிடையே வழங்கியதால் இடையிடையே தெலுங்குச் சொற்களும் இடம் பெற்றுள்ளன. இதன் மறுபதிப்பு இதே பதிப்பகத்தாரால் 1932, 1934 ஆகிய ஆண்டுகளில் வெளியிடப்பட்டுள்ளது. இப்பாடலை நா.வானமாமலை 1972இல் 'கட்டபொம்மு கூத்து' என்ற பெயரில் மதுரைப் பல்கலைக் கழக வெளியீடாகப் பதிப்பித்துள்ளார்.

கட்டபொம்மன் கும்மி (1956)

சிரஞ்சீவி 'வீரபாண்டியக் கட்டபொம்மன்' என்ற தன்னுடைய நூலில் 'கவிஞர் கண்ட கட்டபொம்மன்' என்ற தலைப்பில் இந்தக் கும்மிப் பாடலை முழுமையாகக் கொடுத்துள்ளார். இதில் 900 வரிகள் உள்ளன. அவையடக்கத்தை அடுத்து 'மங்கை வாழ் கவி சந்தங்கள் சொல்கிறேன் – மன மகிழ்ச்சியாகவே கேளும் ஐயா' என்று பாடகர் கூறுகின்றார் (ப. 112). 'மங்கை வாழ்' என்பது புலவர் பெயரா, ஊரா அல்லது கலைமகளைக் குறிப்பிடுகிறாரா என்பதை அறிய முடியவில்லை. இந்தக் கவிஞரைக் கும்பினியார் சிறையிலிட்ட போது அங்கு இதனைப் பாடி முடித்ததை,

மூன்று மாசம் விலங்குடன் இருந்து
 முடித்து வைத்தேனிப் பாரதத்தை

என்று குறிப்பிடுகின்றார் (113). சுதந்திரப் போராட்ட வீரராக இவர் இருந்திருத்தல் வேண்டும். இப்பாடலில்,

கொல்லன் தச்சன் செய்த ராட்டைக் கருதுண்டு
 காட்டுப் பருத்திகள் தானும் உண்டு
புத்திமதியுடன் பிச்சு நூத்துக் கொண்டு
 பிழைத்துக் கொள்ளுங்கள் பெண்டுகள்

என்றும் (ப. 117)

அந்தக் கும்பினி ஆணை எல்லாம்
 என்ன செய்திடும் எங்களைத் தான்?

என்றும் (ப. 121)

எள்ளளவும் இந்த நாட்டினில் வெள்ளையர்க்கு
 இல்லை இடம் என

என்றும் (ப. 123)

எட்டயாபுரத்து இளவட்டங்களே – நீங்கள்
 ஏழைத் துரைமக்கள் சேவகரோ
கொண்ட பெண்டாட்டிக்கு வுத்திரஞ் சொல்லாத
 கோழைப் பய போல ஓடுங்கடா

என்றும் (166) வரும் வரிகளை நோக்கும் போது இந்தக் கதைப்பாடல் மக்கள் உள்ளத்தில் விடுதலை உணர்வை ஊட்டுவதற்காக விடுதலைப் போராட்ட காலத்தில் பாடப்பட்டிருக்க வேண்டும் என்று எண்ணத் தேன்றுகின்றது. திருவைகுண்டம் நெற்கொள்ளை யில் இருந்து கதை தொடங்குகின்றது. நெற்கொள்ளையை இப்பாடகர் நியாயப்படுத்திப் பாடியுள்ளார். கட்டபொம்மன் இராமநாதபுரத்திற்குக் கலெக்டர் ஜாக்சனைப் பின் தொடர்ந்து பேட்டிக்குச் சென்ற நிகழ்ச்சியை இப்பாடகர் பாடவில்லை. இவர் விடுதலைப் போராட்ட வீரர் என்பதால் பின்தொடர்ந்த நிகழ்ச்சியைப் பாடாமல் விட்டிருக்கலாம். கட்டபொம்மன் பேட்டிக்குச் செல்ல மறுத்துப் போரிட்டதாகக் கதையை இவர் மாற்றிப் பாடியுள்ளார். தமிழக அரசின் கீழ்த்திசை சுவடிப்புல நூலகத்தில் இந்தக் கதைப்பாடலின் சுவடிகள் (ஆர் 3459, ஆர் 1955) உள்ளன. சுவடிப் புலத்தார் இதனைப் படியெடுத்துள்ளனர். மேலும் இந்நூலில் தமிழக அரசு சுவடிப் புல நூலகத்திலுள்ள 'கட்டபொம்மன் சரித்திரம்' என்ற கதைப் பாடலிலிருந்து (ஆர் 2440) இராமநாதபுரம் பேட்டியைக் கூறும் பகுதியை மட்டும் சிரஞ்சீவி இதே நூலில் கொடுத்துள்ளார்.

கட்டபொம்மன் வரலாறு (1960)

இப்பாடலின் கையெழுத்துப் படியை தெ.பொ. மீனாட்சிசுந்தரத்திடமிருந்து பெற்றதாகப் பதிப்பாசிரியர் டி.சந்திரசேகர் குறிப்பிட்டுள்ளார். கதையின் தொடக்கத்தில்,

> பூலோகப் பாண்டியன் கட்டபொம்முதுரை
> மேலுங் கும்மித் தமிழ்ப் பாட்டுரைக்க
>
> (ப.1)

என வரும் வரியில் 'கும்மிப் பாடல்' என்றே குறிப்பிடப்படுகிறது. ஆனால், பதிப்பாசிரியர் 'கட்டபொம்மன் வரலாறு' என்றே தலைப்பிட்டுள்ளார். பாடலின் இறுதியில்,

> மானிலத்தி லிக்கதை பாடிப் படித்தோர்
> மலையரசென்னுந் தான் வாழி
>
> (1960:211)

என்று வருவதைக் கொண்டு, இந்நூலை இயற்றிய புலவர், பெயர் மலையரசுக் கவிராயர் எனப் பதிப்பாசிரியர் கூறியுள்ளார் (1960:9). பதிப்பாசிரியரின் ஊகம் தவறாக இருக்குமே என எண்ணத் தோன்றுகிறது. ஏனெனில், பாட்டின் முடிவில் பாடகன் தன்னைத்தானே வாழ்த்திக் கொள்ளும் வழக்கம் இல்லை.

மானிலத்தி லிக்கதை பாடிப் படித்தோர்
மலையரசென்னுந் தான் வாழி
பாடிப் படிப்பவரும் வாழி

(1960:211)

என்று வருவதால் பாடகன் தமக்கு முன்னர்க் கட்டபொம்மன் கதைப் பாடலைப் பாடிய மலையரசுக் கவிராயரையும் தன்னுடைய காலத்தில் இந்தக் கதையைப் பாடிப் படிப்பவரையும் வாழ்த்தியுள்ளார் என்று கொள்வதே பொருத்தமாக உள்ளது. ஒரு கதைப்பாடலைப் பாடுபவர் யார் என்பதைப் பாடகன் சொல்ல வேண்டியது தேவையில்லை. ஏனென்றால் அந்தக் கதைப் பாடலைப் பாடியவர் யார் என்பதை மக்கள் அறிந்திருப்பார்கள் என்பார் சி.எம்.பௌரா *(1966:368).*

இந்தக் கதைப்பாடல் கட்டபொம்மன் இராமநாதபுரத்திற்குக் கலெக்டர் சாக்சனைப் பேட்டி காணச் செல்வதிலிருந்து தொடங்குகின்றது. இதில் திருவைகுண்டம் நெற்கொள்ளை நிகழ்ச்சி சுருக்கமாகப் பாடப்பட்டுள்ளது. பாளையங்கோட்டை சிறையிலிருந்து ஊமைத்துரை தப்பித்த நிகழ்ச்சியையும் இரண்டாம் போரையும் விரிவாகப் பாடுகின்றது. எனவேதான், இது 'ஊமையன் சண்டைக் கும்மி' என்றும் பெயர் பெற்றது. இந்தக் கதைப்பாடல் கூறும் நிகழ்ச்சிகளில் மிகுதியானவை வரலாற்று நூல்களோடும் வரலாற்று ஆவணங்களோடும் ஒத்துக் காணப்படுகின்றன. இந்தக் கதைப் பாடலில் கையெழுத்துப் படிவம் தமிழக அரசின் கீழ்த்திசைச் சுவடிப்புலத்தில் உள்ளது *(என். ஆர் 6841).* இப்பாடலில் *3074* வரிகள் உள்ளன.

கட்டபொம்மு கதைப்பாடல் (1961)

பதிப்பாசிரியர் நா. வானமாமலை இப்பாடல் எங்கு எவ்வாறு கிடைத்தது என்பதைக் குறிப்பிடவில்லை. கட்டபொம்மன் பேட்டிக்குச் செல்வதிலிருந்து கதை தொடங்குகின்றது. பாஞ்சாலங்குறிச்சியில் இரண்டாம் போருக்குப் பின் கும்பினியர் கோட்டையைக் கைப்பற்றியது வரையிலான செய்திகள் உள்ளன. அதற்குப் பின்னர் உள்ள ஏடுகள் அழிந்து விட்டதால் கிடைத்த வரையில் பதிப்பித்துள்ளதாகப் பதிப்பாசிரியர் முன்னுரையில் குறிப்பிட்டுள்ளார் *(ப. 31).* வெள்ளைத் தேவன் போரில் இறந்த பின்னர் அவன் மனைவி வெள்ளையம்மாள் உடன்கட்டை ஏறி உயிர்துறந்ததாக மற்றக் கதைப்பாடல்கள் பாடியுள்ளன. ஆனால், இந்தக் கதைப்பாடலில் ஊமைத்துரை காலத்தில் நடைபெற்ற இரண்டாம் போரில் அவள் கும்பினிப் படை வீரர்களுக்கு உணவு பரிமாறுவது போல் நடித்து, சுருட்டுவாளால் அறுபது

பேரை வெட்டி வீழ்த்தியதாகப் புனைந்து பாடப்பட்டுள்ளது. இப்பாடலில் 1873 வரிகள் உள்ளன.

வீரபாண்டியக் கட்டபொம்மு கதைப்பாடல் (1971)

இது ஏழாயிரத்து நானூற்றுப் பத்து வரிகளைக் கொண்ட நெடும்பாடலாகும். இந்தக் கதைப்பாடல் எந்த வடிவத்தில் யாரிடமிருந்து கிடைத்தது என்பதைப் பதிப்பாசிரியர் நா. வானமாமலை குறிப்பிடவில்லை. முப்பத்தொன்பது வரிகளைக் கொண்ட நீண்ட காப்புப் பாடப்பட்டுள்ளது. பாஞ்சை நகர்வளம், மன்னன் கொலு வீற்றிருப்பது ஆகியன நயமாக வருணிக்கப்படுகின்றன. எட்டையாபுரத்தார் கலெக்டர் ஜாக்சனிடம் கட்டபொம்மனைப் பற்றிக் குற்றச் சாட்டுவதிலிருந்து கதை தொடங்குகின்றது. ஊமைத்துரை இறந்ததைக் கண்ட அக்கினிசுதுரையும் உடனே இறந்து போய்விட்டதாக இந்தக் கதைப்பாடல் கூறுகின்றது. இது வரலாற்றிற்கு மாறான செய்தி யாகும். எனினும் இந்தக் கதைப்பாடலில் கட்டபொம்மனின் வரலாற்றில் நிகழ்ந்த சிறப்பான நிகழ்ச்சிகளுள் பெரும்பகுதிகள் இடம்பெற்றுள்ளன.

கட்டபொம்மு கும்மிப்பாடல் (1978)

இந்தக் கதைப்பாடல் 2665 வரிகளைக் கொண்டது. பாடலின் தொடக்கத்தில் 'திருநெல்வேலி மாவட்டம் நாங்குநேரி வட்டத்துள்ள துவரைக்குளம் என்ற ரெங்கநாதபுரத்தில் வாழ்ந்த மாசிலாமணி நாடார் மகன் முத்தையா நாடார் வாசித்து வந்தது' என்றுள்ளது. பாடலில் இறுதியில் '1106ஆம் ஆண்டு பிரமோதூத ஸ்ரீபுரட்டாசி மாதம் 1ஆம் தேதி புதன் தீச்சை திருவாதிரை நட்சத்திரத்தில் எழுதி முடித்தது' என்று எழுதி முடிக்கப்பட்ட நாளும் குறிப்பிடப்பட்டுள்ளது. இந்தக் கதைப்பாடல் கும்பினியாரின் வருகையை முதலில் குறிப்பிட்டுள்ளது. பின்னர் கும்பினியாரிடம் கட்டபொம்மனைப் பற்றி விவசாயிகள் குற்றம் சாட்டுவதிலிருந்து கதை தொடங்குகின்றது. நாட்டார் நம்பிக்கைகள் இந்தக் கதைப்பாடலில் மிகுதியாகக் காணப்படுகின்றன. இதனைத் தி. நடராசன் ஏட்டில் உள்ள எழுத்துப் பிழைகளைத் திருத்தாமல் உள்ளவாறே பதிப்பித்துள்ளார்.

கட்டபொம்மன் கும்மிப் பாடல் (1983)

இது இந்நூலாசிரியரால் பதிப்பிக்கப்பட்டது. இந்தச் சுவடி பாளையங்கோட்டை ராமசாமி சன்னதித் தெருவில் குடியிருக்கும் சுப்பையா கோனாரிடமிருந்து தியாகராசர் கல்லூரிப் பேராசிரியர், தொ. பரமசிவம் மூலம் கிடைத்தது. சுப்பையா கோனாரின் தந்தை

இதனைப் பாடிவந்துள்ளார். முதல் ஏடு இல்லை. எண்பத்தைந்து ஏடுகளுள் எண்பத்து நான்காம் ஏடு மட்டும் காணப்படவில்லை. இதில் 1246 வரிகள் உள்ளன. இறுதியில் எண் குறிப்பிடாத ஏட்டில் இருபத்தொன்பதுவகைச் சம்பாநெல்லின் பெயர்கள் எழுதப்பட்டுள்ளன. கொள்ளையிடப்பட்ட நெல்லின் பெயர்ப் பட்டியலைத் தேவையாயின் கூட்டுவதற்கு இதனைப் பாடகன் பயன்படுத்தியிருத்தல் வேண்டும். கும்பினியாரின் திருவைகுண்டம் நெற்களஞ்சியக் காவல்காரன் பாண்டியத்தேவனுக்கும் கட்டபொம்மன் அணியைச் சேர்ந்த வெள்ளையத்தேவனுக்கும் இப்பாடலில் சிறப்பிடம் கொடுக்கப்பட்டுள்ளது. இந்தக் கதைப்பாடல் இராமநாதபுரம் பேட்டியைப் பாடவில்லை. திருவைகுண்டம் நெற்கொள்ளையிலிருந்தே கதை தொடங்கு கின்றது. நெற்கொள்ளையை விரிவாகப் பாடுகின்றது.

பாஞ்சாலங்குறிச்சி கட்டபொம்மு கதை

இது எட்டுப் பக்கங்களை உடைய சிறிய பாடல். காப்புப் பகுதியில் மதுரை நகரிலுள்ள தெய்வங்களின் பெயர்களைக் கூறுவதால் இப்பாடல் மதுரைப் பகுதியில் பாடப்பட்டிருக்க வேண்டும். பாடலின் தலைப்பு 'பாஞ்சாலங்குறிச்சி கட்டபொம்மு கதை' என்றிருந்தாலும் வெள்ளையத்தேவன் வீரமே முற்றிலும் இடம்பெறுகின்றது. பாடலின் இறுதியில் 'பாதர் வெள்ளை சண்டை முற்றிற்று' என்றே குறிப்பிடப்பட்டுள்ளது.

223 வரிகளைக்கொண்ட இப்பாடல் வெள்ளையத்தேவன் மனைவி வெள்ளையம்மாள் கண்ட தீக்கனவை வெள்ளையத் தேவனிடம் சொல்வதிலிருந்து கதை தொடங்குகிறது. மனைவியிடம் வெள்ளையத்தேவன் வீரமொழி கூறுதல், வெள்ளையத்தேவன் தன்னை அலங்கரித்துப் போருக்குப் புறப்படுதல், அவன் கட்டபொம்மனைச் சந்தித்தல், கும்பினிப் படையை எதிர்த்து வெள்ளையத்தேவன் போரிடுதல், போரில் அவன் இறந்துபடுதல், அவன் மனைவி வெள்ளையம்மாள் உடன்கட்டை ஏறுதல் ஆகிய நிகழ்ச்சிகள் பாடப்பெற்றுள்ளன. ஸ்ரீமகள் கம்பெனியினர் வெளியிட்டுள்ளனர். வெளியிடப்பட்ட ஆண்டு இல்லை.

கட்டபொம்மு சிந்து

ஆனந்த விகடனில் வெளிவந்த இந்தக் கதைப்பாடல் தமிழக அரசின் சுவடிப்புல நூலகத்தில் உள்ளது (ஆர். 2440). இந்த ஏடு கொத்தமங்களம் சுப்புவிடமிருந்து பெறப்பட்டுள்ளது. சுவடிப்புல நூலகத்தார் இதனைப் படியெடுத்துக் 'கட்டபொம்மு சரித்திரம்' என்று தலைப்பிட்டு 1960இல் பதிப்பித்துள்ளனர். கோபுலு

வரைந்துள்ள கதைவிளக்க ஓவியத்துடன் இது வாரம்தோறும் சிறுசிறு பகுதியாக வெளிவந்துள்ளது.

ஏட்டுச்சுவடிகளாக உள்ளவை

கட்டபொம்மன் கதைப் பாடல்கள் ஏட்டுச் சுவடி வடிவில் இன்றும் பல உள்ளன. நான்கு சுவடிகளைக் களஆய்வில் சேகரித்தேன். ஒன்றினைக் 'கட்டபொம்மன் கும்மிப் பாடல்' (1983) என்ற தலைப்பில் நான் பதிப்பித்துள்ளேன். மூன்று சுவடி களைப் படியெடுத்து எனது முனைவர்பட்ட ஆய்வேட்டின் பின்னிணைப்பில் கொடுத்துள்ளேன். இவ்வேடுகள் கிடைத்த ஊர்களின் அடிப்படையில் முறையே பாளை ஏடு (பாளையங் கோட்டை), பாஞ்சை ஏடு (பாஞ்சாலங்குறிச்சி), நாசரேத் ஏடு என்று ஆய்வு வசதிக்காகப் பெயர்கள் என்னால் கொடுக்கப்பெற்றுள்ளன.

பாளை ஏடு

சுடலையாண்டிக் கோனார் கட்டபொம்மு கும்மி
நன்றாக நீடூழிகாலம் வாழ்க குருவேதுணை

என்று முதல் ஏட்டில் குறிப்பிடப்பட்டுள்ளது. முழுமையாகக் கிடைத்துள்ள இந்த ஏட்டில் 151 சுவடிகள் உள்ளன. இது 23 செமீ நீளமும் 3 செமீ அகலமும் உள்ள இந்த ஏடு பாளையங்கோட்டை தூய சவேரியார் கல்லூரிப் பேராசிரியர் நா.இராமச்சந்திரன்வழி கிடைத்தது. இராமநாதபுரம் பேட்டியிலிருந்து பாஞ்சாலங்குறிச்சி அழிவு வரையிலான செய்திகள் இதில் உள்ளன. ஆனால், கட்டபொம்மன் திருச்சி சென்ற செய்தி இப்பாடலில் இல்லை.

பாஞ்சை ஏடு

பாஞ்சாலங்குறிச்சியைச் சேர்ந்த வீரபராக்கிரம பாண்டியரிட மிருந்து காவல்துறையைச் சேர்ந்த இரா. பரமசிவன் என்பவர் மூலம் இவ்வேடு கிடைத்தது. முதல் நான்கு ஏடுகள் இல்லை. 225 ஏடுகள் உள்ளன. இவற்றிற்குப் பின்னால் சில ஏடுகள் காணப்பட வில்லை. எழுத்துத் தெளிவாக உள்ளது. பாஞ்சாலங்குறிச்சிமீது 1799இல் படையெடுத்து வந்த மேஜர் பானர்மேன் பெயரை இந்த ஏடு மட்டுமே குறிப்பிடுகின்றது. கட்டபொம்மன் இராமநாதபுரம் பேட்டிக்குப் புறப்படும்போது திரண்டு வந்த வீரர்களின் பெயர்ப்பட்டியலும் அவர்களுக்குக் கட்டபொம்மன் செய்த சிறப்புகளும் இதில் பாடப்படவில்லை. மருதுபாண்டியர் போரும், அவர்கள் தூக்கிலிடப்பட்ட செய்தியையும் இந்தப் பாடல் குறிப்பிடுகின்றது.

நாசரேத் ஏடு

இவ்வேடு நாசரேத்தில் பேராசிரியர் காசிராஜனிடமிருந்து கிடைத்தது. இவருடைய பாட்டனாரின் தந்தை பாஞ்சாலங்குறிச்சி அரண்மனையில் பணியாற்றியவர் என்றும் அவரிடமிருந்தே இந்த ஏடு பாதுகாக்கப்பட்டு வந்தது என்றும் குறிப்பிட்டார். முதல் ஏடு இல்லை. இரண்டாவது ஏடு முதல் பத்தொன்பது ஏடுகள்வரை வரிசையாக உள்ளன. இதனை அடுத்து 20, 21, 22 ஆகிய ஏடுகள் காணப்படவில்லை. இந்த ஏட்டில் கூட்டெழுத்துக்கள் மிகுந்துள்ளன. ஏடு 21 செமீ நீளமும் 3 செமீ அகலமும் உள்ளது. கட்டபொம்மன் வரலாற்று நிகழ்ச்சிகளை இந்தக் கதைப்பாடல் ஐம்பத்தேழு ஏடுகளில், ஏறத்தாழ 570 வரிகளில் சுருக்கமாகச் சொல்கின்றது. ஊமைத்துரையைச் சிறைமீட்க மருதுபாண்டியர் முயன்றதையும் திண்டுக்கல், விருப்பாச்சி ஆகிய இடங்களில் ஊமைத்துரை நடத்திய போர்களையும் இந்த ஏடு மட்டுமே குறிப்பிடுகின்றது.

கட்டபொம்மு வில்லிசை

குமாரெட்டயாபுரத்தைச் சார்ந்த காசிராம் என்பவர் எழுதிய இந்த வில்லிசைப் பாடலைக் குமாரெட்டயாபுரம் பி. வரதராசன் படியெடுத்து வைத்துள்ளார். பாஞ்சாலங் குறிச்சியார் பல்லாரியிலிருந்து குடிபெயர்ந்து வந்ததிலிருந்து, பாஞ்சாலங்குறிச்சி அழிவு வரையிலான செய்திகள் சொல்லப்படு கின்றன. திருவைகுண்டம் நெற்கொள்ளை குறித்த நிகழ்ச்சிகளின் பிற்பகுதிகள் காணப்படவில்லை. இவை பிற்காலத்தில் நீக்கப் பட்டிருக்க வேண்டும். பாடல்களுக்கு இடையிடையே உரைநடை யிலும் கதை சொல்லப்படுகின்றது. பாடலை என்ன மெட்டில் பாடவேண்டும் என்ற குறிப்பில் பழைய திரைப்படப் பாடல்களின் 'மெட்டும்' உள்ளன. '1801ஆம் வருடம் பிப் 6ஆம் தேதியிலே ஏது செய்தார்கள் வெள்ளையர்கள்' (வரி 442) என்று வரலாற்று நிகழ்ச்சிகள் துல்லியமாகச் சொல்லப்படுகின்றன. எனவே, வரலாற்று நூலை ஆதாரமாகக் கொண்டு இவ் வில்லிசைப் பாடல் பிற்காலத்தில் எழுதப்பட்டிருக்க வேண்டும். வில்லிசை வேந்தர் சாத்தூர் பிச்சைக்குட்டியும் கட்டபொம்மன் வில்லிசை நிகழ்ச்சியை நிகழ்த்திவந்துள்ளார். இதன் கையெழுத்துப்படி அவருடைய மகன் சுவாமிநாதனிடமிருந்து பேராசிரியர் துரைராசு வழி கிடைக்கப்பெற்றேன்.

பல வடிவங்கள் தோன்றக் காரணம்

கட்டபொம்மன் வரலாறு என்ற ஒரே கதையைப் பலர் பாடுவதாலும் ஒருவர் பாடியதைக் கேட்டு மற்றொருவர்

பாடுவதாலும் ஒருவரே திரும்பத் திரும்பப் பாடுவதாலும் ஒருவர் பாடியதை மற்றொருவர் படியெடுப்பதாலும் இந்தக் கதையில் பல வடிவங்கள் *(Version)* தோன்றியுள்ளன. "நாட்டார் வழக்காறுகள் இடம் விட்டு இடம் பெயர்ந்து செல்லும் இயல்பின, அதனால் அவை பல்வேறு வடிவங்களாகத் திரிபடைகின்றன" என்று தே. லூர்து குறிப்பிட்டுள்ளார் (1976:16). பார்ட்லெட் என்ற உளவியலார் இத்தகைய மாற்றங்களை ஆராய்ந்து, 'இரண்டாவது முறையாக அப்பாடலைப் பாடும் பாடகன் தன் சுவைக்காகவும் கேட்போர் விருப்பத்திற்கு ஏற்பவும் கால அளவினாலும், தேவை யற்றவை, வழக்கிழந்தவை, விரும்பத்தகாதவை முதலியவற்றை நீக்கி இருக்கலாம்' என்று குறிப்பிட்டுள்ளதை பா.ரா.சுப்பிரமணியன் மேற்கோள் காட்டியுள்ளார் (1975:16).

இவ்வாறு தோன்றுகின்ற பல்வேறு வடிவங்களுள் ஒவ்வொரு பாடமும் *(text)* முக்கியத்துவம் வாய்ந்ததே. ஒன்று சிறந்தது மற்றது சிறப்பற்றது என்பதெல்லாம் வாய்மொழி இலக்கியத்திற்குக் கிடையாது. ஒரு கதையில் காலம்தோறும் என்னென்ன மாற்றங்கள் ஏற்பட்டுள்ளன, வாய்மொழிப் பாடல்கள் எவ்வாறு கட்டப்படுகின்றன என்பனவற்றை அறிய ஒவ்வொரு வடிவமும் இன்றியமையாததாகும்.

கட்டபொம்மன் கதைப்பாடல்களின் வகைகள்

கட்டபொம்மன் வரலாற்றில் 1. இராமநாதபுரம் பேட்டி 2. திருவைகுண்டம் நெற்கொள்ளை 3. முதலாம் போர் 4. கட்டபொம்மனின் முடிவு 5. ஊமைத்துரை சிறை மீட்பு 6. இரண்டாம் போர் என்னும் ஆறு நிகழ்வுகளே முதன்மையானவை. இந்த நிகழ்ச்சிகள் எல்லாக் கதைப் பாடல்களிலும் இடம் பெற்றாலும் இவற்றின் கிளைச் செய்திகளை விவரிப்பதில் கதைப் பாடல்களில் வேறுபாடுகள் காணப்படுகின்றன. கட்டபொம்மன் கதைப்பாடல்கள் எந்தெந்த நிகழ்ச்சிகளுக்குச் சிறப்பிடம் கொடுத்து விரிவாகப் பாடுகின்றன? எந்த நிகழ்ச்சியைச் சுருக்கமாகப் பாடுகின்றன? எவற்றை விட்டுவிடுகின்றன? எவற்றைச் சேர்த்துள்ளன? என்ற அடிப்படையில் அவற்றை வகைப்படுத்தலாம். 'கட்டபொம்மு கூத்து, கட்டபொம்மன் கும்மி (1958), நாசரேத் ஏடு, கட்டபொம்மன் வில்லிசை, பாஞ்சாலங்குறிச்சி கட்டபொம்மு கதை' ஆகிய ஐந்து பாடல் களிலும் தனித்தனிப் போக்கு உள்ளதைக் காணமுடிகின்றது. பாஞ்சாலங்குறிச்சியாரின் முன்னோர் ஆந்திராவிலிருந்து குடிபெயர்ந்து வந்ததைக் 'கட்டபொம்மு கூத்து' விரிவாகப் பாடுகின்றது. மக்களிடம் விடுதலை உணர்வை ஏற்படுத்தும் நோக்கில், 'கட்டபொம்மன் கும்மி (1958)' பாடப்பட்டுள்ளது.

கட்டபொம்மன் வரலாற்றை மிகச் சுருக்கமாக நாசரேத் ஏடு பாடுகின்றது. கட்டபொம்மன் வில்லிசைகள் வரலாற்று நூல்களை ஆதாரமாகக் கொண்டு வரலாற்று நிகழ்ச்சிகளைத் துல்லியமாகப் பாடுகின்றன. வெள்ளையத்தேவன் போரைப் 'பாஞ்சாலங்குறிச்சி கட்டபொம்மு கதை' (ஸ்ரீமகள்) விவரிக்கின்றது. எனவே, இந்த ஐந்து பாடல்களையும் தனித்தனி வகை எனலாம்.

கட்டபொம்மன் வரலாறு (1960), வீரபாண்டியக் கட்டபொம்மன் கதைப்பாடல் (1971), கட்டபொம்மன் சரித்திரம் (ஆர் 2440) ஆகிய மூன்று கதைப்பாடல்களும் ஒரு தன்மை வாய்ந்தவை. கட்டபொம்மன் கதைப்பாடல் (1961), கட்டபொம்மு கும்மிப் பாடல் (1978), கட்டபொம்மன் கும்மிப் பாடல் (1983), பாஞ்சை ஏடு, பாளை ஏடு ஆகிய ஐந்து கதைப்பாடல்களும் கதை சொல்வதில் ஒரு குறிப்பிட்ட போக்கைக் கொண்டுள்ளன.

எனவே, கிடைத்துள்ள பதின்மூன்று கதைப்பாடல்களையும் கதை சொல்லும் போக்கின் அடிப்படையில் பின்வருமாறு வகைப்படுத்தலாம்.

1	2	3	4	5	6	7
1) கட்டபொம்மன் வரலாறு (1960). 2) வீரபாண்டியக் கட்டபொம்மு கதைப்பாடல் (1971). 3) கட்டபொம்மன் சரித்திரம் (ஆர் 2440)	1) கட்டபொம்மன் கதைப்பாடல். 2) கட்டபொம்மு கும்மிப்பாடல் (1978). 3) கட்டபொம்மன் கும்மிப்பாடல் (1983). 4) பாளை ஏடு. 5) பாஞ்சை எடு.	கட்டபொம்மு கூத்து (1972)	கட்டபொம்மன் கும்மிப்பாட்டு (1958)	நாசரேத் ஏடு	கட்டபொம்மன் வில்லிசை	பாஞ்சாலங்குறிச்சி கட்டபொம்மு கதை

ஒரு கதைப்பாடலுக்குப் பல ஏடுகள் கிடைத்தால் அவற்றைத் தனித்தனிப் பாடலாகக் கொள்ள வேண்டுமே தவிர ஒன்றின் மூன்று படிகளாகக் கொள்ளக் கூடாது என்று தே. லூர்து மூல பாடம் என்னும் கருதுகோளை மறுக்கிறார் (1988:90). இது ஏற்றுக்கொள்ளக் கூடியதே. பாடல் என்ற நோக்கில் கட்டபொம்மன் கதைப்பாடல் ஒவ்வொன்றும் தனித்தனிப் பாடலாகவே கொள்ளப்படுகிறது. செய்திகளைச் சொல்லும் போக்கின் அடிப்படையில் அவை ஏழு வகையாகப் பகுக்கப் பட்டுள்ளன.

கட்டபொம்மன் ஆய்வுகள் ஒரு மதிப்பீடு

கட்டபொம்மன் குறித்த வரலாற்று நூல்களும் ஆய்வுக் கட்டுரைகளும் கடந்த ஒரு நூற்றாண்டாகத் தொடர்ந்து வெளிவந்து கொண்டிருக்கின்றன. இதுவரை வெளிவந்துள்ள நூல்களில் நூலாசிரியர்கள் தங்கள் ஆய்வுகளை எத்தகைய அணுகுமுறையில் மேற்கொண்டுள்ளனர்? அவர்கள் தங்களுடைய நூல்களில் வரலாற்று எச்சங்கள், ஆவணச் சான்றுகள், பட்டயச் செய்திகள் ஆகியவற்றைச் சான்றாதாரங்களாகக் கொண்டுள்ளனரா? நூல்களில் கருத்து முரண்பாடுகள், தவறான செய்திகள் தவறான முடிவுகள் உள்ளனவா? அவர்கள் ஏதேனும் ஒரு நூலை மட்டுமே ஆதாரமாகக் கொண்டு நூலை எழுதியிருக்கின்றனரா? கட்டபொம்மன் கதைப்பாடல்களை அறிந்துள்ளனரா? அறிந்திருப் பின் கதைப்பாடல்களை எந்த அளவு, எந்தக் கண்ணோட்டத்தில் சான்றாதாரங்களாகக் கொண்டுள்ளனர்? போன்றவை இங்கு மதிப்பீடு செய்யப்படுகின்றன.

வெளிவந்துள்ள நூல்கள்

கட்டபொம்மன் குறித்து இதுவரை வெளி வந்துள்ள நூல்களை கட்டபொம்மன் வரலாற்றை முழுமையாகக் கூறுபவை, திறனாய்வுக் கண் ணோட்டத்தில் எழுதப்பட்டவை, வரலாற்று நூலினுள் ஒரு பகுதியாகப் பாஞ்சாலங்குறிச்சி வரலாற்றைச் சொல்பவை, ஆய்வேடுகள்,

கட்டுரைகள், பாடநூல்களாக வைக்கும் நோக்கில் எழுதப் பட்டவை என ஆறு பிரிவுகளாகப் பகுத்து மதிப்பீடு செய்யலாம்.

கட்டபொம்மன் வரலாற்றை முழுமையாகக் கூறுபவை

கட்டபொம்மனின் முன்னோரான பாஞ்சாலங்குறிச்சியார் ஆந்திராவிலிருந்து குடிபெயர்ந்து தென்தமிழகம் வந்து, அரசுரிமை பெற்று கும்பினியாரோடு (ஆங்கிலேயர்) மாறுபட்டு, அவர்களை எதிர்த்துப் போரிட்டு, வீரமரணம் எய்தியது வரையிலான வரலாற்றை முழுமையாகக் கூறும் நூல்கள் இம்முதற் பகுப்பில் அடங்குகின்றன. அவை வருமாறு.

- *பாஞ்சாலங்குறிச்சிப் பாளையக்காரர் (1873) – அடிகளார் ஜே.எப். கீன்ஸ் (Panjalamcourchy Polegar - Rev.J.F.Kearns)*
- *பாஞ்சாலங்குறிச்சி சரித்திரம் (1928) – எஸ். தேவதாஸ் நாயுடு*
- *பாஞ்சாலங்குறிச்சி வீரசரித்திரம் (1939) – ஜெகவீர பாண்டியனார் (இரண்டாம் பதிப்பு – 1954)*
- *கட்டபொம்மு (1947) – தி.நா. சுப்பிரமணியன்*
- *வீரபாண்டியக் கட்டபொம்மன் (1949) – ம.பொ.சிவஞானம்*
- *வீரபாண்டியக் கட்டபொம்மன் (1954) – சுப்பு ஆறுமுகம்*

பாஞ்சாலங்குறிச்சிப் பாளையக்காரர் (1873) – அடிகளார் ஜே.எப். கீன்ஸ்

இந்நூல் அடிகளார் ஜே.எப். கீன்ஸ் திருநெல்வேலி திருச்சபையில் பேராயராகப் பணியாற்றியபோது பாளையங் கோட்டைத் திருச்சபை அச்சகத்தின் *(Church Mission Press)* மூலம் வெளியிடப்பட்டுள்ளது. வீரபாண்டியக் கட்டபொம்மன் காலத்தில் (1799) நடைபெற்ற பாஞ்சாலங்குறிச்சிப் போர் தொடர்பாகக் கும்பினி நிருவாகம் மேற்கொண்ட நடவடிக்கைகள் குறித்த கடிதங்களை இந்நூல் வரிசைப்படுத்திக் கொடுக்கின்றது. நூலின் இறுதியில் கட்டபொம்மன் கதைப்பாடலிலிருந்து செய்திகள் சில தரப்பட்டுள்ளன. கதைப்பாடல்கள் பொய்ம்மை நிரம்பியவை என்ற கருத்தை உறுதிசெய்யும் வகையிலான செய்திகள் பாடலிலிருந்து தேர்ந்தெடுக்கப்பட்டுள்ளன. கட்டபொம்மன் வரலாற்றுக் கதைப்பாடல்கள் கூறும் செய்திகளை வரலாற்று ஆவணங்களோடு ஒப்பிட்டு ஆய்வு செய்வதற்கு இந்நூல் பெரிதும் துணைபுரிகின்றது.

பாஞ்சாலங்குறிச்சி சரித்திரம் (1928) – எஸ். தேவதாஸ் நாயுடு

பதின்மூன்று இயல்களைக் கொண்ட இந்நூலின் முதல் இயலில் தமிழ்நாட்டின் வரலாறு சுருக்கமாகச் சொல்லப் படுகின்றது. எஞ்சிய பன்னிரண்டு இயல்களில் ஆந்திராவிலிருந்து பாஞ்சாலங்குறிச்சியார் குடிபெயர்ந்து, பாஞ்சையில் கோட்டை அமைத்து, கும்பினியாரை எதிர்த்து இறுதியில் தூக்கிலிடப்பட்டது வரையிலான நிகழ்ச்சிகள் தொகுத்து விளக்கப்படுகின்றன. போரினால் அழிவதற்கு முன் பாஞ்சாலங்குறிச்சி நகரம் எவ்வாறு இருந்தது என்பதை விளக்கியுள்ளார். ஆனால், இந்தச் செய்திகளை அவர் எவ்வாறு அறிந்தார் என்பதற்குரிய சான்றாதாரங்களைக் குறிப்பிடவில்லை. 'அரசு நிலை' என்ற இயலிலிருந்து 'கட்டபொம்மு நாயக்கரும் இராமநாதபுரமும்' என்ற இயல் வரையிலான பகுதிகள் கால்டுவெல்லின் 'திருநெல்வேலி வரலாற்றை'த் தழுவியவை. வரலாற்றை இவர் காலவரிசை அடிப்படையில் கோவையாகச் சொல்லாமல், ஒரு நிகழ்ச்சியைச் சொல்லும் போது திடீரென்று கடந்த கால நிகழ்ச்சி ஒன்றை இடையே விவரிக்கிறார். பாஞ்சாலங்குறிச்சியாருக்குச் சொந்தமான அருங்குளம், சுப்பலாபுரம் என்னும் இரு பகுதிகளை எட்டையாபுரத்தார்க்குக் கும்பினியார் கொடுத்தனர். இந்நூலாசிரியர் சுப்பலாபுரத்தைச் சிவஞானபுரம் என்று தவறாகக் குறிப்பிட்டுள்ளார்.

பாஞ்சாலங்குறிச்சியார் குறித்து மக்களிடையே வழங்கும் வாய்மொழி வழக்காறுகளாகிய, 'முகமதியர் பெண் கேட்டல்,' 'மந்திரவாதியை வென்றது,' 'முயல் நாயை விரட்டியது' ஆகிய கதைகளை இந்நூலாசிரியர் விரிவாகச் சொல்லியுள்ளார். ஆனால், இந்தக் கதைகள் எந்த அடிப்படையில் தோன்றின? இவை மக்களிடையே வழங்குவதற்குரிய காரணங்கள் யாவை? இத்தகைய கதைகள் வேறு இடங்களில் அல்லது வேறு இனத்தாரிடையே வழங்குகின்றனவா? என்னும் ஆய்வு நோக்கில் இவர் கதைகளைத் திரட்டவில்லை. திருவைகுண்டம் நெற்கொள்ளையையும் போருக்குப் புறப்பட்டு வந்த வீரர்களின் பெயர்ப்பட்டியலையும் கதைப்பாடல்களை ஆதாரமாகக் கொண்டே இவர் எழுதியிருக்க வேண்டும். இருப்பினும் கதைப்பாடல்களைத் தான் சான்றாதாரமாகக் கொண்டதாக இவர் சுட்டவில்லை.

பாஞ்சாலங்குறிச்சி வீரசரிதம் – ஜெகவீரபாண்டியனார்

இந்நூலாசிரியர் கவிதை பாடும் ஆற்றல் மிகுந்த தமிழ்ப் பண்டிதர். எனவே, இவருடைய மொழிநடை, வரலாற்று ஆய்வுக்குரிய நடையாக அமையாமல் "மதம் புரிந்தவரை

அதம் புரிந்தார், அடங்கலார்க்கு மடங்கலேறென மண்டி, மாறு கொண்டு, யாண்டும் சீறி, வென்று, நீறு செய்து வந்தார்" என்ற பழைய உரையாசிரியர் நடையில் அமைந்துள்ளது. திருக்குறள், புறநானூறு போன்ற இலக்கியங்களிலிருந்தும், 'வீரபாண்டியம்' என்ற அவருடைய கவிதை நூலில் இருந்தும் செய்யுட்கள் மேற்கோளாகப் பயன்படுத்தப்பட்டுள்ளன. இந்நூல் இலக்கிய நடையில் அமைந்த வரலாற்று நூலாக விளங்குகின்றது.

கட்டபொம்மனின் பரம்பரையினர் நாற்பத்தேழு தலைமுறைகளாக ஆட்சி புரிந்ததாகச் சொல்லி, அவர்களுடைய பெயர்ப்பட்டியலையும் இவர் கொடுத்துள்ளார். இது ஆய்வுக்குரிய செய்தியாகும். இரு கண்களும் தெரியாத காசிபன் என்ற வேதியன் செந்திற்பதியில் தவம் இருந்தபோது, அவனுடைய ஒரு கண்ணிற்கு மட்டும் ஒளி கொடுத்து, 'மற்றொன்றிற்குக் கட்டபொம்மன் கொடுப்பார்' என்று இறைவன் கூற, அதனைத் திக்குவிசயக் கட்டபொம்மன் நிறைவேற்றினார் என்ற செய்தியை இவர் நம்பிக்கை அடிப்படையில் எழுதியுள்ளார். திக்குவிசயக் கட்டபொம்மன் செந்திலாண்டவர் கோயில் திருப்பணிக்கு நிலங்களைத் தானமாகக் கொடுத்ததை இவர் குறிப்பிட்டுள்ளார்.

இவர் தன்னுடைய நூலில் கட்டபொம்மன் கதைப்பாடல்களைப் பல இடங்களில் மேற்கோளாகக் கொண்டுள்ளார். 'கட்டபொம்மன் சிந்து' என்னும் ஏட்டுச் சுவடி இந்நூலாசிரியருக்குக் கிடைத்துள்ளது. இதனைப் பாடியவர் முடிமன் கிராமத்தில் வாழ்ந்த மலையேறு சின்னுநாயக்கர் என்றும் இவர் பாஞ்சாலங்குறிச்சிப் போரில் கட்டபொம்மனோடு உடன் நின்றவர் என்றும் குறிப்பிட்டுள்ளார். மலையேறு சின்னு நாயக்கரின் பாடலிலிருந்து சில வரிகளைத் தன் நூலில் கொடுத்துள்ளார்.

இந்நூலாசிரியர் கட்டபொம்மனின் இனத்தைச் சார்ந்தவர். எனவே, இவர் நூலில் சில பகுதிகளில் அகவயப்போக்கு உள்ளது என்பது குறிப்பிடத்தகுந்த செய்தியாகும். எனினும் பாஞ்சாலங்குறிச்சி வரலாறு தொடர்பான செய்திகளை மிக விரிவாகத் தரும் நூல் இது எனலாம்.

கட்டபொம்மு – தி.நா.சுப்பிரமணியன்

தென்னாட்டுப் பாளையக்காரர்களின் தோற்றம் பாஞ்சாலங்குறிச்சி வரலாறு, அரசியல் மாற்றம், நவாபுவின் அதிகாரிகளிடையே ஏற்பட்ட குத்தகைத் தகராறு, நாடு பிடிக்கும் ஆசையால் கும்பினியார் செய்த சூழ்ச்சி, பாஞ்சாலங்குறிச்சியின் எழுச்சி, ஊமைத்துரையின் முடிவு ஆகிய வரலாற்று நிகழ்ச்சிகளை இவர் விரிவாக எழுதியுள்ளார்.

கட்டபொம்மன் வழியினர் நாற்பத்தேழு தலைமுறைகளாக ஆட்சி புரிந்தனர் என்ற ஜெகவீரபாண்டியனாரின் கருத்தை இவர் மறுக்கிறார். ஆனால் ஜெகவீரபாண்டியனாரைச் சுட்டிக் காட்டி மறுக்காமல், பொதுவாகச் சொல்கின்றார். பாஞ்சாலங்குறிச்சிப் பாளையக்காரர்கள் அனைவருமே கும்பினியார்மீது வெறுப்புக் கொண்டிருந்தனர் என்பதைச் சுட்டி, “திசைகாவல்,” “தேசகாவல்,” “கவுல்” ஆகியவற்றைத் தெளிவாக விளக்குகிறார்.

கட்டபொம்மன் கதைப்பாடலைச் சிறு வயதிலேயே கேட்டதாக இவர் முன்னுரையில் குறிப்பிட்டுள்ளார். ஒவ்வொரு தலைப்பின் தொடக்கத்திலும் கலியுகப் பெருங்காவியம், பாஞ்சைக் கோவை, கட்டபொம்மு கும்மி, கட்டபொம்மு சிந்து, ஆகிய கதைப்பாடல்களிலிருந்து சில வரிகள் மேற்கோளாக இந்நூலில் கொடுக்கப்பட்டுள்ளன. இவர் கதைப்பாடல்களைப் பார்வையிட்டுள்ளார் என்பதை, “சிந்து முதலிய பாட்டுக்களில் இந்த இடம் (போர்) மிக்க அழகாக வருணிக்கப்பட்டுள்ளது” என்று கூறுவதிலிருந்து அறியலாம். ஆனால், நூலின் உள்ளடக்கத்தில் கதைப்பாடல்களை வரலாற்றுச் சான்றுகளாக இவர் கொள்ளவில்லை. கதைப்பாடல்கள் கூறும் வரலாற்றுச் செய்திகளை ஆவணச் சான்றுகளோடும் புறச்சான்றுகளோடும் ஒப்பிட்டும் ஆய்வு செய்யவில்லை. கதைப்பாடல்களை நன்கு அறிந்த இந்நூலாசிரியரிடம்கூட அவற்றைச் சான்றுகளாகக் கொள்ளாமல், ஒதுக்கும் மனநிலையே காணப்படுகிறது. இது இவருடைய தனிப்பட்ட மனப்போக்கன்று. அன்றை வரலாற்று ஆய்வாளர்களிடையே காணப்பட்ட பொதுவான போக்கு எனலாம். இவர் கட்டபொம்மன் வரலாற்றை ஆய்வு நோக்கில் காண முயன்றுள்ளார். இவருடைய இந்த முயற்சியே முதல் முயற்சியாகும். நடுநிலை வகுப்பில் நான் படித்த போது இந்நூலின் முதற் பதிப்பு எனக்குக் கிடைத்தது. கல்லூரியில் நான் பணியாற்றிய காலத்தில், கட்டபொம்மன் கதைப்பாடல்களைச் சேகரித்து ஆய்வு செய்யலாம் என்ற எண்ணத்தை எனக்கு இந்த நூலே ஏற்படுத்தியது.

வீரபாண்டியக் கட்டபொம்மன் – ம.பொ.சிவஞானம்

இந்நூல் *தமிழ் முரசு* பத்திரிகையில் ம.பொ.சி எழுதி வந்த கட்டுரைத் தொடரின் தொகுப்பாகும். இவர் தன் நூலின் முன்னுரையில், “சம்பவங்களைத் தொகுத்துக் கூறும் வரலாற்று நூலாக மட்டுமல்லாமல், வீரபாண்டியக் கட்டபொம்மனைத் தமிழ் இனத்தின் தனிப்பெரும் வீரனாக – இந்திய சுதந்திரப் போரில் முதற்பலியான தியாகியாக அறிமுகப்படுத்துவதே இந்நூலை எழுதியதின் கருத்து” என்று தன் நூலின் நோக்கத்தைக்

குறிப்பிட்டுள்ளார். இந்திய விடுதலைப் போர் 1857இல் நடைபெற்ற 'சிப்பாய் கலகத்திலிருந்து' தொடங்கியது என்ற வரலாற்று அறிஞர்களின் கருத்தை மறுத்து, 'அது பாஞ்சாலங்குறிச்சியில் கட்டபொம்மன் நடத்திய வீரப் போரிலிருந்துதான் தொடங்கு கின்றது' என்று அவர் வலியுறுத்துகின்றார்.

தேவதாஸ் நாயுடு, ஜெகவீரபாண்டியனார், தி.நா. சுப்பிர மணியன் ஆகியோரின் நூல்களை அடிப்படையாகக் கொண்ட இவர், கும்பினியார் எழுதிவைத்த வரலாற்று ஆவணங்களைச் சான்றாதாரங்களாகக் கொள்ளவில்லை. கட்டபொம்மன் வரலாற்றை இவர் ஆய்வுக் கண்ணோட்டத்தில் நோக்காது, அவரைத் தன்னிகரில்லாத் தலைவனாகச் சித்திரிக்கும் காப்பியப் போக்கில் வியந்து போற்றுகின்றார். இராமநாதபுரம் பேட்டியில் கட்டபொம்மன் பேசியதை, "வரி கொடுக்கும் வழக்கம் எங்கள் வம்சத்தில் இல்லை. அன்னியனுக்கு அடங்கி வாழ்வது எமது அரச மரபுக்கு இழுக்கு. ஆதலால் வரி கொடுக்க முடியாது. பாளையப்பட்டு மன்னன் பரதேசியிடம் சிறைப்படுவதா? அது மானங்கெட்ட செய்கை, என வெகுண்டு கூறி, கட்டடத்தை விட்டு வெளியேற முயன்றான்" என்று உணர்ச்சி நிலையில் விவரிக்கிறார். தேசியம் என்ற உணர்வினை முன்னிலைப் படுத்தும் அரசியல் போக்கே இவருடைய நூலில் முன்னிற்கின்றது. இன்பநிலையப் பதிப்பகத்தார் இந்நூலை 1960இல் 'முதல் முழக்கம்' என்ற பெயரில் மீண்டும் வெளியிட்டுள்ளனர். இந்நூல் கட்டபொம்மனுக்குப் புகழாரம் சூட்டும் நூல்.

வீரபாண்டியக் கட்டபொம்மன் – சுப்பு ஆறுமுகம்

இந்நூலின் பதிப்புரையில், "திருநெல்வேலி மாவட்டத்தில் கட்டபொம்மன் குடும்பத்தாரோடு தொடர்பு கொண்டவரிடம் கலந்து உண்மையைச் சேகரிக்க, தாமே நேரில் சென்று ஆய்ந்து எவரும் எழுதாத பல நிகழ்ச்சிகளை இந்நூலில் எழுத்தால் படம் பிடித்துக் காட்டி இருக்கிறார் இதன் ஆசிரியர்" என்ற செய்தி காணப்படுகின்றது.

ஆனால், பதிப்புரையில் குறிப்பிட்டுள்ளது போல இந்நூலாசிரியர் களஆய்வு செய்ததாக நூலின் செய்திகளிலிருந்து உணர இயலவில்லை. ம.பொ.சியின் நூலை முன் மாதிரியாகக் கொண்டு, ஜெகவீரபாண்டியனார் 759 பக்கங்களில் சொல்லிய செய்திகளைச் சுருக்கி, 89 பக்கங்களில் எழுதியுள்ளதாகத் தோன்றுகின்றது. கட்டபொம்மன் வில்லிசைப் பாடல்களைக் கேட்டதாகக் குறிப்பிடும் இவர் அவற்றைச் சான்றாகப் பயன்படுத்தவில்லை என்பது குறிப்பிடத்தகுந்த செய்தியாகும்.

திறனாய்வுக் கண்ணோட்டத்தில் எழுதப்பட்டவை

இவ்வகை நூல்கள் கட்டபொம்மன் வரலாற்றைக் கோவைப்படுத்திக் கூறுவதோடு அமையாமல், கட்டபொம்மன் வரலாற்றில் நடைபெற்ற ஒவ்வொரு நிகழ்ச்சியையும் ஆவணச் சான்றுகள், பிற வரலாற்று நூல்கள் தரும் செய்திகள் ஆகியவற்றோடு ஒப்பிட்டுக் குறை நிறைகளைத் திறனாய்வு செய்கின்றன. ஒவ்வொரு வரலாற்று நிகழ்ச்சியைக் கூறும் போதும் அங்கு நூலாசிரியரின் திறனாய்வுக் குரலும் சேர்ந்தே ஒலிப்பதைக் காணலாம். தங்களுக்குக் கிடைத்த சான்றுகளைக் கொண்டு வரலாற்று முரண்களைச் சுட்டிக்காட்டி தங்கள் கருத்தை நிலைநாட்ட நூலாசிரியர்கள் முயல்கின்றனர். இவ்வகை நூல்கள் வருமாறு;

- வீரபாண்டியக் கட்டபொம்மன் ஆய்வுத் தொகுப்பு – மக்கள் வெளியீடு
- வீரபாண்டியக் கட்டபொம்மன் (1958) – சிரஞ்சீவி
- கட்டபொம்மன் கொள்ளைக்காரன் (1965) – தமிழ்வாணன்
- சுதந்திர வீரன் கட்டபொம்மன் (1960) – ம.பொ. சிவஞானம்

வீரபாண்டியக் கட்டபொம்மன் ஆய்வுத் தொகுப்பு – மக்கள் வெளியீடு

தமிழக அரசின் உள்துறைச் செயலாளராகப் பணியாற்றிய ஈ.யூ. தாமோதரன் ‘மெயில்’ என்னும் நாளேட்டில் 1958இல் கட்டபொம்மன் வரலாறு பற்றி எழுதிய ஓர் ஆய்வுக் கட்டுரை, கர்னல் வெல்ஸ் பாஞ்சாலங்குறிச்சி குறித்து எழுதிய செய்திகள் ஆகியவற்றின் மொழிபெயர்ப்பு இந்நூலின் உள்ளடக்கமாகும்.

கட்டபொம்மன் பற்றி எழுதிய வெளிநாட்டவராகிய கீன்ஸ், பேராயர் கால்டுவெல், ஸ்டுவார்ட், பேட் ஆகியோர், தங்களது கும்பினி ஆட்சிக்குத் தொல்லை கொடுத்த மன்னனை ஒருதலைச் சார்பாக மதிப்பீடு செய்துள்ளனர் என்று ஈ.யூ. தாமோதரன் குறிப்பிடுகின்றார். கட்டபொம்மன் விசாரணை அடங்கிய பதிவேடுகளில் சூறை, கொள்ளை, கொலை ஆகியவை பற்றிக் குறிப்பிடப்படவில்லை என்பதை எடுத்துக்காட்டி பாஞ்சாலங்குறிச்சியார் கண்ணியம் நிரம்பியவர்கள் என்பதற்கு வெல்சின் நூலிலிருந்து சான்றுகள் காட்டியுள்ளார். கட்டபொம்மன் கதைப்பாடல்கள் நம்புதற்குரியவை அல்ல என்ற கருத்தை

ஈ.யூ. தாமோதரன் மறுத்துள்ளார். இவரும் தன் ஆய்வுக்குக் கதைப்பாடலின் வரலாற்று உண்மைகளைக் கணக்கில் எடுத்துக் கொள்ளவில்லை.

வீரபாண்டியக் கட்டபொம்மன் (1958) – சிரஞ்சீவி

இந்நூல், நாடறிந்த கட்டபொம்மன், கவிஞர் கண்ட கட்டபொம்மன், சரித்திரம் கண்ட கட்டபொம்மன், பாஞ்சாலங்குறிச்சியின் அந்திமக்காலம் என நான்கு பகுதிகளாக அமைநதுள்ளது, நாடறிந்த கட்டபொம்மன் என்ற பகுதியில் ஜெகவீரபாண்டியனாரின் 'பாஞ்சாலங்குறிச்சி வீரசரிதம்' என்ற நூலின் கருத்தை எவ்வித மாற்றமும் இல்லாமல் கூறுகின்றது. இந்தப் பகுதியில் கட்டபொம்மனைப் புகழ்ந்து எழுதிய செய்திகளை, 'சரித்திரம் கண்ட கட்டபொம்மன்' என்ற மூன்றாம் தலைப்பில் மறுத்துரைக்கின்றார். மூன்றாம் பகுதியின் முன்னுரையில், "கட்டபொம்மனுக்கு எதிராக இப்பகுதியில் கூறப்படுபவை, களங்கப்படுத்துவது போலக் காணப்பட்டாலும் சிறுமைப் படுத்த வேண்டும் என்ற நினைப்போடு எழுதப்படவில்லை" என்று அமைதி கூறியுள்ளார். இவருடைய ஆய்வுகளில் இதழியல் உணர்ச்சியே தூக்கலாகத் தெரிகின்றது.

கட்டபொம்மனின் முன்னோர் பற்றி இவர் கூறும் "காட்ரகட்ட பிரம்ம நாயுடு" என்ற கதை எவ்வகையிலும் வரலாற்று உணர்வோடு அமையவில்லை. கட்டபொம்மன் தொடர்பாகக் கால்டுவெல் முன்வைத்த 'குற்றச்சாட்டுகளை' 'நாடாளவில்லை சூறையாடினான்' என்ற பகுதியில் மிகைப்படுத்திச் சொல்கின்றார். 'சென்ற இடமெல்லாம் சென்றான்' 'தப்பி ஒடுங்கால் தட்டுப்பட்டதையும் விடவில்லை' 'வீரனாய் இருந்தவன் கோழையானான்' 'ஓடினான் ஓடினான் ஓடிக்கொண்டே இருந்தான்' ஆகிய தலைப்புகளில் கட்டபொம்மனது எல்லா நடவடிக்கைகளையும் சிரஞ்சீவி நாடகப்பாணியில் வலிந்து குறை கூறியுள்ளார். கட்டபொம்மனது வரலாற்றை எழுதும் போது, அக்கால அரசியல் சூழல், மக்கள் சிந்தனை, இவற்றை மறந்து, 19ஆம் நூற்றாண்டின் அரசியல் போராட்டத்தை மனத்திற்கொண்டு இந்நூல் எழுதப்பட்டுள்ளது. கட்டபொம்மன் காலத்தில் சுதந்திரம், விடுதலை, புரட்சி, போராட்டம் போன்ற சொற்களின் பொருள் வேறு, எல்லை வேறு, காஷ்மீர் முதல் கன்னியாகுமரி வரை இந்தியா ஒன்று என்ற சிந்தனை அப்போது ஏற்படவில்லை. இதை மனத்திற்கொள்ளாமல் "கட்டபொம்மன் சுதந்திரப் போராட்ட வீரனாக இருந்திருந்தால். அவனைத் தூக்கிலிட்டதைப் பார்த்த மக்கள் கொதித்தெழுந்து,

ஆயிரமாயிரம் அன்னியர்களை ஆளுக்கொரு மரத்தில் தூக்கிலிட்டு அண்டத்தை அதிரவைத்திருக்க மாட்டார்களா? ஏன் அவ்வாறு செய்யவில்லை?" என்று இவர் கேட்பது வரலாற்று உணர்வுக்கு முரணான கேள்வியாகும்.

'கவிஞர் கண்ட கட்டபொம்மு' என்ற பகுதியில் தொள்ளாயிரத்து இருபது வரிகளைக் கொண்ட 'கட்டபொம்மன் கும்மிப்பாடல்' ஒன்றை முழுமையாகத் தந்துள்ளனர். அத்துடன் 'கட்டபொம்மன் சண்டைக் கும்மி' என்ற பாடலிலிருந்து இராமநாதபுரம் பேட்டியைக் கூறும் பகுதியையும் தந்துள்ளார். பாடல்களைச் சிறுசிறு பகுதிகளாகப் பிரித்து விளக்கம் தருகிறார். கட்டபொம்மனின் வரலாற்றை எழுதும்போது அதற்குக் கதைப்பாடல்களைச் சான்றாகக் கொள்ளவில்லை. ஆனால், கட்டபொம்மனைக் கொள்ளைக்காரன் என்று குற்றம் சாட்ட, எட்டயாபுரத்தார் ஜாக்சனிடம் குறை கூறுவதாக வரும் பாடல் வரிகளை, அவை ஒரு எதிரியின் கூற்று என்ற அடிப்படையை மறந்து சான்றுகாட்டுகின்றார். பாடலின் முன், பின் பகுதிகளை நீக்கிவிட்டுத் தான் கொண்ட கருத்தை நிலை நாட்டுவதற்கு ஏற்ற வரிகளைத் தேர்வு செய்து மேற்கோளாகப் பயன்படுத்துகிறார். வரலாற்றுக் கதைப்பாடல்களிலிருந்து சான்றுகளை எடுத்துக்காட்டும் போக்கு இவரிடம் இருந்தது குறிப்பிடத்தக்கது. இருப்பினும், ஏதோ ஒரு காரணம் பற்றிய வெறுப்புணர்வுடன் இவர் பாடல்களை மேற்கோள் காட்டுவது வெளிப்படையாகத் தெரிகின்றது.

கட்டபொம்மன் கொள்ளைக்காரன் (1965) – தமிழ்வாணன்

கட்டபொம்மன் போராட்ட வீரன் அல்லன். கொள்ளைக்காரன், கோழை என்ற கண்ணோட்டத்தில் ஒரு முடிவை ஏற்படுத்தித் தமிழ்வாணன் ஆய்வு செய்திருக்கிறார். சிரஞ்சீவியின் 'வீரபாண்டியக் கட்டபொம்மன்' என்ற நூலை அடிப்படையாகக் கொண்டு, அதில் கட்டபொம்மன் பற்றி வரும் குற்றச்சாட்டுகளை இவர் மிகைப்படுத்தியுள்ளார்.

'நூல் தோன்றிய வரலாறு' என்ற முதல் தலைப்பில், இவர் கட்டபொம்மனுடன் கனவில் பேசுவதாக அமைந்திருக்கும் உரையாடலை நேர்மையான ஆய்வாளர்கள் ஏற்றுக்கொள்ள மாட்டார்கள். கட்டபொம்மனின் முன்னோர் பற்றிச் சிரஞ்சீவி சொல்லிய கற்பனைக் கதையை இவர் விரித்துரைத்துள்ளார். சேத்தூர்ப் பாளையக்காரரைக் கொன்றது சிவகிரிப் பாளையக்காரர் என்பது வரலாற்று உண்மை. ஆனால், சேத்தூர்ப் பாளையக்காரரைக் கட்டபொம்மன் கொன்றதாகத் தமிழ்வாணன்

திரித்து எழுதியுள்ளார். தி.நா. சுப்பிரமணியத்தின் ‘கட்டபொம்மன்’ என்ற நூலை அடிப்படையாகக் கொண்டு இராமநாதபுரம் பேட்டியைத் தமிழ்வாணன் எழுதியுள்ளார். ஆனால், பேட்டியின் போது கட்டபொம்மன் கோழைத்தனமாக நடந்துகொண்டது போன்ற காட்சியை உருவாக்கும் வகையில் சொற்களை அவர் திரித்துள்ளார். புதுக்கோட்டைப் பகுதியில் கட்டபொம்மன் கைது செய்யப்பட்டுக் கும்பினியாரிடம் ஒப்படைக்கப்பட்ட பின்னரே இந்தச் செய்தி புதுக்கோட்டை அரசருக்குத் தெரியும் என்று தமிழ்வாணன் எழுதியிருப்பது தவறு. கட்டபொம்மன் கதைப்பாடல்கள், கட்டபொம்மனையும் அவருடைய தம்பி ஊமைத்துரையையும் தூக்கிலிடும் இறுதி நிகழ்ச்சி முடியப் பாடுகின்றன. இருவரும் உயிரோடு இருக்கும்போது தூக்கிலிட்ட நிகழ்ச்சியைப் பாட முடியுமா? என்பதைக் கூடச் சிந்திக்காமல் ‘கத்தி முனைக்குப் பயந்து உளறிக் கொட்டி இருக்கிறார்கள் அந்தக் காவியத்தை’ என்று தமிழ்வாணன் எழுதியுள்ளார். கதைப்பாடல்கள் வரலாற்று ஆராய்ச்சிக்குப் பயன்படும் அளவில் நம்பத்தகுந்த சான்றுகள் அல்ல என்று கூறும் தமிழ்வாணன் அவற்றைக் கட்டபொம்மன்மீது கொள்ளைக்குற்றம் சாட்ட சான்றாகப் பயன்படுத்துகின்றார். இந்நூல் பத்திரிகையின் பரபரப்பான விற்பனைக்கென்றே எழுதப்பட்டது. இந்த நூலுக்கு முழுமையான மறுப்பாக, ‘வீரபாண்டியக் கட்டபொம்மு விவாத மேடை’ என்ற நூலை நான் வெளியிட்டுள்ளேன்.

சுதந்திர வீரன் கட்டபொம்மன் (1960) – ம.பொ. சிவஞானம்

தமிழ்வாணன் கல்கண்டில் ‘கட்டபொம்மன் கொள்ளைக் காரன்’ என்று எழுதியதை சமகாலத்திலேயே கண்டித்து எழுதப்பட்ட நூலாகும் இது. தமிழ்வாணன் தன் நூலை எழுதத் தொடங்கியபோது சுவரொட்டிகளிலும் நாளிதழ்களிலும் விளம்பரம் செய்து பரபரப்பை ஏற்படுத்திவிட்டு, நேராகப் பிரச்சனைக்கு வராமல், களப்பிரர் காலத்திலிருந்து வரலாற்றைத் தொடங்கிக் காலம் கடத்துவது இதன் விற்பனையைப் பெருக்க வேண்டுமென்ற நோக்கமே என்று சுட்டிக்கட்டுகின்றார். வீரபாண்டியக் கட்டபொம்மன் திரைப்படத்திற்கு வசனம் எழுதும் வாய்ப்பு அவருக்குக் கிடைக்காத ஏமாற்றத்தால்தான், 1953 முதல் 1957 முடிய கட்டபொம்மனைப் புகழ்ந்து எழுதிய தமிழ்வாணன் திடீரென்று ‘கொள்ளைக்காரன்’ என்று போர் தொடுக்கிறார் என்று தனிப்பட்ட முறையில் குற்றஞ்சாட்டுகின்றார். தமிழ்வாணன் கட்டுரை வாரந்தோறும் வெளிவந்ததால் அதை முழுமையாக ஆதாரங்களோடு மறுக்கும் வாய்ப்பு ம.பொ.சிக்குக் கிட்டவில்லை. நாட்டு விடுதலைக்காக முதல் முழக்கமிட்டது

யார் என்ற விவாதமே இந்த நூலில் மேலோங்கி உள்ளது. நூலின் முற்பகுதியில் கட்டபொம்மன் குறித்து அரசியல் தலைவர்கள் கூறிய கருத்துக்களைத் தொகுத்துள்ளார்.

கட்டபொம்மன் கதைப்பாடல்களை, "இன்னார் என்று சொல்ல முடியாத நாடோடிப் பாடல்களும் ஏராளமாகத் தென்பாண்டித் தமிழர்களால் பாடப்பட்டு வருகின்றன. அவற்றிலே, வீரபாண்டியக் கட்டபொம்மனுடைய விடுதலை ஆர்வமும் அவன் நடத்திய போரில் நிகழ்ந்த வீர சாகசங்களும் புகழப்படுகின்றன" என்று இவர் குறிப்பிட்டிருக்கிறார். ஆனால், இவரும் கதைப் பாடல்களை வரலாற்றுச் சான்றுகளாகக் கொள்ளவில்லை.

வரலாற்றில் ஒரு பகுதியாகக் குறிப்பிடுவன

இவ்வகை நூல்கள் தென்னாட்டின் வரலாற்றையோ வேறு ஒரு குறிப்பிட்ட பாளையத்தின் வரலாற்றையோ தொகுத்துரைக்கும்போது பாஞ்சாலங்குறிச்சியின் வரலாற்றையும் இடையே ஒரு சில இயல்களில் குறிப்பிடுகின்றன. அவை வருமாறு:

- இராணுவ நினைவுகள் *(1830)* – கர்னல், ஜேம்ஸ் வெல்சு *(Military Reminiscences – Colonel James Welsh)*
- வம்சமணி தீபிகை *(1878)* – கவிகேசரி சாமி தீட்சிதர்
- திருநெல்வேலி வரலாறு *(1881)* – ஆர். கால்டுவெல் *(A History of Tirunelveli – R. Caldwell)*
- எட்டயாபுரம் அன்றும் இன்றும் *(1890)* – டபிள்யூ. ஈ. கணபதியா பிள்ளை *(Etayapuram Past and Present)*
- திருநெல்வேலிச் சீமைச் சரித்திரம் *(1931)*–எஸ். குருகுகதாசப் பிள்ளை
- தென்னிந்தியப் புரட்சியாளர் *(1971)* – கே. இராஜையன் *(South Indian Rebellion)*

இராணுவ நினைவுகள் (1830) – கர்னல் ஜேம்ஸ் வெல்சு

இந்நூலாசிரியர் ஜேம்ஸ் வெல்சு *1790*இல் கிழக்கிந்திய இராணுவத்தில் பணியாற்ற இந்தியாவிற்கு வந்தார். இவர் தென்னிந்தியாவில் நடைபெற்ற போர்கள் பலவற்றில் நேரடியாகப்

பங்கேற்றவர். 1801இல் பாஞ்சாலங்குறிச்சியில் நடைபெற்ற இறுதிப்போரில் இவரும் பங்குகொண்டார். இராணுவத்திலிருந்து ஓய்வு பெற்றபின் தன்னுடைய போர் அனுபவங்களை ஸ்காட்லாந்து நாட்டிலிருந்து வெளிவந்த ஒரு பத்திரிகையில் எழுதினார். அந்த அனுபவத் தொகுப்புகள் 1830இல் 'இராணுவ நினைவுகள்' *(Military Reminiscences)* என்ற தலைப்பில் இரு தொகுதிகளாக லண்டனில் வெளியிடப்பட்டிருக்கின்றன. இந்த அரிய நூல் இன்னும் மறுபதிப்பு செய்யப்படவில்லை.

முதல்தொகுதியில் 2 முதல் 4 வரை உள்ள மூன்று இயல்களில் பாஞ்சாலங்குறிச்சியின் வரலாறு இடம் பெறுகின்றது. இந்நூலில் பாஞ்சாலங்குறிச்சியின் கடைசிக்கட்ட வரலாற்றை, அதாவது, ஊமைத்துரை பாளையங்கோட்டைச் சிறையிலிருந்து தப்பி, பாஞ்சாலங்குறிச்சியில் மீண்டும் கோட்டை அமைத்து, கும்பினியாரை எதிர்த்துத் தோல்விகண்டு தூக்கிலிடப்பட்டது வரையிலான செய்திகள் நேரடி அனுபவமாகச் சொல்லப் படுகின்றன. நூலாசிரியர் வரலாற்றுச் செய்திகளை அகவயச் சார்பின்றி மிகைப்படுத்தாமல் நடந்தவாறும் தான் நேரில் கண்டவாறும் குறிப்பிடுகின்றார். இவர் தன்னுடைய எதிரியாகிய ஊமைத்துரையின் வீரத்தையும் மனிதாபிமானத் தன்மையையும் நேர்மையையும் பல இடங்களில் விரிந்த மனத்துடன் பாராட்டு கிறார். வீரபாண்டியக் கட்டபொம்மன்மீது பானர்மேன் இவ்வளவு கடுமையான நடவடிக்கை மேற்கொண்டிருக்க வேண்டியதில்லை என்ற தன் கருத்தையும் ஒளிவு மறைவின்றி வெளிப்படுத்துகிறார்.

பாஞ்சாலங்குறிச்சியின் வரலாற்றைக் கூறும் முதல் நூல் இதுவே ஆகும். பிற்கால வரலாற்றாசிரியர்கள் அனைவரும் இவர் நூலைச் சான்றாகக் கொண்டே பாஞ்சாலங்குறிச்சியின் இரண்டாம் போர்ச்செய்திகளை எழுதியுள்ளனர். கட்டபொம்மன் கதைப்பாடல்கள் கூறும் வரலாற்றுச் செய்திகளை ஒப்பிட்டு ஆய்வுசெய்து உண்மையைக் கண்டறிய இந்த நூலே தலையாய வரலாற்றுச் சான்றாதாரமாக விளங்குகின்றது.

வம்சமணி தீபிகை (1878) – கவிகேசரி சாமி தீட்சிதர்

கவிகேசரி சாமிதீட்சிதர் எட்டையாபுரம் அரண்மனையில் சமஸ்கிருத பண்டிதராக இருந்தார். எட்டையாபுரம் பாளையத்தை 868ஆம் ஆண்டுமுதல் 1878ஆம் ஆண்டுவரை ஆட்சிபுரிந்தோரின் வரலாற்றை இவர் தொகுத்து எழுதியுள்ளார். இந்நூல் எட்டையாபுரம் வரலாற்றைக் கூறினாலும் மொத்தமுள்ள 43 தலைப்புகளுள் ஏறத்தாழ 25 தலைப்புகளில் பாஞ்சாலங்குறிச்சி நிகழ்வுகளை விரிவாகப் பேசுகின்றது. இவர் எட்டையாபுரம்

அரசைச் சார்ந்தவர் என்பதால் கட்டபொம்மனைக் கொள்ளைக் காரன், கொடூரமானவன் என எதிர்நிலை உணர்வோடு அணுகியுள்ளார். எனினும், 'கட்டபொம்மனும் அவருடைய தம்பியரும் புத்திகூர்மையும் தைரியமும் உடையவர்கள், ஆங்கிலேயருக்கு வரிகொடுக்காமல் காலங்கடத்தி, தகுந்த நேரத்தில் எதிர்த்துப் போரிட வேண்டுமென்று அவர்கள் திட்டமிட்டிருந்தனர்' என்ற உண்மைகளைத் தற்சார்பையும் மீறி குறிப்பிட்டுள்ளார்.

இவர் கட்டபொம்மன் கதைப்பாடல்களைச் சான்றாதார மாகக் கொள்ளவில்லை. பாஞ்சாலங்குறிச்சிப் பாளையக்காரர்கள் குறித்து ஆங்கிலேய அதிகாரிகள் எழுதிய கடிதங்களைக் கீன்ஸ் நூலிலிருந்து மொழியாக்கம் செய்து பயன்படுத்தியுள்ளார். ஆவணங்களை அடிப்படையாகக் கொண்டு பாஞ்சாலங்குறிச்சி வரலாற்றைக் கூறும் முதல் தமிழ் நூல் இதுவாகும்.

திருநெல்வேலி வரலாறு (1881) – கால்டுவெல்

இதன் முதற் பதிப்பு 1881இல் "சென்னை மாநிலத்திலுள்ள திருநெல்வேலி மாவட்ட அரசியல், பொது வரலாறு"*(A Political and General History of the District of Tinnevelly in the Presidency of Madras)* என்ற நீண்ட தலைப்பில் வெளிவந்துள்ளது. நெல்லை மாவட்டத்தில் 'தென்னிந்தியத் திருச்சபை'யின் பேராயராக இருந்தவர். இவர் மொழியியல், மானுடவியல், அகழ்வாராய்ச்சி ஆகியவற்றில் ஈடுபாடு உடையவர். கால்டுவெல் இந்நூலில் பாண்டியர் காலம் தொடங்கி கிறித்தவப் பாதிரிமார் மதநிறுவனங்களைத் தோற்றுவித்தது வரையிலான நெல்லை மாவட்ட வரலாற்றைப் பத்து இயல்களாகப் பகுத்துள்ளார். இதில் 6 முதல் 9 வரையான நான்கு இயல்களில் பாஞ்சாலங்குறிச்சிப் போராட்டங்களை ஆவணக்காப்பகப் பதிவேடுகளைச் சான்றாதாரமாகக் கொண்டு விளக்கியுள்ளார்.

'கட்டபொம்மன் நாயக்கர்' என்ற தலைப்பில் பாஞ்சாலங் குறிச்சியாரைப் பற்றி எழுதும் போது "சென்ற நூற்றாண்டின் இடைக்காலத்தில், புலித்தேவர் நெல்லை மாவட்டத்தில் எவ்வாறு இருந்தாரோ அது போலக் கடைசிக் காலகட்டத்தில் கட்டபொம்மனும் அரசு விசுவாசமின்மைக்கும் தவறான ஆட்சிக்கும் நடு நாயகமாக விளங்குகிறார். அந்தப் பாளையக்காரர் தன்னுடைய பாஞ்சாலங்குறிச்சிக் கோட்டையிலிருந்து ஆயுதம் ஏந்திய துணைவர்களுடன் புறப்பட்டுச் சென்று கும்பினியின் ஆளுகைக்குட்பட்டக் கிராமங்களிலும் பிற பாளையக்காரர்களின்

கிராமங்களிலும் புகுந்து தாக்கி, தன் கண்ணில் பட்டதை எல்லாம் சூறையாடுவார். பல சமயங்களில் முக்கியமான கிராமத் தலைவர்களைத் தூக்கிக் கொண்டு போய்விடுவார்" என்று குறிப்பிட்டுள்ளார். கால்டுவெல் ஒரு ஐரோப்பியர், அன்றை கும்பினி அரசாங்கத்தின் நன் மதிப்பைப் பெற்றவர். எனவே, இவர் ஐரோப்பியக் காலனி ஆதிக்க உணர்வுகளின் சார்பாளராக நின்றே தன் நூலை எழுதியுள்ளார். கும்பினியின் ஆதிக்க சக்திகளுக்குத் துணையாக நின்ற உள்நாட்டுப் பாளையக்காரர்களை இவர் பாராட்டுகின்றார். கணபதியா பிள்ளையின் "எட்டையாபுரம் அன்றும் இன்றும்" என்ற நூலுக்குக் கால்டுவெல் கொடுத்துள்ள அணிந்துரையில் "எட்டையாபுரம் ஜமீன்தாரின் வரலாறு, மற்றெல்லா ஜமீன்களும் பின்பற்றுவதற்கு உரிய வரலாறு ஆகும். இவரே மற்ற ஜமீன்களுக்கு முன்மாதியாக விளங்கக் கூடியவர். ஆங்கில அரசின் வளர்ச்சிக்காக எல்லா வழிகளிலும் உதவி செய்தவர்" என்று குறிப்பிட்டுள்ளார். இதிலிருந்து கால்டுவெல்லின் அரசியல் சார்பைத் தெளிவாக அறியலாம். உள்ளத்தளவிலான கும்பினி அடிமைகளை உள்நாட்டில் உருவாக்கி, கும்பினியாரின் ஆக்கிரமிப்பையும் ஆதிக்கத்தையும் நியாயப்படுத்தும் சிந்தனையை வளர்க்கும் கண்ணோட்டத்தில் கால்டுவெல் திருநெல்வேலி வரலாற்றை எழுதியுள்ளார். கும்பினியாரை எதிர்த்தவர்களின் இலட்சியத்தையும் நோக்கத்தையும் மறைத்து, அவர்களுடைய புரட்சியை மாசுபடுத்துகின்றார். இந்தக் கண்ணோட்டத்தில்தான் கட்டபொம்மன், புலித்தேவர் ஆகியோரைக் கொடியவர்களாகச் சித்திரித்துள்ளார். சிறந்த மொழியியல் வல்லுநராகிய கால்டுவெல் கூட வரலாற்றை எழுதும்போது தன்னுடைய அரசியல் சார்பிலிருந்து விடுபட முடியவில்லை என்பதையே இது உணர்த்துகின்றது.

இவரது காலத்தில் கட்டபொம்மன் கதைப்பாடல்கள் பாடப்பட்டும் தெருக்கூத்தாக நடிக்கப்பட்டும் வந்ததைக் குறிப்பிட்டுள்ளார். ஒவ்வொரு நிகழ்ச்சியையும் தவறாகத் திரித்துக் கூறுவதாக இவர் குறிப்பிட்டுள்ளார். இந்தக் கருத்திற்குச் சான்றாகக் கட்டபொம்மன் கதைப்பாடல் பற்றிக் கீனஸ் குறிப்பிட்டுள்ள பகுதியை மேற்கோளாகக் கொடுத்துள்ளார். தேவதாஸ் நாயுடு, குருகுகதாசப் பிள்ளை, கணபதியா பிள்ளை தி.நா. சுப்பிரமணியன் போன்றோர் கால்டுவெல்லின் நூலை முன்னோடியாகக் கொண்டே பிற்காலத்தில் திருநெல்வேலி மாவட்ட வரலாற்றையும் பாஞ்சாலங்குறிச்சியின் வரலாற்றையும் எழுதியிருக்கின்றனர்.

***எட்டயாபுரம் அன்றும் இன்றும்* (1890) – டபிள்யூ. ஈ. கணபதியா பிள்ளை**

இந்நூலாசிரியர் கணபதியா பிள்ளை எட்டயாபுரம் பாளையத்தில் திவானாகப் பணியாற்றியவர். கால்டுவெல்லின் அணிந்துரையுடன் இந்த ஆங்கில நூல் 1890இல் வெளியாகி உள்ளது. முதல் இயலில் எட்டயாபுரம் ஜமீனின் தோற்றத்தையும் இரண்டாவது இயலில் பாஞ்சாலங்குறிச்சி வரலாற்றையும் கூறுகின்றார். இந்நூலில் கட்டபொம்மன் இராமநாதபுரம் பேட்டிக்குச் சென்றது முதல் ஊமைத்துரை தூக்கிலிடபட்டது வரையிலான செய்திகள் 85 பக்கங்களில் சொல்லப்படுகின்றன.

இவர் எட்டயாபுரம் அரண்மனையில் பணியாற்றியவர் என்றாலும் பாஞ்சாலங்குறிச்சியின் வரலாற்றை நடுநிலையோடு எழுதியுள்ளார். 'கும்பினியாருக்கு வரி கட்டக் கூடாது என்பதே கட்டபொம்முவின் உள்நோக்கம். தன்னுடைய அணி வலிமை பெறும் வரை, தற்காலிகமாகச் சமாதான நடவடிக்கைகளை மேற்கொண்டார்' என்று கட்டபொம்மனின் உண்மையான அணுகுமுறையைக் குறிப்பிட்டுள்ளார். திருவைகுண்டம் நெற்களஞ்சியக் கொள்ளைச் செய்தியையும் இவர் கூறியுள்ளார். பாஞ்சாலங்குறிச்சிப் போரின் முடிவில் தன் மகனைத் தேடிப் போர்க்களம் வந்த தாய், களத்தில் படுகாயம் அடைந்து கிடந்த ஊமைத்துரையைக் காப்பாற்றியதாக வெல்ஸ் எழுதியுள்ள செய்தியை இந்நூலாசிரியரும் குறிப்பிட்டுள்ளார்.

பாஞ்சாலங்குறிச்சியில் நடைபெற்ற இரண்டாவது போரில் எட்டயாபுரத்தார் அணியில் ஏற்பட்ட உயிர்ச் சேதத்தின் எண்ணிக்கையையும் அவர்களுள் முக்கியமானவர்கள் பெயர்களையும் அவர்களுடைய பரம்பரையினர்க்கு வழங்கப்பட்ட "இரத்தக் கொடை" தானங்கள் பற்றிய செய்திகளையும் தெரிவிக்கிறார். இந்நூலாசிரியர் எட்டயாபுரம் ஜமீனின் சிறப்புகளை விரிவாக எழுதியுள்ளார். அதே நேரத்தில் தன்னுடைய ஜமீன்தாரின் பகைவர் என்பதற்காகக் கட்டபொம்மனை இழிவுபடுத்தும் வகையில் தவறான செய்திகள் எவற்றையும் சொல்லவில்லை. இராமநாதபுரம் பேட்டிக்குக் கட்டபொம்மன் அஞ்சா நெஞ்சுடன் சென்றார் என்பதையும் இராமநாதபுரத்தில் கட்டபொம்மன் நடந்துகொண்ட விதம் நேர்மையானது என்பதையும் கட்டபொம்மனின் கடிதத்தை மேற்கோள்காட்டித் தெளிவாக விளக்கியுள்ளார். கட்டபொம்மனின் எதிர் அணியைச் சார்ந்த ஒருவர் பாஞ்சாலங்குறிச்சி வரலாற்றை எழுதியது என்ற அடிப்படையில் இந்நூல் கட்டபொம்மனின் வரலாற்று

ஆய்விற்குச் சான்றாதாரமாக விளங்குகின்றது. கட்டபொம்மன் கதைப்பாடல்களை இந்நூலாசிரியர் ஒரு வரலாற்றுச் சான்றாதாரமாகக் கொள்ளவில்லை.

திருநெல்வேலிச் சீமைச் சரித்திரம் (1931) – எஸ். குருகுகதாசப் பிள்ளை

இந்த நூல் பாஞ்சாலங்குறிச்சி வரலாற்றை விரிவாகச் சொல்வதால், இதன் தலைப்பின்கீழ் "பாஞ்சாலங்குறிச்சிச் சண்டைகளுள்பட" என்று நூலாசிரியர் குறிப்பிட்டுள்ளார். இந்நூல் கால்டுவெல்லின் 'திருநெல்வேலி வரலாறு' என்ற நூலின் தழுவல் என்றே சொல்லலாம். பாஞ்சாலங்குறிச்சிக்குப் பகையாக விளங்கிய எட்டயாபுரம் அரண்மனையில் குருகுகதாசப் பிள்ளை பணியாற்றியவர். இவர் பாஞ்சாலங்குறிச்சி வரலாற்றைக் கால்டுவெல்லைப் பின்பற்றிக் கும்பினியார்க்குச் சார்பான அணுகுமுறையில் எழுதியுள்ளார். பாஞ்சாலங்குறிச்சியை மேசர் பானர்மேன் 1799இல் முற்றுகையிட்டபோது சரணடையாமல் எதிர்த்து நின்ற வீரபாண்டியக் கட்டபொம்மனை, "கோணல் வழியில், கெட்ட வழியில் மனநிலையை நாட்டிக் கொண்டிருக்கிறார்" என்று இவர் சினத்துடன் குறிப்பிட்டுள்ளார். கும்பினி அதிகாரத்தை எதிர்த்த பாளையக்காரர்களை மேசர் பானர்மேன் தூக்கிலிட்டு அவர்களுடைய ஆயுதங்களைப் பறித்து, கோட்டைகளை அழித்தார். மேசர் பானர்மேன் அடக்குமுறையின் உச்சத்தில் நின்றவர். இந்நூலாசிரியர் அவரை, "நாட்டிற்குள் கலகங்களை ஒழித்தும் சமாதான நிலையை ஏற்படுத்திவிட்டும் சர்வத்ர ஜனங்களின் புகழுக்குத் தன்னைப் பாத்திரமாக்கிக் கொண்டு, அவரது ஜனன பூமியான இங்கிலாந்துக்கு விடைபெற்று ஏகினார்" என்று பாராட்டுகின்றார். பாஞ்சாலங்குறிச்சியைப் பற்றிக் குறிப்பிடும் போதெல்லாம் 'எதிரிகள்' என்றே சுட்டுகின்றார்.

இன்று சுதந்திரப் போராட்ட வீரன் என்று மக்களால் பாராட்டப்படும் வாஞ்சிநாதன், மணியாச்சி புகைவண்டி நிலையத்தில் கலெக்டர் ஆஷ்ஷைச் சுட்டுக் கொன்ற நிகழ்ச்சியை, "6–7–1911இல் கொடைக்கானல் செல்லக் கருதிப் புகைவண்டியிலேறிய கலெக்டர் ஆஷ்துரையைப் பின்பற்றி அதே வண்டியில் ஏறிச் சென்ற, மேலே சொல்லியுள்ள ரெகுபதி அய்யரின் குமாரரான வாஞ்சி என்ற பாதகன் மணியாச்சி ரெயில்வே ஸ்டேஷனில் வைத்து கலெக்டர் துரையைச் சுட்டுக் கொன்றுவிட்டான்" என்று குறிப்பிடுகின்றார். வ.உ.சி 1905இல் கைது செய்யப்பட்டார். அதை எதிர்த்து திருநெல்வேலியில்

சுதந்திரப் போராட்ட வீரர்கள் கிளர்ச்சி செய்தபோது, அவர்கள்மீது வெள்ளையர் அரசு நடத்திய துப்பாக்கிச் சூட்டை இவர் நியாயப்படுத்தியே எழுதி இருக்கிறார்.

மேற்கூறிய செய்திகளால் குருகுகதாசப் பிள்ளை எழுதி உள்ள வரலாறு, இந்தியர்களை ஆங்கிலேயர்களின் நலனுக்கு ஏற்ற வகையில் சிந்தையாலும் செயலாலும் மாற்றுவதை நோக்கமாகக் கொண்டுள்ளதையும் கும்பினி ஆதிக்கத்தை எதிர்த்தவர்களைக் கலகக்காரர்கள், பாவிகள், விபரீத புத்தி உடையவர்கள் என்று வருணிப்பதையும் உணர முடிகின்றது. கட்டபொம்மன் வரலாற்றை இந்நூல் நடுநிலை அணுகுமுறையில் கூறவில்லை. கடந்த நூற்றாண்டில் கால்டுவெல் எழுதியது போல இது இருபதாம் நூற்றாண்டில் ஆங்கில அரசிற்குச் சார்பாக எழுதப்பட்ட வரலாற்று நூலாகும்.

தென்னிந்தியப் புரட்சியாளர்கள் – கே. இராஜையன்

இது வரலாற்றுக் கல்வித் துறையைச் சார்ந்த ஒரு பேராசிரியரின் ஆங்கில நூலாகும். தென்னாட்டில் கும்பினியார் அரசை எதிர்த்துக் கட்டபொம்மன் தலைமையில் திருநெல்வேலிப் பகுதியிலும் கோபால நாயக்கர் தலைமையில் திண்டுக்கல் பகுதியிலும் கேரளவர்மன் தலைமையில் மலபார் பகுதியிலும் நடைபெற்ற போராட்டங்கள் இந்நூலில் விரிவாகச் சொல்லப் படுகின்றன. இதில் பாஞ்சாலங்குறிச்சிப் போர் 3, 8, 9, 10 ஆகிய இயல்களில் பேசப்படுகின்றது. இது ஆவணக்காப்பகச் சான்றுகளை மிக விரிந்த அளவிலும் ஆழமாகவும் பயன்படுத்திய ஒரு நூல் என்று குறிப்பிட வேண்டும்.

இந்நூல் பாஞ்சாலங்குறிச்சி வரலாற்றை முழுமையாக ஆய்வு செய்யவில்லை. நூலின் நோக்கமும் அதுவன்று. எனவே, கும்பினியார் எதிர்ப்புப் புரட்சி பாஞ்சாலங்குறிச்சியில் எவ்வாறு எழுச்சி பெற்றது, அது ஏன் வீழ்ச்சி அடைந்தது என்ற அணுகுமுறையில் மட்டுமே நூலாசிரியர் நிகழ்ச்சிகளைத் தொகுத்துச் சொல்கின்றார்.

இவர் கட்டபொம்மன் கதைப்பாடல்களைப் பார்வையிட் டிருக்கிறார். பாளையங்கோட்டைச் சிறையிலிருந்து ஊமைத்துரை தப்பிய செய்தியைக் கதைப்பாடலைச் சான்றாகக் கொண்டே எழுதியுள்ளார். ஊமைத்துரையை விடுவிக்க அவருடைய கூட்டத்தார் மேற்கொண்ட நடவடிக்கை பற்றிக் கதைப்பாடல் கூறுவதே ஏற்றுக்கொள்ளக் கூடியது என்று குறிப்பிடுகின்றார்.

கதைப்பாடலிலிருந்து இந்த ஒரு செய்தியை மட்டும் இவர் சான்றாகப் பயன்படுத்தியுள்ளார். இவருடைய இந்த முயற்சி கதைப்பாடல் தரும் வரலாற்றுச் செய்திகளை வரலாற்று ஆவணங்களோடு ஒப்பிட்டு ஆய்வு செய்ய முன்னோடியாக அமைகின்றது. கல்வித் துறையைச் சார்ந்த வரலாற்றுப் பேராசிரியர்களுள் இவரே வரலாற்றுக் கதைப்பாடல்களின் வரலாற்று மதிப்பை இனம் கண்டு கொண்டவர் என்று குறிப்பிட்டுச் சொல்ல வேண்டும்.

கட்டுரைகள்

***தமிழக வரலாற்றுக் கதைப்பாடல்கள் ஓர் ஆய்வு:* நா. வானமாமலை**

வானமாமலையின் "தமிழ் நாட்டார் இலக்கிய ஆய்வுகள்" *(Studies in Tamil Folk Literature)* என்ற ஆங்கில நூலில் இந்தக் கட்டுரை *(A Study of the Historical Ballad of Tamil Nadu)* இடம் பெற்றுள்ளது *(49)*. இவர் தமிழக வரலாற்றுக் கதைப் பாடல்களை மூன்று காலகட்ட போரின் அடிப்படையில் பகுத்துள்ளார். இவற்றில் கட்டபொம்மன் கதைப்பாடல்களைப் பாளையக்காரர்களுக்கும் கும்பினி ஆட்சியாளர்களுக்கும் நடைபெற்ற போர் என்ற மூன்றாவது பிரிவில் கூறுகின்றார். வரலாற்றுக் கதைப்பாடல்களில் வரலாற்றுப் பின்னணி, காலம், போரின் காரணம் ஆகிய செய்திகள் எவ்வாறு சொல்லப்படுகின்றன என்ற அமைப்பில் கட்டுரை அமைந்துள்ளது. வரலாற்று ஆசிரியர்கள் குறிப்பிடாத பல செய்திகளைப் பாடல் குறிப்பிடும் பாங்கைச் சுட்டி உள்ளார். இந்தக் கட்டுரை வரலாற்றுக் கதைப்பாடல்களை அறிமுகப்படுத்தும் அளவில் அமைகின்றது. தமிழ்நாட்டில் கதைப்பாடல்களுக்கு உரிய மதிப்பைப் பெற்றுத் தர முயன்றவர் இவரே எனலாம்.

***ஒரு பாளையக்காரர்மீதான இராணுவ விசாரணை:* கேப்டன் ஆர்.எஸ். ராவ்** *(Court Martial of a Poligar Chief)*

இந்தக் கட்டுரை *இம்பிரிண்டு* (Imprint) பத்திரிகையில் (ஜூன் 1981) வெளிவந்துள்ளது. முன்னாள் இராணுவ அதிகாரியான இந்தக் கட்டுரையாசிரியர், பாஞ்சாலங்குறிச்சிப் போராட்டத்தின் அடிப்படைக் காரணத்தைத் தெளிவாக விளக்கியுள்ளார். கயத்தாற்று விசாரணையின்போது கட்டபொம்மன் சொல்லிய பதிலைக் கட்டுரையாளர் ஆவணங்களிலிருந்து விரிவாகக் கொடுத்துள்ளார். ஆனால், இச்சான்றுகளை எந்த ஆவணத் தொகுதியிலிருந்து பெற்றார் என்பதுபற்றி அவர் தெரிவிக்கவில்லை.

ஆய்வேடு

கட்டபொம்மனின் கதைப்பாடல்கள் ஒரு சமூகவியல் பார்வை:
வே. மாணிக்கம்

இது நூலாசிரியரின் எம்ஃபில் பட்ட ஆய்வாகும். இதில் கட்டபொம்மன் கதைப்பாடல்களில் காணப்படும் வழிபாடுகள், பழக்கவழக்கங்கள், நம்பிக்கைகள் போன்ற சமுதாயச் செய்திகள் சமூகவியல் அணுகுமுறையில் ஆராயப்பட்டுள்ளன.

பாட நூலாக வெளிவந்தவை

இந்த வகை நூல்கள் கட்டபொம்மனின் வரலாற்றை மாணவர்கள் எளிமையாகப் புரிந்துகொள்ளும் வகையில் சிறு சிறு தலைப்புகளில் விளக்குகின்றன. இந்த நூல்கள் பெரும்பாலும் தி.நா. சுப்பிரமணியன், ஜெகவீரபாண்டியனார் ஆகியோரின் நூல்களை ஆதாரமாகக் கொண்டே எழுதப்பட்டுள்ளன. இந்த நூல்களின் பட்டியல் பின்னிணைப்பில் கொடுக்கப்பட்டுள்ளது.

கட்டபொம்மன் குறித்து இதுவரை வெளிவந்துள்ள பெரும்பாலான நூல்களில் அவரை விடுதலைப் போராட்ட வீரனாகப் புகழ்ந்து எழுதுவது, அல்லது அவர்மீது குற்றம் சாட்டிக் குறை கூறி எழுதுவது என இருவகையான எதிரெதிர் போக்குகளைக் காணமுடிகின்றது. கீன்சின் நூல் வழி கட்டபொம்மன்மீது கும்பினியார் மேற்கொண்ட நடவடிக்கைகளை உணரமுடிகின்றது. கர்னல் வெல்சு நடுநிலையில் உண்மையை எழுதினாலும் அவர் பாஞ்சாலங்குறிச்சியில் நடைபெற்ற இரண்டாம் போரை மட்டுமே குறிப்பிட்டுள்ளார். கால்டுவெல், கணபதியா பிள்ளை, குருகுகதாச பிள்ளை, இராஜையன் ஆகியோர் ஒரு சில இயல்களில் பாஞ்சாலங்குறிச்சி வரலாற்றைச் சுருக்கமாக சொல்லியுள்ளனர். தேவதாஸ் நாயுடு, ஜெகவீரபாண்டியனார், தி.நா. சுப்பிரமணியன் ஆகியோர் செய்திகளைத் திரட்டிக் கொடுத்துள்ளனர். கட்டபொம்மன் கதைப்பாடல்கள் தொடர்பான ஆய்வுக் கட்டுரைகளில் கதைப்பாடல்களை ஒப்பீட்டு முறையிலேயே அணுகியுள்ளனர். இதுவரை வெளிவந்த ஆய்வுகளில் கட்டபொம்மன் கதைப்பாடல்கள் ஒரு முழுமையான வரலாற்றுச் சான்றாதாரங்களாகப் பயன்படுத்தப்படவில்லை. கதைப்பாடல்களில் உள்ள வரலாற்றுச் செய்திகளை, வரலாற்றுச் சான்றாதாரங்களோடு ஒப்பிட்டுக் களஆய்வு செய்து உண்மையைக் கண்டறிய முயலும் நடுநிலை ஆய்வு முயற்சிகள் இதுவரை மேற்கொள்ளப்படவில்லை. “கதைப்பாடல்களில் கட்டபொம்மன்” என்ற இந்த நூல் மேற்கூறிய வகையில் ஒரு விரிவான முயற்சியாக அமைகின்றது.

பாஞ்சாலங்குறிச்சி வரலாறு

பாஞ்சாலங்குறிச்சி தூத்துக்குடிக்கு வட மேற்கில் 18 கி.மீ. தொலைவில் உள்ளது. இவ்வூருக்குத் தூத்துக்குடியிலிருந்து குறுக்குச்சாலை அல்லது புதியம்புத்தூர் வழியாகவும் நெல்லை, மதுரை நெடுஞ்சாலையிலுள்ள கயத்தாற்றிலிருந்து பசுவந்தனை வழியாகவும் திருநெல்வேலியிலிருந்து தூத்துக்குடி அல்லது மணியாச்சி வழியாகவும் செல்ல சாலை வசதிகள் உள்ளன. 18ஆம் நூற்றாண்டின் பிற்பகுதியில் தென்னாட்டில் ஆங்கிலேயர் ஆட்சி வேரூன்றத் தொடங்கிய போது பாஞ்சாலங்குறிச்சியார் அதனைக் கடுமையாக எதிர்த்தனர். பாஞ்சாலங்குறிச்சியின் தோற்ற வரலாறு தொடர்பான செய்திகள் தெளிவாக வும் வரிசைமுறையாகவும் இதுவரை எழுதப்படவில்லை. கட்டபொம்மனின் போராட்ட வரலாற்றை எழுதும் போது இடையிடையே பாஞ்சாலங்குறிச்சியின் தோற்றம் குறித்த செய்திகளைச் சில வரிகளில் சுட்டியுள்ளனர்.

பாஞ்சாலங்குறிச்சியார் யார்? ஏன் அவர்கள் கம்பளத்தார் என்று அழைக்கப்பட்டனர்? என்ன காரணத்தால் தெற்கே குடிபெயர்ந்து வந்தனர்? எவ்வாறு அரசுரிமை பெற்றனர்? பாஞ்சாலங் குறிச்சி என்ற பாளையத்தை உருவாக்கியவர் யார்? எக்காலத்தில் உருவாக்கினர்? ஏன் பாஞ்சாலங்குறிச்சியில் கோட்டை அமைத்தனர்? இப்பெயர் இடப்பட்டதன் காரணம் என்ன? கோட்டையின் அமைப்பு எவ்வாறிருந்தது? கட்டபொம்மன் என்ற பெயரின் விளக்கம் யாது?

யார் யார் எந்தெந்தக் காலகட்டங்களில் ஆட்சிபுரிந்தனர்? இன்று பாஞ்சாலங்குறிச்சியின் நிலை என்ன? என்பன போன்ற வினாக்களுக்கு இந்தத் தலைப்பில் விளக்கம் காணலாம்.

கம்பளத்தார்

பாஞ்சாலங்குறிச்சியார் கம்பளத்து நாயக்கர் என்ற சாதிப் பிரிவைச் சார்ந்தோராவர்.

ஆதியிலே பாஞ்சால நகர்தனிலே – சாமி
சாதியிலே கம்பளத்தார்க ளெல்லாம் குலமாம்

(பாளை ஏடு: 18)

என்று பாளை ஏடு குறிப்பிடுகின்றது. இவர்கள் கம்பளத்தார் என்று பெயர் பெற்றமைக்குப் பல காரணங்கள் சொல்லப்படுகின்றன. துங்கபத்திரை நதி தீரத்திலுள்ள கம்பிலி என்ற ஊரில் இருந்து இவர்கள் தமிழகத்திற்கு வந்ததால் கம்பிலியார் – கம்பளத்தார் என்று அழைக்கப்பட்டதாக தி.நா. சுப்பிரமணியமும் கம்பிலி என்ற கோட்டையை வீரத்தோடு காத்ததால் கம்பளத்தார் என்ற பெயர் பெற்றனர் என்று குருகுகதாசப் பிள்ளையும் கூறுகின்றனர். "இச்சாதியினர் ஆதியில் கம்பளம் என்னும் நாட்டில் இருந்தமையாலும் காட்டில் பசுநிரை புரந்து வருங்கால் எப்போதும் ஒருவகைக் கம்பளத்தைப் போர்த்திருந்தமையாலும் கம்பளத்தார் என நின்றார்" என்று ஜெகவீரபாண்டியனார் இரண்டு காரணங்களைச் சொல்கிறார்.

ஓர் ஊரில் இருந்து மற்றொரு ஊருக்குக் குடிபெயர்ந்து வந்தவர்களை மதுரைக்காரன், புளியங்குளத்தான் என்று அவர்களுடைய சொந்த ஊர்ப் பெயரைச் சொல்லி அழைக்கும் வழக்கம் இன்றும் உள்ளது. ஆலந்தூர் கிழார், கோவூர் கிழார், இடைக்குன்றூர் கிழார், வெள்ளைக்குடி நாகனார் என்றும் வடுகர், கங்கர், யவனர் என்றும் அழைக்கும் முறையினைச் சங்ககாலம் தொட்டே தமிழ்நாட்டில் காணமுடிகின்றது.

எனவே கம்பிலி என்ற ஊரிலிருந்து வந்ததால் கம்பளத்தார் என்று அழைக்கப்பட்டனர் என்று தி.நா. சுப்பிரமணியன் கருத்து நடைமுறைக்கு ஏற்றதே. ஆனால், தமிழ்நாட்டிற்கு வந்த தெலுங்கு பேசுவோர் அனைவரும் கம்பிலி என்ற ஓர் ஊரிலிருந்து மட்டும் வரவில்லை. ஆந்திராவின் பல பகுதிகளில் இருந்தும் வந்துள்ளனர். எனவே, குடிபெயர்ந்து வந்த ஊர்ப்பெயரின் அடிப்படையில் பெயர் பெற்ற வகையினரில் இவர்களை அடக்க இயலாது.

கம்பிலி என்ற கோட்டையை இவர்கள் வீரத்தோடு போராடிக் காத்ததாகச் சொல்லப்படும் நிகழ்ச்சி தென்னக

மக்கள் அனைவரின் கவனத்தையும் கவர்ந்த வரலாற்றுச் சிறப்புமிக்க நிகழ்ச்சியன்று. ஓரிடத்தில் ஒருவர் அடைந்த வெற்றியின் சிறப்பினால் பெயர் பெறுவது தமிழ் மரபுக்குப் புதிதன்று. தலையாலங்கானத்துச் செருவென்ற நெடுஞ்செழியன், கானப்பேரயில் கடந்த உக்கிரப்பெருவழுதி, மதுரையை மீட்ட சுந்தரபாண்டியன் என்ற பெயர்களைக் காணலாம். ஆனால், ஒரு வெற்றியின் அடிப்படையில் வரும் சிறப்புப் பெயர் தலைவனுக்கு மட்டுமே உரியது. போரில் பங்கு பெற்றோர் அனைவரையும் அந்த விருதுப் பெயரால் அழைக்கும் வழக்கம் இல்லை.

ஜெகவீரபாண்டியனார் நூலின் முற்பகுதியில் "அவர் (ஆதி கம்பளத்தார்) தெலுங்கு தேசத்திலுள்ள பல்லாரி நாட்டில் வாடிக்கோட்டை என்னும் நகரிலே விளங்கி இருந்த பால்ராஜா என்னும் சிற்றரசனுக்குப் புதல்வராய்த் தோன்றினார்" என்று பல்லாரியை அவர்களுடைய தாயகமாகச் சுட்டியுள்ளார். பின்னர்க் கம்பளத்தார் பெயர்க்காரணம் சொல்லும்போது. "கம்பளம் என்னும் நாட்டில் இருந்தமையால்", என்று கூறுவது முன்னுக்குப் பின் முரணாகவும் வலிந்து காரணம் கற்பிப்பதாகவும் உள்ளது.

'ஒருவகைக் கம்பளத்தைப் போர்த்திக்கொண்டு இருந்தமையால் கம்பளத்தார் என அழைக்கப்பட்டனர்' என்றும் ஜெகவீரபாண்டியனார் குறிப்பிட்டுள்ளார். இது மக்களிடம் காணப்படும் காரணப்பெயர் அடிப்படையில் பொருத்தம் உடையதே. தென்பாண்டி நாட்டிலுள்ள மறவர் காவலுக்காக எப்பொழுதும் கையில் வேல்கம்பு வைத்திருப்பதால், அவர்களைக் 'கம்புக்காரன்' என்று நெல்லை மாவட்டத்தில் அழைப்பது வழக்கம். கையில் வளைந்த கோலுடன் திரிந்த இடையர்களை நெடுநல்வாடை, 'கொடுங்கோற் கோவலர்' என்று சுட்டுகின்றது. தங்கள் கால்நடைகளோடு திறந்தவெளியில் தங்கியிருந்த கம்பளத்தாருக்குப் பலவகையில் கம்பளி பயன்பட்டது. கம்பளத்து நாயக்கர் தாங்கள் போர்த்தி இருக்கும் கம்பளத்தை விரித்து வழக்குப் பேசியும் குறிசொல்லியும் வந்ததைக் கட்டபொம்மன் கூத்து,"மண்டிலே[1] கம்பளி போடுவதற்கும் வந்த குறிகள் உரைப்பதற்கும்" என்று கூறுகின்றது (1972:20). "கம்பள ரத்தினம்

---

1. மன்று, மந்து, மந்தை, மண்டு – ஆகியவை ஒரு பொருளுடைய தமிழ்ச் சொற்களாகும். மிகுந்த கால்நடைகளை உடையவர்களை மன்றாடியார் என்று கோயமுத்தூர்ப் பகுதிகளில் அழைக்கின்றனர். இந்தச் சொல் நீலகிரி மாவட்டத்தில் மந்து என்று வழங்குகிறது. ஒத்தக்கல் மந்து என்பதே உதகமண்டலம் என்று மாறியது.

இருக்க, ரத்தின கம்பளம் விரிக்க” எனும் வழக்கு மொழியும் காணப்படுகின்றது (1958:18). எனவே, கம்பளத்தோடு எப்போதும் திரிந்து கொண்டு இருந்த இவர்கள் ‘கம்பளத்தார்’ என்று பெயர் பெற்றனர் என்ற காரணத்தை ஏற்றுக்கொள்ளலாம்.

கம்பளத்து நாயக்கர் இனத்தில் ஒன்பது உட்பிரிவுகள் உண்டு. இதனை, “ஒன்பது கம்பளச் சாதியிலே உண்டான குற்றங்களென்ன சொல்வீர்” (1972:12) என்று கட்டபொம்மன் கூத்து குறிப்பிடுகிறது. இந்த உட்பிரிவை “வார்” என்று தெலுங்கில் அழைப்பர். அவை: தோகலவார், பாலவார், பெல்லவார், சில்லவார், குருசில்லவார், எறசில்லவார், கொல்லவார், மல்லவார் என்பனவாகும். “சில்லவார் என்பதற்கு இளங்கன்றுகளை உடையவர் என்பது பொருள். செம்மை, கருமை, தலைமை பற்றி அவர் எறசில்லவார், நலசில்லவார், குருசில்லவார் என நின்றுள்ளார்” என்று ஜெகவீரபாண்டியனார் குறிப்பிடுகிறார். செம்மறி ஆடு மேய்த்தவரே சில்லவார் என்று கள ஆய்வில் பலரும் குறிப்பிட்டனர். திருமலை நாயக்கர் சில்லவார் பிரிவைச் சார்ந்தவர். எட்டையாபுரம் போடிநாயக்கனூர் உள்ளிட்ட அறுபத்துமூன்று பாளையங்கள் சில்லவார் பாளையங்களாகும். வெள்ளாடுகளை உடையோர் மேகலவார். பால் கறந்து உதவியோர் பாலவார். “தெற்குச் சீமையிலிருந்து வருஷ வாரியில் தங்கள் ஆடு மாடுகளை ஊரூரா ஓட்டிச் சென்று மேய்த்து நிலங்களில் ‘கிடை’ வைத்து வளர்க்கும் இடையர்களில் பெரும்பாலோர் கம்பளத்தார்களே” என்று தி.நா. சுப்பிரமணியன் இவர்களைத் தொழில் அடிப்படையில் இடையர் என்று சுட்டுகின்றார். கொல்லவார் பிரிவினர் தங்களைத் ‘தெலுங்கு யாதவர்’ என்று சொல்கின்றனர். 13–12–1930 வெளியிடப்பட்ட சென்னை அரசாணையும் இவர்களை யாதவர் என்று குறிப்பிடுகிறது.[2] பெல்லவாரைப் பெரியதனக்காரர் என்று அழைப்பர். திருமலை நாயக்கர் இவர்களுக்குப் பெத்தகாபூல்[3] என்று பெயர் கொடுத்தார். பெத்த என்றால் பெரிய என்று பொருள்படும். ஒரு பிரிவினர் மற்ற பிரிவினரிடம் மண உறவு கொள்வதில்லை. இவை ஒவ்வொன்றும் அகமணமுறைப் பிரிவுகளே ஆகும்.

---

2. G.O.No. 5240 Law (General) dated 13 December 1930. The Government direct that the term Yadava shall in future be accepted in place of Golla, Idayan, Gopa, Gopi of Gowda in all official Documents. ஏ. முனிசாமி. *யதுகுலம்*. பின் அட்டைப்பகுதி.

3. ‘பெத்தலு’ என்று ஒரு பிரிவினரும் உண்டு. இறந்த மாட்டு இறைச்சியை இவர்கள் உண்டதால், மற்றவர்களால் ஒதுக்கி வைக்கப்பட்டனர். இவர்கள் இன்று பகடை அல்லது ‘சக்கிலியர்’ என்று அழைக்கப்படுகின்றனர். “பெத்த காபூல்” என்பவர் வேறு “பெத்தலு” என்பவர் வேறு.

பசுக் கூட்டங்களை மிகுதியாக உடையவர் தோகலவார். கட்டபொம்மன் வகையினர் இந்தப் பிரிவினரே. இவர்களைத் 'தோக்குலவார்' என்றும் சொல்லுவர். இதனை, "சாதியிலே கம்பளத்தார்க ளெல்லாம் – சாமி தானங்கே தோக்குலவார் குலத்தார்" என்று பாளை ஏடு *(19)* கூறுகின்றது. தென் தமிழ் நாட்டில், பாஞ்சாலங்குறிச்சி, காடல்குடி, மேல்மாந்தை, கல்லூரணி ஆகிய நான்கு பாளையங்கள் மட்டுமே தோக்குலவார் பிரிவைச் சார்ந்தவை. இந்த நான்கு பேரும் பங்காளிகள். ஜமீனுக்குப் பெண் கொடுக்கும் வீட்டாரை 'மாப்பிள்ளைசாமி குடும்பம்' என்பர். தோக்குலவாரில் தொட்டிப்பால் என்ற உட்பிரிவும் உண்டு. வாரிசு இல்லாமல் ஜமீன் இறந்தால், ஒரு மகன் செய்யவேண்டிய இறப்புச் சடங்குளைச் செய்யும் உரிமை இவர்களுக்கு உண்டு. அந்தச் சூழ்நிலையில் இவர்களே ஜமீன் பட்டத்தை அடைவர். சக்கம்மாள் கோயிலில் பூசை செய்யும் உரிமையும் இவர்களுக்குரியது. தோக்குலவார் குலத்தார் பாஞ்சாலங்குறிச்சியைச் சுற்றி உள்ள கிராமங்களிலும் வாழ்ந்தனர். அவற்றில், ஒட்டரபட்டி, ஒட்டுடைநத்தம், ஒத்தரசுப்பட்டி, நாகம்பட்டி, தட்டப்பாரை, கொல்லன்பரம்பு, அரசடி, கீழமுடிமன், குலையநல்லூர், எப்போதும்வென்றான், பாறைக் குட்டம், மணியாச்சி முதலியவை குறிப்பிடத் தகுந்தவை.

தோக்குலவார் குலத்தார் வீரம் மிகுந்தவர்கள் என்பதைத் "தொண்டக் குழியில் உயிர் இருந்தால் தோக்குலவார் குலம் சாகாது" என்று கட்டபொம்மன் கூத்தும் *(1972:33)*, "தொண்டக்குழியில் சீவன் உள்ள மட்டும் தோக்குலவார் குலம் தோற்காது" என்று பழமொழியும் குறிப்பிடுகின்றன. இதனை விளக்கும் கதை ஒன்றும் இவர்களிடையே வழங்குகின்றது. பாஞ்சாலங்குறிச்சிப் போரின்போது களத்தில் குற்றுயிராய்க் கிடந்த நாயக்க வீரனிடம் இருந்த வேலைப்பாடு அமைந்த வாளை வெள்ளைக்காரக் குதிரைவீரன் குனிந்து கேட்டபோது வாளால் அவன் தலையை வெட்டி வீழ்த்தி நாயக்கவீரன் தானும் உயிர் துறந்தான். இந்த வீரனுக்கு ஒட்டநத்ததில் நடுகல் ஒன்று உள்ளது. இதனை ஜெகவீரபாண்டியனரும் குறிப்பிடுகிறார்.

ஆக, கம்பளத்தார் குறித்த கதைகளில் இருந்தும் அவர்களது பிரிவுப் பெயர்களில் இருந்தும் அவர்கள் கால்நடை வளர்ப்பு நாகரிகம் உடையவராகத் தமிழ்நாட்டிற்கு வந்தனர் என்று தெரிகிறது. எந்த வகைக் கால்நடைகளை மிகுதியாகக் கொண்டிருந்தனரோ அந்த அடிப்படையில் உட்பிரிவுகள் ஏற்பட்டுள்ளன.

கட்டபொம்மன் முன்னோர் ஆந்திராவில் உள்ள பல்லாரி என்ற நாட்டிலிருந்து இங்குக் குடிபெயர்ந்து வந்தனர் என்பதை, "கொத்துப் பல்லாரியை ஆண்டவனே கோத்திர கம்பள தோத்திரனே" என்று கட்டபொம்மன் கூத்து குறிப்பிடுகின்றது.

தி.நா. சுப்பிரமணியன், ஜெகவீரபாண்டியனார், எ. சுவாமி நாதன் போன்ற வரலாற்று ஆசிரியர்கள் முரண்பாடு இன்றி இதே கருத்தைக் கொண்டுள்ளனர். கம்பளத்தார் ஆந்திராவில் இருந்து தமிழ்நாட்டிற்குக் குடிபெயர்ந்து வந்தமைக்கு இரண்டு காரணங்கள் சொல்லப்படுகின்றன. பஞ்சத்தின் காரணமாகக் குடிபெயர்ந்தனர் என்பதை

பன்னீர் வருடம் மழையுமில்லை
பஞ்ச முண்டானது தேசமெல்லாம்
காலமழைகள் பெய்யாததால்
கவலையுற்றது கம்பளங்கள்
.. ..

தெச்க்ஷண பூமியை நோக்குதையா
தெய்வீக வாக்குள்ள கம்பளங்கள்
அன்னமில்லாமலே வாடுதையா
அஞ்சாத நெஞ்சுள்ள கம்பளங்கள்
.. ..

மாரி பொழிந்திடுஞ் சீமையிலே
வாழ்ந்திட லாமென்று போகிறதாம்

என்ற கட்டபொம்மன் கூத்து (10–11) குறிப்பிடுகின்றது. மழை இல்லாத வறட்சிப் பகுதியில் கால் நடைகளை வைத்துப் பராமரிப்பது இயலாத காரியம். இந்தச் சூழ்நிலையில் மேய்ச்சல் நிலங்களைத் தேடிப் புறப்படுவது இயற்கையே. கால்நடைகளைத் தவிர வேறு உடைமைகள் இல்லாத நிலையில் சொந்த ஊரை விட்டுச் செல்வது எளிதானதே.

இரண்டாவது காரணமாக, நாயக்கர் குலத்தில் முகமதிய அரசன் பெண் கேட்டபோது கொடுக்க மறுத்துத் தப்பி வந்தனர் என்ற கதையும் சொல்லப்படுகிறது. இதனைக் கட்டபொம்மன் வில்லிசை (வில்லிசை. 11–12, 20–21)

கப்பம் வாங்கும் மன்னனும் கம்பிலியான்
    வம்சத்திலே
மணம் புரியத் தான் விரும்பி அதற்கு
    மனமில்லாத பொம்மரசன்
.. ..

மானமது காத்திடவே
　　மன்னவனுமே தான் நினைத்து
கால்நடைகளை ஓட்டிக் கொண்டு அந்தக்
　　காவலனும் தென்திசை நோக்கி வந்தான்

என்று கூறுகின்றது. இந்தக் கதையை மூலமாகக் கொண்டு கி. ராஜநாராயணன் "கோபல்ல கிராமம்" என்ற நாவலை எழுதியிருக்கிறார். ஜெகவீரபாண்டியனார் குடிப்பெயர்ச்சிக்கு இரண்டு காரணங்களையும் சொல்லியுள்ளார். தேவதாஸ் நாயுடு இந்தக் கதையை ஒன்பது பக்க அளவில் விரிவாக எழுதியுள்ளார்.

கம்பளத்தார் குடிப்பெயர்ச்சியைப் பொறுத்த அளவில் இந்தப் பெண் கேட்ட கதையை தி.நா. சுப்பிரமணியன் வரலாற்று அடிப்படையிலான காரணத்தைச் சுட்டி மறுக்கிறார். 'நாயக்கர் தமிழகத்திற்குக் குடிபெயர்ந்து வந்தது 12ஆம் நூற்றாண்டு. தக்கணத்தில் முகமதியர் ஆட்சி 14ஆம் நூற்றாண்டில்தான் தலையெடுத்தது. முகமதியர் ஆட்சி ஏற்பட்டபோது கம்பிலி தன் பழைய செல்வாக்கை இழந்திருந்தது. இவர்கள் விஜயநகரப் பேரரசு ஏற்படுவதற்கு முன்பே வந்திருக்க வேண்டும். எனவே பெண்கேட்ட கதை நம்பும்படியாக இல்லை' என்கிறார், சிரஞ்சீவியும் இவர் கருத்தையே வலியுறுத்துகின்றார்.

கம்பளத்தார் குடிபெயர்ந்ததற்காகச் சொல்லப்படும் இரண்டு காரணங்களும் தமிழகத்தில் குடிபெயர்ந்து வந்த மக்கள் பலராலும் சொல்லப்படுவதைப் பாளையப்பட்டுகளின் வம்சாவளி என்ற நூல் தொகுதிகளில் காணமுடிகின்றது (1981:21). குலத்தாலும் மொழியாலும் வேறுபட்டவர்களுக்கும் தகுதியால் தம்மைவிடக் குறைந்தவர்களுக்கும் ஓரினத்தார் பெண் கொடுக்க மறுத்துக் குடிபெயர்ந்தமைக்கு வரலாற்றிலும் வழக்கிலும் எண்ணற்ற சான்றுகள் உள்ளன[4]. கம்பளத்தார் தமிழ் நாட்டிற்கு ஒரு காரணத்தால் ஒரே நாளில் ஒட்டுமொத்தமாகக் குடிபெயர்ந்திருக்க

---

4. "பெண் கேட்டபோது பெண் கொடுக்க மறுப்பவர்மீது அரசன் படை நடத்திச் சென்று பலவந்தமாகப் பெண்ணைச் சிறையெடுக்கும் வழக்கத்தை 'மகட்பாற்காஞ்சி' என்று தொல்காப்பியம் குறிப்பிடுகிறது. சோழன், செட்டிகுலப் பெண்ணைப் பலவந்தமாகச் சிறையெடுத்ததை ரகுநாதன் குறிப்பிடுகிறார் (*ஆராய்ச்சி*, ஜூன் 1969).

   செஞ்சி அரசன் வெங்கடபதிக்குப் பெண் கொடுக்க மறுத்துச் சமணர்கள் பெட்டை நாயை மணமேடையில் கட்டிப் போட்டுவிட்டு, ஊரைவிட்டு ஓடியதை சீனி வேங்கடசாமி 'சமணமும் தமிழும்' என்ற நூலில் கூறுகிறார் (ப. 73).

   நீலகிரி மலைப்பகுதியில் வாழும் படகர் குடிபெயர்ந்ததற்கு முகமதியர் பெண் கேட்ட கதையே சொல்லப்படுகிறது (*மஞ்சரி*, ஆகஸ்டு 1965)"

முடியாது. வறட்சி, சமூக மேலாதிக்கம், அன்னியர் படையெடுப்பு, தகுதியால் ஒவ்வாதவர் பெண் கேட்டல் என்பன போன்ற பல காரணங்களால் பல காலகட்டங்களில் குடிபெயர்ந்திருக்கலாம். இருப்பினும் இவர்கள் கால்நடை வளர்ப்புச் சமூகத்தினர் என்ற அடிப்படையில், மழையின்மையால் ஏற்பட்ட வறட்சியினால் மிகுதியாகக் குடிபெயர்ந்திருக்கலாம். மேலும், இவர்கள் தமிழும் தெலுங்குமாகிய இருமொழி பேசும் எல்லையோரப் பகுதிகளிலிருந்து மிகுதியாகக் குடிபெயர்ந்திருத்தல் வேண்டும்.

கம்பளத்தார் அரசு அடைந்த வரலாறு

தென்னாடு வந்த கம்பளத்தார் தங்கள் கால்நடைகளின் மேய்ச்சலுக்கு வசதியானதாகப் பூர்விக மக்கள் அதிகம் இல்லாத குறுங்காடுகள் நிறைந்த புஞ்சைக் காட்டுப் பகுதிகளையே தங்குவதற்குத் தேர்ந்தெடுத்தனர். இதனை,

வெள்ளாமை இல்லை விளைவுமில்லை
வேந்தர்கள் கவலை யல்லாமல்
நஞ்சையுமில்லை நடவுமில்லை
ராஜாக்கள் கவலை யல்லாமல்
புஞ்சையு மில்லை பொழிவுமில்லை
பூவேந்தர் கவலையல்லாமல்
காவலர் தம்மை வணங்கிக் கொண்டால்
கண்டாலும் துன்பம் செய்யமாட்டார்

என்று கட்டபொம்மு கூத்து (1972:20) கூறுகின்றது. இவர்கள் எட்டையாபுரம் அரசருக்கு மாதம் ஒரு கிடாய் மேய்ச்சல் வரியாகச் செலுத்தி வந்தபோது வீரபாண்டியக் கட்டபொம்மன் காலத்தில் வரி கொடுக்க மறுத்துக் கோட்டைகட்டி அரசு அமைத்தனர் என்று கட்டபொம்மு கூத்து குறிப்பிடுகின்றது. கட்டபொம்மன் கதைப்பாடல்கள் பாஞ்சாலங்குறிச்சி வரலாற்றில் சிறப்பான இடத்தைப் பெற்ற வீரபாண்டியக் கட்டபொம்மன் வரலாற்றைப் பாடுவதால், காவிய நாயகனின் பண்பைச் சிறப்பிக்கும் வகையில் அவருடைய காலத்தில் அரசு தோன்றியதாகப் பாடுகின்றன.

"பிற்காலப் பாண்டியர்களாகிய பஞ்சபாண்டியர் காலத்தில் பாஞ்சாலங்குறிச்சியில் கோட்டையை அமைத்தவன் காட்ரகட்ட பிரமையா. அவன் காலம் கி.பி 1736ஆம் ஆண்டோடு முடிவு பெற்றது" என்று துர்க்காதாஸ் எஸ்.கே ஸ்வாமி கூறுகின்றார். இந்த ஒருவரிச் செய்தியில் இருந்து சிரஞ்சீவி ஒரு நீண்ட கதையை உருவாக்கி இருக்கிறார். எட்டையாபுரத்தில் விறகு வெட்டிப் பிழைத்து வந்த கட்டபொம்மனின் முன்னவர், அரசருடைய அடைப்பைக் காரனாகி, அதன் மூலம் மன்னனோடு நெருங்கிய தொடர்பை ஏற்படுத்திக் கொண்டார். இவர் பெயர் காட்ரகட்ட

பிரம்மையா நாயுடு. எட்டையாபுரத்திற்கு அருகே உள்ள வளமான சொக்காரக்குடி கிராமத்தை அடைய விரும்பிய அரசர் அங்குப் பிரமையாவை அனுப்பினார். பிரமையா மன்னருக்குத் துரோகம் செய்து தாமே அப்பகுதியைத் தம் ஆட்களோடு ஆக்கிரமிப்பு செய்து குடியேறினார். அருகே உள்ள வீரபாண்டியபுரத்தை ஆட்சி செய்த பிற்காலப் பாண்டிய மன்னனிடம் தளபதியாகச் சேர்ந்து, மன்னருக்கு வாரிசு இல்லாததால் ஆட்சிப் பொறுப்பேற்று, பஞ்சபாண்டியர் நினைவாகத் தன் கோட்டைக்குப் பாஞ்சாலங்குறிச்சி என்று பெயர் வைத்து ஆண்டான் என்று எழுதி இருக்கிறார். சிரஞ்சீவியின் இந்தக் கதையைத் தமிழ்வாணன் தன்னுடைய கட்டபொம்மன் கொள்ளைக்காரன் என்ற நூலில் கற்பனை கலந்து மேலும் விரிவுபடுத்தி உள்ளார்.

துர்க்காதாஸ் எவ்வித விளக்கமும் வரலாற்று மூல ஆதாரமும் இன்றி ஒரு வரியில் சொல்லிய கருத்து, வரலாற்று உணர்வு உடையதன்று. அவர் குறிப்பிட்டுள்ள 'காட்ரகட்ட பிரம்மையா' என்ற ஆதி கட்டபொம்மன் பெயரை வழக்கிலோ வரலாற்றிலோ எங்கும் காணமுடியவில்லை. மேலும், இவர் ஆட்சி 1736ஆம் ஆண்டோடு முடிவடைந்தது என்கிறார். 1709 முதல் 1736 வரை ஆட்சி புரிந்தவர் வீரபாண்டியக் கட்டபொம்மு நாயக்கர் என்று திருநெல்வேலி கலெக்டர் ஜாக்சன் தான் தயாரித்த கொடி வழியில் குறிப்பிட்டுள்ளார். கட்டபொம்மனின் முன்னோர் கால்நடை வளர்ப்புச் சமூகத்தைச் சார்ந்தவர்கள். அவர்கள் விறகு வெட்டிப் பிழைத்து வந்தவர்கள் என்ற சிரஞ்சீவியின் கருத்தை ஏற்க இயலாது. மேலும் இவர் குறிப்பிடுவதைப் போல "காட்ரகட்ட பிரம்மையா நாயுடு" என்று கட்டபொம்மன் இனத்தாரை 'நாயுடு' என அழைக்கும் வழக்கம் இல்லை. 'நாயக்கர்' என்று அழைப்பதே வழக்கில் உள்ளது. எனவே "காட்ரகட்ட பிரம்மையா நாயுடு" என்ற கட்டபொம்மன் முன்னோர் பற்றிய இந்தச் செய்தி துர்க்காதாஸின் கற்பனையில் உருவாகிப் பின்னர் சிரஞ்சீவி, தமிழ்வாணன் ஆகியோரால் மெருகேற்றப்பட்டதாகும்.

"அழகிய வீரபாண்டியபுரத்தில் கொடுமையான மாந்திரிகன் ஒருவன் இருந்தான். அவனைப் பார்த்த மாத்திரத்தில் மரணம் ஏற்படும். மன்னரின் வேண்டுகோளின்படி கட்டபொம்மனின் முன்னோர் அந்த மாந்திரிகனை மந்திரத்தால் வென்று கொன்று விட்டனர். இதன் மூலம் அவர்களுக்கு அரசருடைய நட்பு கிட்டியது. ஒரு நாள் அரசர் கம்பளத்தாரோடு வேட்டைக்குச் சென்றபோது ஓரிடத்தில் முயல் நாயை விரட்டியது. கம்பளத்தார் அந்தப் பகுதியைத் தங்களுக்குத் தருமாறு மன்னனிடம் கேட்டனர். மந்திரியின் துர் ஆலோசனையால் மன்னன் கொடுக்க மறுத்துப்

போர் புரிந்தான். கம்பளத்தார் போரில் மன்னனைக் கொன்று வாரிசு இல்லாததால் தாங்களே அரசேற்றனர்” என்று தேவதாஸ் நாயுடு கூறுகின்றார்.

கம்பளத்தார் சக்கம்மாள் அருளினால் குறி சொல்லி வந்தனர். இவர்களிடம் மந்திர சக்தி உள்ளது என்று மக்கள் நம்பினர். தர்ஸ்டன் இதனை “கம்பளத்து நாயக்கமார் மந்திர தந்திரங்களில் பயிற்சி பெற்று மக்களைப் பயமடையச் செய்தனர்” என்கின்றார் எனவே, கம்பளத்தார்மீதுள்ள மந்திர ஆற்றல் நம்பிக்கையின் அடிப்படையில் இந்தக் கதை தோன்றி இருத்தல் வேண்டும். தேவதாஸ் நாயுடு குறிப்பிடும் இந்தக் கதையை மற்ற வரலாற்று ஆசிரியர்கள் குறிப்பிடவில்லை.

மதுரையைக் கடைசியில் ஆண்ட சந்திரசேகர பாண்டியனின் காமக்கிழத்தியரின் புதல்வர் ஐவரும் விசுவநாத நாயக்கர் ஆட்சியை எதிர்த்துக் கலகம் செய்து கயத்தாறு, கரிவலம்வந்தநல்லூர், தென்காசி, வள்ளியூர், சீவலப்பேரி முதலிய பகுதிகளில் நிலைகொண்டு தொடர்ந்து நாயக்கர் ஆட்சியை எதிர்த்தனர். அரியநாத முதலியார் பெரும்படையுடன் வந்து கலகக்காரர்களை அடக்கினார். விசுவநாத நாயக்கர் பாளையப்பட்டு முறையை ஏற்படுத்தியபோது சில பகுதிகளைப் பஞ்ச பாண்டியரின் சந்ததியினருக்குப் பிரித்துக் கொடுத்தார். அவ்வாறு ஆட்சிப் பொறுப்பேற்றவர்களுள் ஒரு குடும்பத்தாருக்குப் பிற்காலத்தில் சந்ததி இன்றிப் போகவே, அந்தப் பகுதியில் தலக்காவல்காரராக இருந்த கட்டபொம்மனின் முன்னோர்களுள் ஒருவர் ஜெகவீர பாண்டிய மன்னனின் பெயரையும் தம் பெயரோடு இணைத்துக் கொண்டு ஆட்சிப் பொறுப்பேற்றார் என்று குருகுகதாசப் பிள்ளை கூறுகின்றார்.

‘சாலிகுளம் அருகே இருந்த அழகிய வீரபாண்டியபுரத்தின்மீது புதியம்புத்தூர், ஆரைக்குளம் பகுதிகளை ஆண்ட விசயராமன், உக்கிரசிங்கன் எனும் குறுநில மறவர்கள், படையெடுத்து வந்தபோது கெட்டிப்பொம்மனின் உதவியை மன்னன் நாடினான். கெட்டிபொம்மு எதிரிகளை முறியடித்தார் இதன் மூலம் அரசரிடம் செல்வாக்குப் பெற்றுப் படையில் முக்கிய இடத்தை வகித்தார். மன்னன் வாரிசு இன்றி இறந்த பொழுது கட்டபொம்மன் மன்னரதுபெயரைத் தம் பெயரோடு இணைத்துக்கொண்டு ஜெகவீரபாண்டியக் கட்டபொம்மு என்ற பெயரில் ஆட்சிப் பொறுப்பை ஏற்றார்’ என்று ஜெகவீர பாண்டியனார் குறிப்பிடுகிறார் (1954:13–14). பாண்டியன் வாரிசின்றி இறந்தபோது கட்டபொம்மனின் முன்னோர்களுள் ஒருவர் பொறுப்பேற்றார் என்ற குருகுகதாசப் பிள்ளையின்

கருத்தொடு ஜெகவீரபாண்டியனார் போரைப் புதிதாகச் சொல்லி உள்ளார். படையெடுத்து வந்த குறுநில வேந்தர்களின் பெயர்கள், போர் நடைபெற்ற காலம் இவற்றிற்கான சான்றாதாரங்களை ஜெகவீரபாண்டியனார் சுட்டவில்லை.

மேற்கூறிய செய்திகளிலிருந்து கட்டபொம்மனின் முன்னோர் உடல் வலிமையாலும் சக்கம்மாள் அருள் பெற்றமந்திர சக்தி உடையவர் என்ற நம்பிக்கையாலும் தாங்கள் வாழ்ந்த பகுதியில் பெற்ற செல்வாக்கு மூலம் பிற்காலப் பாண்டியரிடம் தலக்காவலராகப் பணியாற்றி, அரசனுக்கு வாரிசு இல்லாத நிலையில் தாங்களே ஆட்சிப்பொறுப்பை ஏற்றிருக்க வேண்டும். கட்டபொம்மன் பொறுப்பேற்ற அழகியபாண்டியபுரம் என்பது இன்றைய ஓட்டப்பிடாரமாகும்.

பாஞ்சாலங்குறிச்சியின் தோற்றம்

ஆதிகட்டபொம்மன் நாயக்கர் பாஞ்சாலங்குறிச்சியை உருவாக்கி அதில் முதன்முதல் குடிபுகுந்தது கி.பி. 1101ஆம் ஆண்டு என்று ஜெகவீரபாண்டினார் கூறுகின்றார். கி.பி. 1101இல் இருந்து 1792இல் 47ஆம் பட்டத்திற்குரிய வீரபாண்டியக் கட்டபொம்மன் வரையில் அரசாண்டவர்களின் பெயர்ப் பட்டியலைக் கொடுத்துள்ளார். அதற்கான சான்றாதாரங்களை அவர் குறிப்பிடவில்லை.

குலோத்துங்கச் சோழன் தளபதி கருணாகரத் தொண்டைமான் கலிங்கவேந்தர்மீது படையெடுத்தது கி.பி. 1110. இந்தக் காலகட்டத்தில், சோழப்பேரரசு தமிழகம் மட்டுமல்லாமல் பிற இடங்களிலும் செல்வாக்குப் பெற்றிருந்தபோது கி.பி.1101இல் பாஞ்சாலங்குறிச்சியில் நாயக்கர் அரசு தோன்றியிருக்க இயலாது. தெலுங்கானாவில் நாயக்கர் ஆட்சி தொடங்கி நெடுநாளாக அவர்கள் தென்பாண்டி நாட்டு அரசியலில் தலையிடவில்லை. பாண்டியர்மீது சோழவேந்தன் வீரசேகரன் படையெடுத்து வந்தபோது நாயக்கரிடம் சந்திரசேகரன் முறையிட அவர் தன் தளபதி நாகம நாயக்கரைத் தென்னாட்டிற்கு அனுப்பினார். விசுவநாத நாயக்கரின் ஆட்சி 16ஆம் நூற்றாண்டில் முற்பகுதியில்தான் தொடங்குகிறது. இவர்தான் பாளையப்பட்டு முறையைத் தமிழ்நாட்டில் தோற்றுவித்தார். பாளையக்காரர் என்பதற்குப் 'படைநிலைத் தலைவன்' என்று பொருள்படும். விசுவநாத நாயக்கர் காலத்தில் தோன்றிய பாளையங்களில் பாஞ்சாலங்குறிச்சியின் பெயர் இல்லை என்று குருகுகதாசப் பிள்ளை குறிப்பிடுகின்றார். விசுவநாதன் காலத்தில் அவன் ஆட்சியை எதிர்த்துக் கலகம் செய்த பஞ்சபாண்டியரே தங்கள்

ஆட்சியைத் தென்பாண்டி நாட்டில் நிலைநிறுத்தி வந்துள்ளமைக்குக் கல்வெட்டுச் சான்றுகள் உள்ளன. 1451இல் ஆட்சி புரிந்த பராக்கிரம பாண்டியன் கல்வெட்டு தென்காசியிலும் 1437இல் அரசேற்ற வீரபாண்டியன் கல்வெட்டு திருவைகுண்டத்திலும் காணப்படுகின்றன. 1543இல் விக்கிரமபாண்டியனும் 1623இல் சுந்தரபாண்டியனும் ஆட்சிபுரிந்துள்ளனர். பிற்காலப் பாண்டியரின் முக்கியக் கோட்டையாக விளங்கிய கயத்தாறுக் கோட்டை அருகே உள்ள கோதண்ட ராமேசுவரம் கோயிலில் மாறவர்மன் சுந்தரபாண்டியன் கல்வெட்டு உள்ளது. இது கி.பி. 1538இல் வெட்டப்பட்டதாகத் தெரிகிறது. 1798இல் திருநெல்வேலி ஆட்சியராக இருந்த ஜாக்சன் பாஞ்சாலங்குறிச்சியார் கொடி வழி 1709இல் வீரபாண்டியக் கட்டபொம்மன் நாயக்கரின் காலத்திலிருந்து தொடங்குவதாகக் குறிப்பிட்டு உள்ளார். எனவே, பாஞ்சாலங்குறிச்சி என்ற தனிப் பாளையம் குருகுகதாசப் பிள்ளை குறிப்பிடுவதைப் போல விஜயரங்க சொக்கநாத நாயக்கர் காலத்தில் (1704–1731) தோன்றி இருத்தல் வேண்டும்.

நீண்ட காலமாக இருந்த ஓர் ஆட்சியில் இடைக்காலத்தில் வாரிசு இல்லாததால்தான் கட்டபொம்மனின் முன்னோர் பட்டம் அடைந்தனர். அவ்வாறு பட்டம் அடையும்போது பட்டத்திற்கு வருபவர் அவருக்கு முன்னர் அரசு புரிந்த அரசர் எத்தனையாவது பட்டமோ அதற்கு அடுத்த பட்டமாகவே கருதப்படுவார். சான்றாக வாரிசு இன்றி மறைந்த ஜெகவீரபாண்டியனார் 42ஆம் பட்டம் என்றால், அவரை அடுத்து ஆட்சியைக் கைப்பற்றிய ஆதிகட்டபொம்மன் 43ஆம் பட்டத்திற்கு உரியவராகவே சொல்லப்படுவார். ஜெகவீரபாண்டியனார் இதை மனத்தில் கொள்ளவில்லை. பாஞ்சாலங்குறிச்சியின் தோற்றவரலாற்றைக் குறித்து ஒரு முடிவுக்கு வர இயலவில்லை. இது ஆய்வுக்குரிய ஒன்றாக இன்றும் உள்ளது.

கட்டபொம்மன் பெயர்க் காரணம்

கெட்டிப்பொம்மன் என்ற பெயர் ஏற்பட்டதின் காரணத்தைக் கதைப்பாடல், “கட்டையை வெட்டையி லுற்றதால், கட்டபொம்மு என்று பெயரிட்டழைப்பேன்” (1971:29) என்று கட்டபொம்மு கூத்து குறிப்பிடுகின்றது. கட்டபொம்மனின் தாய் கட்டையை வெட்டிக்கொண்டு இருந்தபோது மகப்பேறு நோவு கொண்டு இவரைப் பெற்றதால் “கட்டை” என்ற பொருளில் கட்டபொம்மு என்று பெயர் வைத்தாக ஒலி ஒப்புமை அடிப்படையில் பாடகர் காரணம் கூறுகின்றார். இது தவறாகும். ‘கெட்டிபொம்மு’ என்ற தெலுங்குச் சொல்லே தமிழில் ‘கட்டபொம்மன்’ என்று வழங்கியது.

வழிப்பறித் திருடர்களை மடக்கி அவர்களிடமிருந்த கொள்ளைப் பொருட்களைக் கைப்பற்றியதால் "கெட்டிபொம்மு" என்று மக்கள் அழைத்ததாக ஜெகவீரபாண்டியனார் குறிப்பிடுகிறார். வழிப்பறித் திருடர்களை மடக்கிய நிகழ்ச்சி வரலாற்றில் யாருமே சாதிக்காத ஓர் அரிய செயலன்று, 'கெட்டிக்காரன்' என்ற பொருளிற்கு ஏற்ப ஜெகவீரபாண்டியனார் இந்தக் கதையை உருவாக்கி இருக்க வேண்டும். 'மறைந்திருந்து தாக்குவதில் கெட்டிக்காரன்' என்ற பொருளில் 'கெட்டி' என்று பெயர் பெற்றதாகத் தமிழ்வாணன் கருதுகிறார். இது கட்டபொம்மனின் முன்னோரை மாசுபடுத்தும் உள்நோக்கில் சொல்லும் விளக்கமாகும். "கட்ட" என்பது சிறிய என்ற பொருளில் முன் ஒட்டாக இணைக்கப்பட்டது என்று கால்டுவெல் கூறுகின்றார். உயரம் குறைந்தவர் என்ற பொருளில் கால்டுவெல் 'கட்ட' என்ற சொல்லிற்குக் காரணம் சொல்கின்றார். பட்டம் அடையும் அனைவரையும் 'கட்டபொம்மு' என்று அழைப்பதால் இவர் குறிப்பிடும் "கட்டை"யான தோற்றம் உடையவர் என்ற காரணத்தை ஏற்க இயலாது.

பொம்முசாமி, சக்கம்மாள் என்பவை இவர்கள் வணங்கிய தெய்வங்கள். தங்கள் குல தெய்வமாகிய பொம்மு என்ற பெயரைக் குடும்பப் பெயராகக் கொண்டார். கெட்டிபொம்மு என்பது இவர்களுடைய குலப்பெயர் என்று தேவதாஸ் நாயுடு கூறுகின்றார். தோக்குலவார் பாளையங்கள் நான்கிற்கும் தனித்தனித் குடும்பப் பெயர்கள் உண்டு. காடல் குடியார் 'சிறுமல்' என்றும் மேல்மாந்தையார் 'சக்கன குஞ்சிய ராஜேந்திரா' என்றும் கல்லூரணியார் 'அனுசின்னு' என்றும், பாஞ்சாலங்குறிச்சியார், 'எத்தின வீரன கெட்டிபொம்மு' என்றும் குடும்பப் பெயர்களைப் பெற்றிருந்தனர். பட்டத்திற்கு வருபவர் தங்கள் பெயரோடு இந்தப் பெயரையும் இணைத்துக்கொள்வர். இந்த அடிப்படையில்தான் பாஞ்சாலங்குறிச்சிப் பாளையத்தின் பட்டத்திற்கு வருபவர்கள் 'கெட்டிபொம்மு' என்று அழைக்கப்பட்டனர்.

கோட்டை கட்டிய காரணம்

கட்டபொம்மன் முன்னோர் சாலிகுளம் பகுதியில் வேட்டைக்குச் சென்றபோது ஓரிடத்தில் முயல் நாயை விரட்ட, இதற்குக் காரணம் அந்த மண்ணின் மகிமை என்று எண்ணி அங்குக் கோட்டை அமைத்தனர் என்று ஒரு கதை வழக்கில் உள்ளது. இதனை,

சாலிகுளம் பக்கத்திலே சார்ந்திருந்த
செம்மணல் மேட்டினிலே

காடை வேட்டை யாடையிலே
கண்ட வதிசயம் சொல்லுகிறேன்
முன் முயல் சென்றிடப் பின்னே நாய்
முடுக்க மேட்டுக்குப் போனவுடன்
பின்னோடும் நாயை விரட்டுதுபார்
முன்னோடுகின்ற முயலினையே
நாயை முயல் வெற்றி கொண்டதால்
நாமிதில் கோட்டைகள் போடவேண்டும்

என்று கட்டபொம்மன் கூத்து *(1972:34–35)* கூறுகின்றது. ஜெகவீரபாண்டியனார், தேவதாஸ் நாயுடு ஆகிய வரலாற்று ஆசிரியர்களும் இந்தக் கதையினைக் குறிப்பிடுகின்றனர்.

ஒருவன் இளமையில் கவிபாடுவது, ஓரிடத்தில் கோட்டை அமைப்பது, ஓரிடத்தில் கோயில் கட்டுவது ஆகியவை குறித்து வழங்கும் தமிழ் நாட்டுக் கதைகளில் ஒத்த வகைமாதிரிப் பண்பு ஒன்று அமைந்திருப்பதைக் காணமுடிகின்றது. ஒருவன் இளமையிலேயே பேரறிவாளனாக விளங்கினால், அவன் நாவில் இறைவன் எழுதியதால் அந்த ஆற்றலைப் பெற்றான் என்றும் ஆலயம் எழுந்த வரலாற்றைச் சொல்லும்போது, பால்கொண்டு சென்றவர் அந்த இடத்தில் நாளும் இடறிப் பாலைச் சிந்தியதால், அல்லது பசு அந்த இடத்தில் தினமும் பால் சொரிந்ததால் அங்கு ஆலயம் கட்டப்பட்டது என்றும் கோட்டை வரலாற்றைக் கூறும் போது முயல் நாயை விரட்டியதால், அல்லது கோழி யானையை எதிர்த்ததால் அந்த இடத்தில் கோட்டை கட்டப்பட்டது என்றும் சொல்லுதல் ஒரு கதைக்கூறாக உள்ளது. அந்த அடிப்படையில் போர்க்களங்கள் பல கண்ட வீரம் மிகுந்த பாஞ்சாலங்குறிச்சியார் வாழ்ந்த கோட்டையின் மண்ணைச் சிறப்பிக்கும் வகையில் முயல் நாயை விரட்டிய கதை தோன்றியிருக்க வேண்டும்.

பாஞ்சாலங்குறிச்சி – பெயர்க் காரணம்

பாஞ்சாலங்குறிச்சியில் முதன்முதலில் ஆட்சி அமைத்த கம்பளத்தார் தமது பாட்டனார் பாஞ்சாலன் நினைவாகப் பாஞ்சாலங்குறிச்சி என்று பெயர் வைத்தாக ஜெகவீரபாண்டியனாரும் அழகியவீரபாண்டியபுரம் மந்திரி பாஞ்சாலன்பிள்ளை வேண்டுகோளுக்கு இணங்க அவரது பெயரையிட்டனர் என்று தேவதாஸ் நாயுடுவும் மகாபாரதக் கதையில் ஆர்வம் உடையவர்களாததால் திரௌபதியைக் குறிக்கும் வகையில் பாஞ்சாலம் என்று பெயர் சூட்டியதாகக் கால்டுவெல்லும் எழுதியுள்ளனர். பிற்காலத்தில் தென்பாண்டி நாட்டை ஆட்சிபுரிந்த இளம்பஞ்சபாண்டவர் என்று சொல்லப்பட்ட ஐவர்களில் சந்ததி இல்லாத ஜெகவீரபாண்டியனிடம் இருந்த

ஆட்சியைப் பெற்றதால், அவர்கள் நினைவாகப் பாஞ்சாலம் என்று பெயர் சூட்டியதாகக் குருகுகதாசப் பிள்ளை குறிப்பிடுகின்றார்.

குருகுகதாசப் பிள்ளையின் கருத்தே ஏற்புடையதாக உள்ளது. தாங்கள் அரசு அடைவதற்குக் காரணமாக இருந்த ஜெகவீரபாண்டியன் பெயரைத் தங்கள் பெயரோடு இணைத்து வைத்துக் கொண்டது போல, அந்த மன்னனோடு தொடர்புடைய பெயரையும் தாங்கள் அரசமைத்த பகுதிக்கும் வைத்திருக்கலாம்[5]. எனவே 'பாஞ்சாலம்' என்ற சொல் தாங்கள் அரசுரிமையைப் பெற்ற, பஞ்சபாண்டியர் வழிவந்த பாண்டியன் நினைவாக இடப்பட்டிருத்தல் வேண்டும். ஆழ்வார்குறிச்சி, கல்லிடைக்குறிச்சி என்பது போல குறிச்சி என்பது வளமான கிராமத்தைக் குறிக்கும் சொல்.

நகரமும் கோட்டையும்

பாஞ்சாலங்குறிச்சிக் கோட்டையை நேரில் பார்த்த கர்னல் வெல்ஷ் தமது 'ராணுவ நினைவுகள்' என்ற நூலில் அதன் அமைப்பை விரிவாக எழுதியுள்ளார். பாஞ்சாலங்குறிச்சிக் கோட்டையின் தூரப்பார்வை வரைபட ஓவியமும் அந்நூலில் உள்ளது. "கோட்டை ஒழுங்கற்ற சாய்ந்து நீண்ட சதுரவடிவுடையது. இரு பக்கங்கள் 500 அடி நீளமும், மற்ற இரு பக்கங்கள் சுமார் 300 அடியும் உடையன. அதன் சுவர் பொதுவாக 12 அடி உயரமிருந்தது. சிறு சதுர வடிவமான கொத்தளங்களும், மறைவிடங்களும் அதிலிருந்தன. இந்தக் கொத்தளங்களில் ஒரு சில பழைய பீரங்கிகள் ஏற்றப்பட்டிருந்தன. அந்தக் கோட்டை முழுவதும் இலந்தை முட்புதர்களால் சூழப்பட்டிருந்தன. ஆனால், அகழி இல்லை". "எங்கள் குண்டுகளால் இடிபாட்டுக்குள்ளான வடமேற்குக் கொத்தளம் எங்களுடைய கவனத்தை ஈர்த்தது. அதன் வருணனை மற்றவற்றுக்கும் பயன்படும். வெளிப்புறம் அது 15 அடி உயரமாக இருந்தது. ஏறத்தாழ சதுரமானது. நாங்கள் இடித்த முகப்பு 30 அடி நீளம். உச்சி 3 அடி பருமனுள்ள கைப்பிடிச்சுவர் தடித்துக் கொண்டே வந்து சரிந்து சென்றது. அது 40 பேர் மறைந்திருக்க வசதியானது. அதன் நுழைவாயில் இருவர் மட்டுமே செல்லத் தகுந்தவாறு ஒடுக்கமானது. மையத்தில் ஆழம், ஆரம்பத்தில் உட்புறப் பகுதியின் மட்டத்துக்கு இருந்தது. குண்டுகளைத் தவிர மற்ற தாக்குதல்களிலிருந்து பாதுகாப்புத்

5. கோவில்பட்டி வட்டாரத்திலுள்ள பாண்டவர் மங்கலம் செப்பேடு அந்த ஊரை, "வெண்பைக் குடிநாட்டுப் பாண்டவர் மங்கலமான பஞ்சவன் மாதேவிச் சதுர்வேதி மங்கலம்" என்று குறிப்பிடுகிறது

தரும் வகையில் அது ஆழமாக அமைக்கப்பட்டிருந்தது" என்று குறிப்பிட்டுள்ளார். "சுவரின் அடிப்பாகம் 15 அடி அகலமாகவும் மேலே போகப் போகச் சரிவாகவும் உள்ளது. உச்சியின் அகலம் மூன்றடி இருக்கும். உள்புறம் இடைச்சுவர் ஒன்று கட்டப்பட்டு நடுவில் கம்பு, உமி, வரகு, வைக்கோல் முதலியவற்றை அடைத்திருப்பர். இதனால், சுவரை எளிதில் உடைக்க முடியாது. சுவர் வெளிப்புறம் சரிவில்லாமலும் உள்புறம் அதிகச் சரிவாகவும் கட்டப்பட்டிருக்கும். போர்க்காலங்களில் உள்ளிருப்பவர்கள் மதில்மேல் ஏறிச் சண்டையிட வசதியாகவும் வெளியில் உள்ளவர்கள் சுவரின் மேல் ஏறமுடியாதபடியும் சுவர் அமைந்திருந்தது. கொத்தளங்களின் மேலே செல்வதற்குச் சுமார் இரண்டடி அகலமுள்ள படிகள் உண்டு. அவற்றைச் சுற்றி சிறு மதில்களும் உண்டு. அவற்றில் உள்ள திட்டிவாசல் வழியாகவே கொத்தளங்களுக்கு ஏறிச்செல்ல வேண்டும். சிறு துவாரங்களை உடைய கிளிக்கூட்டு அலங்கங்கள் இருந்தன. போர்க்காலங்களில் ஈட்டி, துப்பாக்கி முதலியவற்றால் தாக்க இவை வசதியாக அமைந்திருந்தன. உள்ளிருப்பவர்கள் வெளியே உள்ளவர்களைக் காண முடியும். ஆனால் வெளியில் உள்ளவர்கள் உள்ளிருப்பவர்களைப் பார்க்க முடியாது. சுவரின் உச்சியில் ஆட்கள் நடமாட சிறுபாதையும் அதற்குக் கைப்பிடியும் இருந்தன. இந்த வெளிக்கோட்டைக்கு உள்ளே பார்வைக்கு அழகான காரைக்கோட்டை இருந்தது" என்று தி.நா. சுப்பிரமணியம் கூறியுள்ளார்.

கதைப்பாடல்கள் கோட்டையின் அமைப்பை விரிவாகப் பாடவில்லை. ஆனால் என்னென்ன பொருட்களைப் பயன்படுத்திக் கோட்டைச் சுவரை உருவாக்கி இருந்தார்கள் என்பதை.

வரகு வைக்கோல் நிரம்பவைத்து அதில்
மண்போட்டுச் செம்மியே தான்மித்துத்
திரமுடனே கம்மங் கொமமைகளைப் போட்டுச்
செப்பமிட்டு மிதி ஓப்பமிட்டு
பஞ்சுப் பொதிகளை யூடேவைத்துக் கம்மங்
கஞ்சிப் பசைகளைத் தான் கொடுத்து
குஞ்சரம் போல்கோட்டை கட்டிமெட் டாகவே
ரஞ்சித உள்ளறை வீடுகளும்
புலிப்புடவுக ளோடைகளாம் வெகு
போதர வாய்க்கொலு மேடைகளாம்

என்று கட்டபொம்மன் வரலாறு (1960:157) குறிப்பிடுகிறது. தங்கள் சுற்றுப்புறங்களில் கிடைத்த சாதாரண மூலப்பொருட்களைக் கொண்டு வலிமையான கோட்டையை உருவாக்கிய தொழில்

நுட்பச் செய்தியைக் கதைப்பாடல்கள் மட்டுமே உணர்த்துகின்றன. வரகு, வைக்கோல், கம்பங்கொம்மை இவற்றை மண்ணோடு கலந்து மிதித்துச் செம்மவைத்துக் கட்டப்பட்டதால் பீரங்கித் தாக்குதலில் சுவர் எளிதில் வெடித்துச் சிதறவில்லை. வெடிப்புகள் மட்டுமே ஏற்பட்டன. இதனை,

ஆயிரம் நூறு நூறாயிரம் குண்டுகள்
அங்கேதான் சென்று இடித்தாலும்
ஈ எறும்பு நுழையும்படி மண்களும்
எழும்பலையே பாஞ்சைக் கோட்டையிலே

(1971:6832–6833)

என்றும்,

குண்டுகள் உதைத்து எழுந்ததுவும்மதில்
கோட்டை யிடியா திருந்ததுவும்

(1960:86)

என்றும் கதைப்பாடல்கள் சுட்டுகின்றன. அவ்வாறு ஏற்படும் வெடிப்புகளையும் உடனே மண்கலவையால் அடைத்ததை,

இடிந்தகோட்டை திடங்கள் செய்துஉள்ளே
ஏகாந்தமாகக் கொலுவிருந்து

(1971:7081)

என்றும்,

இடிஞ்சிபோன ஒளிமுகத்தை இனி
வலுப்படுத்தவே வேணுமென்று
ஆயிரம்வீரர் கொண்டுமே கோட்டையை
அச்சணம் நேர்செய்யச் சொன்னானே
பருத்திப் பொதியை நடுவேவைத்து – இன்னம்
பாங்குடன் வைக்கோல் சுமையேத்தி
சீறாய் சிறந்த மணல்போட்டு – இன்னம்
கெட்டியாய்ப் போட்டானே கோட்டையைத்தான்

(1958:ப. 170)

என்றும் கதைப்பாடல்கள் கூறுகின்றன. 1801இல் ஆங்கிலேயர் இரண்டு மாதம் நடத்திய முற்றுகைத் தாக்குதலைத் தாங்கி நின்றதிலிருந்தே இந்தக் கோட்டையின் வலிமையை அறியலாம்.

இத்தகைய வலிமையான பாஞ்சாலங்குறிச்சிக்கோட்டை, பார்ப்பதற்குச் சாதாரணமாக இருந்திருக்கிறது. “முற்றும் மண்ணால் கட்டப்பட்ட அந்தக் கட்டுமானம் எங்களுடைய

வீரர்கள் சிலரின் கண்களுக்குப் போர் நடத்துவதற்கான கோட்டையாகப் படவில்லை. வாய்க்காலுடன் கூடிய காய்கறித் தோட்டத்திற்கு அதை அவர்கள் ஒப்பிட்டார்கள்” என்று வெல்சு குறிப்பிடுகிறார். எட்டப்பன் கூற்றாகக் கதைப்பாடலும்

ஏகாந்த மானதோர் பொட்டலிலே கட்டன்
எண்ணாமல் கோட்டை போட்டுக் கொண்டான்
நாலுகரையும் பார்த்தாக்கால் இதுஒரு
கம்மாக் கரைபோல் இருக்குதய்யா

(பாளை:1032)

என்று கூறுகின்றது. ஆங்கில வீரர்கள் சாதாரணமாக நினைத்த அந்தக் கோட்டை இரண்டு மாத காலம் நடைபெற்ற பீரங்கித் தாக்குதலுக்குத் தாக்குப் பிடித்து நின்ற வலிமையைக் கண்ட வெல்சு அதனைத் தென்னகத்தின் “ஜிப்ரால்டர்” என்று சிறப்பிக்கிறார்[6].

இன்று பாஞ்சாலங்குறிச்சியில் அகழ்வாய்வு செய்யப்பட்ட கட்டட அடிப்பகுதிகளை நோக்கும்போது கோட்டையினுள் கட்டப்பட்டிருந்த கட்டடங்களில் செங்கல், சுண்ணாம்பு ஆகியனவற்றை மிகுதியாகப் பயன்படுத்தி இருப்பதைக் காணமுடிகிறது. கருங்கல் கட்டு இருந்ததாகத் தெரியவில்லை. அரண்மனையைக் கட்ட சீவலப்பேரியில் செங்கல் சூளை போட்டு, அங்கிருந்து பாஞ்சாலங்குறிச்சிவரை ஆட்களை வரிசையாக நிறுத்தி, கைமாற்றம் மூலம் செங்கற்களைக் கொண்டுவந்தனர் என்றும் கோட்டை பிடிபட்ட காலத்தில் கோட்டை முழுவதும் சிறு சிறு அரண்மனைகளால் நிறைந்திருந்தது என்றும் கோட்டையின் மத்தியில் சக்கதேவி ஆலயம் அமைந்திருந்தது என்றும் தேவதாஸ் நாயுடு குறிப்பிட்டுள்ளார் *(1928:36–37)*.

கோட்டையின் உள்ளிருந்த கட்டடங்களை,

வீட்டிலுயர்மணி மேடைகளாம் மெத்தை
வீடுகளா மதில் ஓடைகளாம்
பூட்டுங் கதவுகள் நேர்த்தி களாம்பணப்
பொக்கிஷ வீடுபார் சாஸ்திகளாம்
சக்கதேவி கோயி லாலையமாந் தேவி
சன்னதி வாசல் விலாசங்களாம்
மிக்க நெடுந்தெரு வீதிகளாம் வெகு
விஸ்தாரமாய்க் கொலு மண்டபமாம்

---

6. பாஞ்சாலங்குறிச்சிக் கோட்டை பற்றிய செய்திகளை ‘ஊமைத்துரை வரலாறு’ என்னும் நூலில் விளக்கமாகக் எழுதியுள்ளேன் (2011: ப. 36–39).

என்று வீரபாண்டியக்கட்டபொம்மு கதைப்பாடல் *(1960:1–2)* கூறுகின்றது. அகழ்வாய்வு செய்யப்பட்ட பாஞ்சாலங்குறிச்சியின் ஒரு பகுதியை நோக்கும்போது கதைப்பாடல்கள் கூறும் செய்திகள் உண்மை என்றே தோன்றுகின்றன. அழிபாட்டிற்கிடையே வட்ட வடிவமாக எஞ்சி நின்ற சக்கம்மாள் கோயில் அடித்தளத்தின்மீதே இப்பொழுது கோயில் கட்டப்பட்டுள்ளது.

“கோட்டையின் தெற்கே இரண்டு தெப்பக்குளங்களும் வடகிழக்கு மூலையில் ஒரு பெரிய தெப்பக்குளமும் இருந்தன. வடமேற்கு மூலையில் உள்ள தெப்பக்குளம் மூன்று பக்கங்கள் வரிக்கற்களால் கட்டப்பட்டு ஒரு பக்கம் கட்டப்படாமல் இருந்தது. அந்தப் பக்கத்தின் வழியாய்த்தான் யானைகள் நீராட இறங்கும். மற்றெல்லாத் தெப்பக்குளங்களும் நாலு பக்கங்களிலும் கற்களால் கட்டப்பட்டிருந்தன” என்று தேவதாஸ் நாயுடு கூறியுள்ளார் *(1928:34)*. போர் நடந்த போது பீரங்கிக் குண்டுகள் கோட்டைக்குள்ளிருந்த தெப்பக்குளத்தில் வந்து விழுந்ததை “தெப்பக் குளத்திலே போயல்லோ பாயுது சீக்கிரம் குண்டுகள் தானுமங்கே” என்று பாளை ஏடு *(1335)* குறிப்பிடுகின்றது.

“கோட்டைக்கு வெளியே நீர்வசதிக்காகக் குளங்கள் இருந்தன. தென்மேற்கு மூலையில் இப்போதுள்ள மூன்று குளங்களும் கோட்டை மேட்டிற்கு மேற்கே உள்ள குளங்களும் இருந்தன. மேற்குக் குளத்திலிருந்து பாஞ்சாலங்குறிச்சியிலுள்ள தெப்பக்குளங்களுக்கு மடை வழியாகத் தண்ணீர் ஒரு தெப்பம் நிறைந்து மற்றொரு தெப்பத்திற்குச் செல்லும். கோட்டைக்கு மேற்கே மட்டும் வீடுகள் இல்லை ஏனை மூன்று பகுதிகளிலும் வீடுகள் இருந்தன” என்றும் தேவதாஸ் நாயுடு குறிப்பிடுகின்றார்.

கோட்டையின் தெற்கு வாசலே முதன்மையாகப் பயன்படுத்தப்பட்டது. கதைப்பாடல் நான்கு வாயில்களைக் கூறினாலும் தெற்குவாயில் தலைவாயிலாக இருந்ததை “தெற்குக் கோட்டைத் தலைவாசலிலே, அவன் தீர்த்தானே பீரங்கி காலனும் தான்” என்று பாளை ஏடு சுட்டுகின்றது. அந்த வாயிலுக்கு முன்னால்தான் திருவனந்தபுரத்திலிருந்து இராமேஸ்வரம் செல்லும் சாலை இருந்ததென்றும் சாலையின் தென்பக்கம் அந்தணரும் கிழக்கே பிள்ளைமார்களும் குடியிருந்தனர். செட்டியார், கோனார், தேவர் ஆகியோர் கோட்டையின் அருகிலும் தாழ்த்தப்பட்டோர் ஊருக்குச் சற்றுத் தூரத்திலும் குடியிருந்தனர் என்றும் தேவதாஸ் நாயுடு குறிப்பிட்டுள்ளார். கோட்டைக்குள்ளே வெளியிலிருந்து வந்தவர்கள் தங்குவதற்கான சத்திரங்களும் சாவடிகளும் இருந்ததை, “லெட்சுமி சாவடி

முன்னாலே துரை, சாவ கட்டு வேடிக்கை பார்க்கையிலே” என்று பாளை ஏடு (124) குறிப்பிடுகின்றது.

ஆட்சி புரிந்தோர்

கலெக்டர் ஜாக்சன் தயாரித்த பாஞ்சை மன்னர் கொடிவழி:

ஜெகவீரபாண்டியனார் குறிப்பிட்டுள்ள பாஞ்சாலங் குறிச்சியார் வழிமுறைப் பெயர்களைக் (1954:33–34) கலெக்டர்

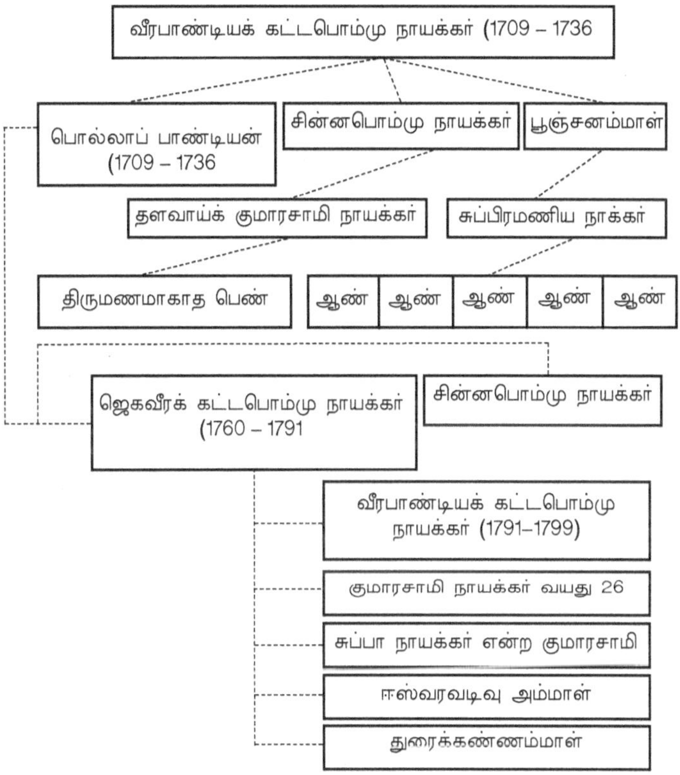

ஜாக்சன் தயாரித்துள்ள வழிமுறைப் பெயர்களோடு ஒப்பிடும்போது, ‘பால்பாண்டியன்’ என்ற பெயரைப் ‘பொல்லாப் பாண்டியன்’ என்றும், ‘பாஞ்சாலியம்மாள்’ என்ற பெயரைப் ‘பூஞ்சனம்மாள்’ என்றும், சுப்பையா நாயக்கர் என்ற பெயரைச் ‘சுப்பா நாயக்கர்’ என்றும் தவறாக அவர் எழுதியுள்ளதை

அறியலாம். ஆங்கிலேயர்களின் தமிழ் உச்சரிப்பில் இத்தகைய பிழைகள் ஏற்படுவது இயல்பே. மேலும் கட்டபொம்மனின் இரண்டாம் சகோதரரை அவர் ஊமைத்துரை என்று குறிப்பிட்டுள்ளார். இது தவறாகும், கட்டபொம்மனின் இரு சகோதரர்களுள் மூத்தவரே ஊமைத்துரையாகும். இவரைத் தளவாய்க்குமாரசாமி என்றும் அழைப்பர். கட்டபொம்மன் தூக்கிலிடப்பட்ட பின்னர் அடுத்து ஊமைத்துரைக்கே பட்டம் சூட்டப்பட்டது. சுப்பையாவின் இயற்பெயர் துரைசிங்கம் என்பதாகும் *(1954:42)*. கலெக்டர் இவரையும் குமாரசாமி நாயக்கர் என்று தவறாகக் குறிப்பிட்டுள்ளார். சுப்பிரமணிய நாயக்கரின் பெண் மின்னல் தாக்கி இறந்து போனார் என்றும் அவருடைய இளைய மகன் ஈஸ்வரவடிவம்மாளைத் (கட்டபொம்மனின் சகோதரி) திருமணம் செய்திருந்தார் என்றும் ஜாக்சன் குறிப்பிட்டுள்ளார் *(1873:4)*.

கொடிவழிப் பட்டியலிலுள்ள வீரபாண்டியக் கட்டபொம்மன் *(1736–1760)* பால்பாண்டியன் ஆகிய இருவரையும் பற்றிய செய்திகளை அறிய ஆதாரங்கள் இல்லை. மூன்றாவதாக அரசேற்ற ஜெகவீரபாண்டியன் *(1760–1799)* குறித்த செய்திகளை வரலாற்றில் காணமுடிகின்றது. இவர் காலத்தில் பிரிஷ்மன் *(Frishman)* என்ற கும்பினித்தளபதி நாலாயிரம் போர்வீரர்களுடன் வந்து பாஞ்சாலங்குறிச்சியைப் பிடிக்க முடியாமல் திரும்பினான் *(1947:68)*. *1776* இல் ஜெகவீரபாண்டியனார் டச்சுக்காரர்களோடு செய்து கொண்ட ஒப்பந்தத்தை அவர் கைப்பற்றினார் *(1982:149–150)*. திருச்செந்தூர் முருகன் கோயிலில் உச்சிக்காலப் பூசை முடிந்ததை அறிய ஜெகவீரபாண்டியனார் திருச்செந்தூரிலிருந்து பாஞ்சாலங்குறிச்சிவரை மணிமண்டபங்களை அமைத்திருந்தார். அவற்றின் எச்சம் இன்றும் ஆத்தூரில் உள்ளது. இவர் முருகன்மீது கொண்ட பக்தியைச் சிறப்பித்துப் பல கதைகள் சொல்லப்படுகின்றன[7]. இவரே கதைப்பாடல் நாயகன் வீரபாண்டியக் கட்டபொம்மனின் தந்தையாகும். கட்டபொம்மனுடன் பிறந்த சகோதரர்கள்,

---

7. காசிபன் என்ற இரு கண்ணும் தெரியாத வேதியன் திருச்செந்தூர் இறைவனிடம் கண் ஒளிபெற வேண்டிய போது வேதியனுக்கு முருகன் ஒரு கண்ணில் ஒளி கொடுத்து, மற்றொரு கண்ணிற்கு ஒளியைத் தம்முடைய பக்தன் ஜெகவீரபாண்டியன் தருவார் என்று அருளினாராம். மறையவர் சிலருடன் பாஞ்சாலங்குறிச்சி வந்த காசிபன் கண்ணில் ஜெகவீரபாண்டியன் கையை வைத்ததும் ஒளி வந்ததாம். இந்த நிகழ்ச்சியைக் கந்தசாமிப் புலவர் சிந்தாகப் பாடி உள்ளதாக ஜெகவீரபாண்டியனார் குறிப்பிட்டுள்ளார் (1954:39–41).

அந்த மன்னன் கூடப்பிறந்தவர்
    மதயானைகளாம் ரெண்டு தம்பிமார்
குமாரசாமி சிவத்தையா என்னும்
    அண்ணன் தம்பி மூன்று போரும்

(பாளை: 24–25)

என்று பாளை ஏடு குறிப்பிடுகின்றது. கட்டபொம்மனின் சகோதரிகளைப் பற்றிக் கதைப்பாடல் குறிப்பிடவில்லை.

வீரபாண்டியக் கட்டபொம்மன் (1790–1799) ஆட்சிக்கு வந்தபொழுது அவருக்கு வயது முப்பது. வீரபாண்டியக் கட்டபொம்மனும் அவருடைய சகோதரர் ஊமைத்துரையும் கும்பனியாரோடு நடத்திய போராட்டமே கதைப்பாடல்களில் விரிவாகப் பாடப்படுகின்றன. வரலாற்று ஆவணங்களிலும் இவர்களைக் குறித்த செய்திகள் மிகுதியாக உள்ளன.

இன்றைய பாஞ்சாலங்குறிச்சி

இன்று பாஞ்சாலங்குறிச்சியில், தமிழக அரசின் அன்றைய முதல்வர் கலைஞர் கருணாநிதியால் 1974இல் கட்டப்பட்ட நினைவுக் கோட்டையும் அதற்குத் தெற்கே கட்டபொம்மன் வாரிசுகளுக்குக் கட்டிக் கொடுக்கப்பட்டுள்ள குடியிருப்புகளும் உள்ளன. மேற்கே ஒரு மண்மேடு உள்ளது. வெள்ளையர் இந்த மேட்டில் பீரங்கியை நிறுத்தித் தாக்கியதால் இதனைப் 'பீரங்கிமேடு' என்று சொல்கின்றனர். இந்த மேட்டிற்கு நேர் வடக்கே ஒரு காரைச் சுற்றுச் சுவருக்குள் இரண்டாம் போரில் இறந்த ஆங்கில வீரர்களின் கல்லறைகள் உள்ளன. இன்று ஆண்டுதோறும் சித்திரை மாதம் கடைசி வெள்ளிக்கிழமை பாஞ்சாலங்குறிச்சிச் சக்கம்மாள் கோவில் திருவிழா அரசு நிகழ்ச்சியாக நடைபெறுகின்றது.

இராமநாதபுரம் பேட்டி

இராமநாதபுரம் அரண்மனையில் கலெக்டர் ஜாக்சனைக் கட்டபொம்மன் 10.9.1798இல் பேட்டி கண்டார். பாஞ்சாலங்குறிச்சி வரலாற்றில் இது ஒரு திருப்புமுனை. கும்பினியாருடன் கட்டபொம்மனுக்கு ஏற்பட்ட முதல் மோதல் இது. இராமநாதபுரம் பேட்டியைத் தெளிவாகப் புரிந்துகொள்வதற்கு அன்றைய அரசியல் பின்னணியை விளக்க வேண்டியது தேவையாகும். 1781இல் ஆங்கிலேயரிடம் கொடுத்திருந்த வரிதண்டும் உரிமையை 1785இல் நவாபு திரும்பப் பெற்றார். தமிழகத்தின் தெற்குச் சீமையில் வரிதண்டும் உரிமையையாவது தங்களிடம் ஒப்படைக்குமாறு நவாபுவிடம் கும்பினியார் கேட்டனர். நவாபு அதற்கு உடன்படவில்லை. ஆனால், தெற்குச் சீமையில் வரிவாங்கும் உரிமையைக் கும்பினியார் தாங்களே ஏற்றுக்கொண்டதாக 1790இல் ஓர் அறிக்கையை வலிந்து வெளியிட்டனர். திருநெல்வேலியில் சம்பளம் இல்லாமலும் சிறந்த நிருவாகிகள் இன்றியும் நிலைகுலைந்து நின்ற நவாபுவின் படைகளையும் தங்களோடு இணைத்துக் கொண்டனர். எனவே, வேறு வழியில்லாத நிலையில் 1792இல் கும்பினியாருடன் நவாபு ஓர் ஒப்பந்தம் செய்துகொண்டார். கும்பினியார் தெற்குச் சீமைகளிலே வரி தண்டல்செய்து செலவு போக எஞ்சிய தொகையை அவர்களுக்கு நவாபு கொடுக்க வேண்டிய கடனுக்கு வரவு வைத்துக் கொள்ள வேண்டும், கடன் தொகை முழுவதும் வரவு வந்த பின்னர் நாட்டை நவாபுவிடம் திரும்ப ஒப்படைத்துவிட வேண்டும் என்று ஒப்பந்தத்தில்

முடிவு செய்யப்பட்டது. தெற்குச் சீமை நிருவாகப் பொறுப்பை ஏற்றுக்கொண்ட கும்பினியார் முதலில் பாளையங்களை ஒழுங்குபடுத்துவதில் ஈடுபட்டனர். கும்பினியாரிடம் வெறுப்புக் கொண்டிருந்த பாளையக்காரர்களை ஒடுக்குவது அவர்களுடைய முதல் வேலையாக இருந்தது. இந்தக் காலகட்டத்தில் வீரபாண்டியக் கட்டபொம்மன் பாஞ்சாலங்குறிச்சிப் பாளையத்தில் பாளையக்காரராகப் பொறுப்பேற்றிருந்தார். இவர் தன்னுடைய தந்தை ஜெகவீரபாண்டியனாரைப் போலவே கும்பினியார் ஆதிக்கத்தை எதிர்த்தார். எனவே, கும்பினி நிருவாகத்தின் பார்வை பாஞ்சாலங்குறிச்சிமீது திரும்பியது.

இந்த அரசியல் மாற்றத்தை, "வியாபாரம் செய்ய வந்த யாதுமற்ற வெள்ளையர்கள் கும்பினிக் கம்பெனியார் தங்கள் குதர்க்கமான சூழ்ச்சியால் நவாபு ஆட்சிதனை அவர்கள் நாளடைவில் பற்றிக் கொண்டனர்" என்றும் "ஆர்க்காட்டு நவாபு என்பவன் வாங்கிய கடன் கொடுக்க முடியாமல் தென்னாட்டின் வரி வசூலிக்கும் உரிமையை வெள்ளையனுக்கு அடகு வைத்தான்" என்றும் கட்டபொம்மு வில்லிசை குறிப்பிடுகிறது (வில்: 96–101). ஏனைக் கதைப்பாடல்கள் இச்செய்தியைப் பாடவில்லை.

பேட்டிக்கு அழைத்த காரணம்

பாளையங்களை ஒழுங்குபடுத்தும் வேலையில் முதற்படியாகக் கட்டபொம்முவைப் பேட்டி காண வருமாறு திருநெல்வேலி கலெக்டர் ஜாக்சன் அழைத்தார். அவ்வாறு பேட்டிக்கு அழைத்ததற்கு நான்கு காரணங்கள் சொல்லப்பட்டன. அவை, கட்டபொம்மன் திறை செலுத்தாமல் காலதாமதம் செய்தார். கும்பினியாருக்கு எதிரான நடவடிக்கையில் ஈடுபட்டார். கும்பினியார் ஆதரவுப் பாளையங்களுக்கு இடையூறு செய்தார். ஆங்கில அதிகாரிகளுக்குக் கீழ்ப்படிய மறுத்தார் என்பனவாகும்.

திறை செலுத்த மறுத்தல்

மக்களுடைய உயிரையும் உடைமையையும் பாதுகாப்பதற்குக் கொடுக்கப்பட்ட பொருள் பிற்காலத்தில் திறை வாங்கும் முறையாக வளர்ச்சி அடைந்தது. தமிழ்நாட்டில் மன்னர்கள் திறை தண்டும் முறை, பிற்காலச் சோழர் காலம்முதல் தெளிவாக வரையறுக்கப்பட்டுள்ளது. வரி தண்டும் அதிகாரிகள் செம்பியதனராயன், தமிழ்தனராயன், பல்லவதனராயன், கலிங்கராயன், பல்லவராயன், வில்லவராயன் எனப் பட்டம் கொண்டிருந்தனர். சோழ, பாண்டிய அரசுகளில் வீழ்ச்சியோடு திறை வாங்கும் திறன் உடைய அதிகாரிகளும் மறைந்து போயினர்.

பின்னர் விஜயநகர அரசின் வருகையோடு பாளையப்பட்டு முறை அறிமுகப்படுத்தப்பட்டது. இந்தப் பாளையக்காரர்கள் பழைய திறை தண்டும் முறைகளின் எச்சமான தலம்காவல், திசைகாவல் வரியைத் தண்டினர்.

'தலம்காவல்' வரி கிராமக் காவலர்களால் தண்டப்பட்டது. நாட்டைப் பாதுகாப்பதற்குப் பாளையக்காரர்கள் தண்டியது "திசைகாவல்" அல்லது தேசக்காவல் என்று வழங்கபட்டது. இதனைக் கதைப்பாடல், "திசைகாவல் பணம் வாங்கிறதும் நல்ல, திக்கு அதிகாரம் செய்றதும்." (பாளை.41) என்று குறிப்பிடுகின்றது. பாளையக்காரர்கள் தாங்கள் திரட்டிய திசைகாவல் திறையின் ஒரு பகுதியை அரசர்க்கு அதாவது அன்றைய நவாபுவிற்குச் செலுத்தினர். அரசர் இந்தத் திறைப் பணத்தை தாமே தண்டுதலால் ஏற்படும் செலவைத் தவிர்க்கும் நோக்கில் அதனை யாருக்காவது குத்தகைக்கு விடுவது உண்டு. அந்தக் குத்தகைதாரர் வேறு துணைக் குத்தகைதாரரை நியமிக்கும் வழக்கமும் இருந்தது. நவாபுவிடம் இருந்து குத்தகை பெற்றிருந்த கர்னல் ஹிரான், திருநெல்வேலிப் பகுதியை மாவஸ்கானுக்கு ஆண்டு ஒன்றிற்கு 15 லட்சம் ரூபாவுக்குக் குத்தகை விட்டார். இந்தக் குத்தகைப் பணம் சரியாக வராத நிலையில் அதனைத் தீர்த்தாரப்ப முதலியாருக்கு ஆண்டிற்குப் பன்னீரண்டு லட்ச ரூபாய்க்குக் கர்னல் ஹீரான் மறு குத்தகைக்கு விட்டார்.

திசைகாவல் தண்டும் பாளையக்காரர்கள் பரம்பரை பரம்பரையாக அந்த உரிமையைப் பெற்று வருவர். ஆனால் அவர்களிடமிருந்து திறையைத் தண்டிக் கொடுக்கும் குத்தகைதார்களை அரசு எப்போது வேண்டுமானாலும் மாற்றலாம். பாளையங்களின் எல்லையோரக் கிராமங்களிலும் அரசின் நேரடிப் பொறுப்பில் உள்ள கிராமங்களிலும் திறை தண்டுவதில் இரு பாளையங்களில் வலிமை வாய்ந்த பாளையத்தின் கையே உயர்ந்து நிற்கும். சிவகங்கைப்பாளையத்திற்கும் இராமநாதபுரம் அரசுக்கும் எல்லையோரக் கிராமங்களில் திறை தண்டும் மோதலில் இரு தரப்பிலும் பெரும் இழப்பு ஏற்பட்டதை எஸ்.எம். கமால் குறிப்பிட்டுள்ளார். திருநெல்வேலிச் சீமையில் தண்பொருநை ஆற்றங்கரையில் அமைந்துள்ள திருவைகுண்டம், ஆழ்வார்திருநகரி, ஆறுமுகமங்கலம், ஆத்தூர் ஆகியவை நெல்விளையும் வளமான பகுதிகளாகும். பாஞ்சாலங்குறிச்சியார் வரிதண்டி வந்த இந்தப் பகுதிகளை ஆங்கிலேயர் தங்கள் நேரடி ஆளுகையின் கீழ் கொண்டு வந்தனர். கட்டபொம்மனின் ஆட்கள் தங்கள் உரிமையை விட்டுக்கொடுக்காமல் இங்குத் திறைப்பணம் திரட்டினர். அதனை எதிர்த்தவர்களைக் கைது செய்து பாஞ்சாலங்குறிச்சிக்குக் கொண்டுசென்றனர்.

குடிமக்களிடம் வரி வாங்குவது அக்காலத்தில் எளிய காரியமாக இருக்கவில்லை. அது போலவே அரசும் வாள்முனையி லேயே பாளையக்காரர்களிடம் திறைப்பணத்தை வாங்கியது. சில நேரங்களில் பகுதி நிலுவைக்காகப் பாளையக்காரர்களின் குடும்பத்தினரைப் பணயக் கைதிகளாக அவர்கள் பிடித்துச் சென்றனர். 1755இல் பால்பாண்டியக் கட்டபொம்மனின் காலத்தில் பாஞ்சாலங்குறிச்சியின்மீது படையெடுத்து வந்த கர்னல் ஹிரான் திறைப்பண நிலுவைக்காக கட்டபொம்மனின் குடும்பத்தினரில் சிலரைப் பணயக் கைதியாகக் கொண்டுசென்றார். பெரும்போர்களை நடத்தியே பாளையக்காரர்களிடமிருந்து அரசு திறைப்பணம் தண்டியது. இந்தத் திறைப்பணம் தண்டும் முறையே பாளையக்காரர்கள் ஒருவரோடு ஒருவர் முரண்படுவதற்கும் அரசோடு மோதுவதற்கும் அது தொடர்பாகத் தொடர்ந்து போர்கள் நடைபெறுவதற்கும் காரணமாக அமைந்தது.

திறைப்பணம் தண்டும் உரிமையை ஆர்க்காட்டு நவாபிட மிருந்து கும்பினியார் முறையாகப் பெற்று இருந்தாலும் பாளையக்காரர்கள் இந்த உரிமையை முழுமனத்துடன் ஏற்க வில்லை. தங்களுக்கு மேலே புதியபுதிய அதிகாரத் தலைமையை ஏற்றுக்கொள்வது தங்கள் மதிப்பிற்குக் குறைவான செயலாகக் கருதினர். மேலும் வாணிகம் செய்யவந்த கும்பினியாரின் நாடு பிடிக்கும் போக்கு அவர்களுக்குச் சினத்தை ஊட்டியது. எனவே, தொடர்ந்து பாஞ்சாலங்குறிச்சியார் கும்பினியாரின் ஆதிக்கத்தை எதிர்த்துவந்தனர்.

பாளையக்காரர்கள் கட்டவேண்டிய திறையை வரையறை செய்வதற்காகப் பாளையங்களின் எல்லைகளை அளந்து ஒழுங்குபடுத்த கர்னல் மாக்ஸ்வெல்லைக் கும்பினியார் நியமித்தனர். இந்த நில அளவை மூலம், கட்டபொம்மனின் ஆதனூர் வணிதத்தைச் சார்ந்த அருங்குளம், சுப்பலாபுரம் என்ற இரண்டு ஊர்களும் எட்டையாபுரம் பாளையத்தில் சேர்க்கப்பட்டன. இதனைக் கட்டபொம்மன் ஏற்க மறுத்தார். இதிலிருந்தே பாஞ்சாலங்குறிச்சியாருக்கும் எட்டையாபுரத்தாருக்கும் பகை வளர்ந்தது என்பதை,

வெள்ளையரின் ஆட்சியுமே நாட்டில் விஸ்தரிக்கும் வேளையிலே
பாளையத்தின் எல்லைகளைப் பரங்கியரும் வகுத்த போது
அருங்குளம் சுப்பலாபுரம் ஆகிய இவ்வூர்களாலே எட்டயாபுரத்தாருக்கும்
ஏற்றம் கொண்ட பாஞ்சையர்க்கும் பகைமைகளும் முற்றியதால் பயந்த,
எட்டையாபுரத்தார் நட்புறவு கொண்டார்கள் அந்த நயவஞ்சகக்
கும்பலோடு

என்று கட்டபொம்மன் வில்லிசை (113–117) குறிப்பிடுகின்றது. ஆனால், பாளை ஏடு (44–47) இந்தப் பகையின் காரணத்தை,

பாளையக்காரர்கள் ஒன்று கூடி
    பாங்குடன் வாரத்தில் ஒரு தடவை
ஆட்டுக் கிடாப்போர் சாவல்போர் சாமி
    ஆதித்த வாரம் நடத்துவதில்
எட்டப்ப நாயக்கருக்கும் கட்டபொம்முவுக்கும்
    இசைந்தொரு நாளுமில்லை அய்யா
ஆட்டுக் கிடாச்சண்டை மூலமாக சாமி
    ஆனதோர் பொல்லாப்பு மெத்த உண்டு

என்று கூறுகின்றது. சேவல் கட்டு மூலமாக இரு பகுதி மக்களுக்குள்ளே ஏற்படும் மோதலையும் பகையையும் நடைமுறை வாழ்வில் கண்ட பாடகர் இவ்வாறு பாடியுள்ளார்.

இரண்டாவதாக, 1795இல் அரசு வெளியிட்ட அறிக்கை மூலமாகப் பாளையக்காரர்கள் உரிமைகள் பல பறிக்கப்பட்டன. லார்டு கிளைவ் கையொப்பமிட்ட இந்த அறிக்கை எல்லாப் பாளையக்காரர்களுக்கும் அனுப்பப்பட்டது. அறிக்கையில், "நவாபுவிற்குப் பாளையக்காரர்மீது எந்த அதிகாரமும் கிடையாது. பாளையக்காரர்கள் கும்பனியாரின் நேரடிக் கட்டுப்பாட்டிற்கு அடங்கி நடக்க வேண்டும். அவர்கள் கோட்டை கட்டுவதோ படை திரட்டுவதோ கூடாது. சாதாரண மக்கள்மீது நடவடிக்கை எடுப்பது போலப் பாளையக்காரர்கள்மீதும் குற்றவியல் நடவடிக்கை எடுக்க நிருவாகத்திற்கு அதிகாரம் உண்டு. பாளையக்காரர்கள் சாதாரண குத்தகைதாரரே" என்று அறிவிக்கப்பட்டிருந்தது. இந்த அறிக்கை தங்களுடைய தன்மான உணர்வையும் காலம் காலமாக அனுபவித்து வரும் உரிமைகளையும் பறிக்கும் ஏற்பாடு என்பதைக் கட்டபொம்மன் அறிந்தார். எனவே, இதனைக் கடுமையாக எதிர்த்து வரி செலுத்த மறுத்தார். இதனைக் கதைப்பாடலும் கலெகடர் ஜாக்சன் கூற்றாக,

தரணியிவலவன் கிருத்துவத்தினாலே
தான்கிஸ்திப் பாக்கியாய்ப் போட்டுவிட்டான்
தோப்புறாப் பணமுஞ் செலுத்தா மல்வலு
துஷ்டனாம் கட்டபொம்ம மேந்திரனும்
தட்டான பாஞ்சைப் பதிதனிலே யவன்
தன்னர சாய்ச்சீமை யாளுகிறான்

என்று கட்டபொம்மன் வரலாறு (1960:5) குறிப்பிடுகின்றது.

ஆங்கிலேயருக்கு எதிரான நடவடிக்கை

கட்டபொம்மன் திறைகொடுக்க மறுத்ததோடு ஆங்கிலேயருக்கு எதிராகப் பல நடவடிக்கையிலும் ஈடுபட்டார். ஆழ்வார் திருநகரியில் தங்கி இருந்த கேப்டன் ஹாமில்டன் வீட்டைப் பாஞ்சாலங்குறிச்சியைச் சார்ந்தவர்கள் சூழ்ந்துகொண்டு

அதனை இடித்து விடுவதாக மருட்டியும் பல இடையூறுகளையும் அவமதிப்பையும் செய்தனர். படையினருக்கு உணவுக்காக ஆடுகளை அனுப்புமாறு அரசு விடுத்த ஆணையை நிறைவேற்ற கட்டபொம்மன் மறுத்தார்.

தமிழகத்திலிருந்து கைத்தறித்துணிகளைக் கொள்முதல் செய்து கும்பினியார் ஐரோப்பாவிற்கு ஏற்றுமதி செய்தனர். இதனைக் கவனிக்க வாணிபக் கழகம் ஒன்றும் சென்னையில் இருந்தது. தெற்குச் சீமையில் உற்பத்தியாகும் மஸ்லின், சாதாரண வெள்ளைத் துணி வகைகள் தரம் வாய்ந்தவை. ஆண்டுதோறும் ஒன்றரை மில்லியன் துணிச்சிப்பங்கள் மேற்கு நாடுகளுக்கு ஏற்றுமதி செய்யப்பட்டன. இவற்றில் மூன்றில் ஒரு பங்கு தெற்குச் சீமையில் தயாரிக்கப்பட்டன. நாகப்பட்டினம் முதல் தூத்துக்குடி வரையிலான கடற்கரைப் பகுதிகளில் மட்டும் சுமார் 40,000 தறிகள் இயங்கிவந்தன. இவற்றில் ஆங்கிலேயரின் ஒப்பந்தத் தறிகள் நெல்லை மாவட்டப் பகுதிகளில் மிகுதியாக இருந்தன. துணிக் கொள்முதலில் பிறநாட்டவர் வாய்ப்பைத் தடுக்கும் வகையில், தறி ஒப்பந்தக்காரர் எண்ணிக்கையை விரிவுபடுத்த கும்பினியார் தீவிரமாகச் செயல்பட்டனர். வெள்ளையருக்குத் துணி நெய்து கொடுக்கக் கூடாது என்று கட்டபொம்மன் தடை விதித்தார். இதனால் கும்பினியாரின் துணிக்கொள்முதல் தெற்குச் சீமையில் மிகப்பெரிய வீழ்ச்சியை அடைந்தது. கும்பினியாரின் திட்டத்திற்கு நேர்எதிராக டச்சுக்காரர்களோடு கட்டபொம்மன் வாணிப ஒப்பந்தம் செய்துகொண்டார்.

கும்பினியாரின் ஆதிக்கத்தை மறைமுகமாக எதிர்த்து வந்த இராமநாதபுரம் மன்னர் முத்துராமலிங்க சேதுபதியைக் கைதுசெய்து திருச்சியில் வெள்ளையர் சிறை வைத்தனர். மன்னரின் உடைமைகளைக் கும்பினியார் பறிமுதல் செய்தனர். இது தொடர்பாக 1797ஆம் ஆண்டு ஏப்ரல் மாதம் இறுதியில் மறவர் சீமையின் தெற்குப் பகுதியில் கலகம் ஏற்பட்டது. பின்னாளில் மன்னரின் தளபதி மயிலப்பன் இராமநாதபுரத்தில் நடத்திய பெரும்புரட்சியின் முன்னோடியாக இது விளங்கியது. குடிமக்கள் கிளர்ந்து வரிசெலுத்த மறுத்தனர். பாஞ்சாலங்குறிச்சிப் பாளையக்காரரும் அவர் அணியில் நின்ற பிற பாளையக்காரர்களும் இந்தக் கிளர்ச்சிக்கு ஆதரவு அளித்து வந்தனர். கும்பினியார் பொறுப்பில் இருந்த பல அரசு கிராமங்கள் சூறையாடப்பட்டன. இந்தக் கிளர்ச்சிக்குக் கட்டபொம்மனே தலைமை தாங்கினார் என்று கால்டுவெல் குறிப்பிடுகின்றார். கதைப்பாடல்கள் இச்செய்திகளைப் பாடவில்லை. இத்தகைய நுணுக்கமான முரண்பாடுகளைக் கதைப்பாடகன் அறிவதற்கு வாய்ப்பில்லை.

பிற பாளையக்காரர்களின் குற்றச்சாட்டு

கும்பினி ஆதரவுப் பாளையங்களுக்கு எதிராகக் கட்டபொம்மன் மேற்கொண்ட செயல் குறித்து எட்டையாபுரம் பாளையக்காரர் கலெக்டரிடம் புகார் செய்தார். இதனை,

சிந்தை மகிழ்ந்தல்லோ சாசீசன் மேஜரும்
சீமை யதிகாரம் பார்த்தனராம்
எட்டையா புரம்பிர தானிவந்து துரை
இடத்தில் என்ன பிராது சொல்லுவான்
கட்டபொம்மு துரை துஷ்ட நடத்தையை
எட்டையா புரத்தாருஞ் சொல்லுவாராம்
தர்மதுரைகளே, கேளுமென்று வெகு
சாதுரிய மாகவே சொல்லுவாராம்

என்று கட்டபொம்மன் வரலாறு என்ற கதைப்பாடல் எட்டயாபுரத்தார் கூற்றாகக் குறிப்பிடுகின்றது. இதனைக் கட்டபொம்மு கூத்து (1972:38–39), பாளை ஏடு (63–67) ஆகியவையும் சுட்டுகின்றன.

கட்டபொம்மன்மீது குற்றம்சாட்டிய பாளையக்காரர்கள் கும்பினியாரை நம்பியவர்கள், அவர்களோடு நட்புறவு கொண்டவர்கள் என்பதை,

நம்பின எங்களுக்கும் மாலே நன்மை பிறந்திட வேண்டுமய்யா
அண்டின போர்களுக்கும்மாலே அச்சம் தவிர்ந்திட வேண்டுமய்யா

என்று குற்றம் சாட்டுவோர் கூற்றாகக் கதைப்பாடல் குறிப்பிடுகின்றது. கதைப்பாடல்கள் கட்டபொம்மனின் செயல்களைக் கும்பினியாருக்கு எதிராகத் தொடுக்கப்பட்ட யுத்தம் என்ற கண்ணோட்டத்தில் பாடவில்லை. அவற்றை எட்டையாபுரத்தாருக்கும் கட்டபொம்மனுக்குமிடையே ஏற்பட்ட தனிப்பட்ட மோதல்களாகவே சித்திரிக்கின்றன.

தெற்குச் சீமையில் கும்பினியார் ஆதரவு அணியில் எட்டையாபுரத்தாரே முதன்மை வகித்தார். எனவே, கும்பினியாரின் ஆதரவுப் பாளையங்களிலெல்லாம் கட்டபொம்மன் ஆட்கள் இடையூறு செய்த போதும் கதைப்பாடகன் எட்டையாபுரம் செய்தியை மட்டுமே விரிவாகப் பாடுகின்றான். இதனைப் போலவே கதை நெடுகிலும் கட்டபொம்மனின் வீழ்ச்சியில் எட்டையாபுரத்தார் வகித்த பங்கைப் பாடகன் தெளிவாக விவரிக்கின்றான்.

கும்பினி அதிகாரிகளை மதியாமை

கட்டபொம்மன் தன் தந்தை ஜெகவீரபாண்டியனாரைப் போலவே ஆங்கில அதிகாரிகளை மதிப்பதில்லை. அவர்கள் அனுப்பும் ஆணைகளுக்குக் கீழ்ப்படிவதில்லை. தெற்குச் சீமையின்

கலெக்டராக ஜாக்சன் பொறுப்பேற்ற போது பாளையக்காரர்கள் பலர் மரபிற்காகச் சென்று பார்த்தனர். அவரைக் கட்டபொம்மன் சென்று பார்க்கவில்லை. இதனை,

டப்பைப் பதினெட்டுப் பாளையக்காரரும்
வந்து கண்டார் சென்னலை
ஓ பாளையப்பட்டுத் துரைமாரே நீங்கள்
பக்தி மறவாமல் வந்து கண்டீர்
கட்டபொம்மு என்கிற துட்டனையும் – என்
கண்ணிலேயும் வரக் காணோமே

(பாளை: 102–104)

என்று ஜாக்சன் கூற்றாகப் பாளை ஏடு கூறுகின்றது. கலெக்டரையும் ஆங்கில அதிகாரிகளையும் சந்திப்பதாக இருந்தால் முறையான அழைப்புப் பெற்றுச் செல்வதே பாளையக்காரர்கள் வழக்கம். இதனைக் ‘கவுல்’ என்பர். “கவுல்” என்பது அழைப்பு *(Call)* என்ற ஆங்கிலச் சொல்லின் திரிபாகும். இவ்வாறு ‘கவுல்’ பெற்றுச் சொல்லும் பாளையக்காரரை மதிப்புடன் நடத்த வேண்டும். பேட்டி முடிந்து அவர் திரும்பும் போது தாசில்தார் பதவிக்குக் குறையாத ஓர் அதிகாரி பாளையக்காரரின் அரண்மனை வரை மரியாதைக்காக உடன் வந்து செல்ல வேண்டும் *(1992:43)*. கட்டபொம்மன் இந்த மரபைக் காப்பதில் உறுதியாக நின்றார். *1799*இல் மேஜர் பானர்மேன் பாஞ்சாலங்குறிச்சியை முற்றுகையிட்டிருந்த இக்கட்டான சூழ்நிலையிலும் கட்டபொம்மன் ‘கவுல்’ பெற்றுச் செல்லும் மரபை விட்டுக் கொடுக்கவில்லை. ‘கவுல்’ பெறாமல் அதிகாரிகளைச் சந்திப்பதைக் கட்டபொம்மன் தன்னுடைய தன்மான உணர்விற்கு இழுக்கு என்று கருதினார். பாளையக்காரர்களை ஒடுக்கி அடிமைப்படுத்த வேண்டும் என்ற உணர்வுகொண்ட கும்பினி அதிகாரிகளுக்குக் கட்டபொம்மனின் இந்தக் கீழ்ப்படியாப் போக்கு ஆத்திரத்தை மூட்டியது. இதனால், “தெற்குச் சீமைக்கொரு கட்டபொம்முதுரை, சின்ன நவாபு போலே யிருக்கான்” *(1960:24)* என்று ஆட்சியர் ஆதங்கம் கொண்டார்.

கட்டபொம்மன் வரி செலுத்தாமல் காலம் கடத்துதல், கும்பினியாரின் நேரடி ஆட்சிப் பகுதிகளில் தாமே வரி தண்டுதல், அவர்களுடைய ஆதரவுப் பாளையங்களில் அத்துமீறிப் புகுந்து இன்னல் விளைவித்தல், ஆங்கில அதிகாரிகளின் ஆணையைச் செயல்படுத்தாமல் அலட்சியம் செய்தல் ஆகிய நடவடிக்கைகள் கும்பினி நிருவாகத்தை எதிர்க்கும் செயல்களே என்பதை அவர்கள் உணர்ந்தனர். இந்தச் சூழ்நிலையில்தான் ஊழலும் ஆணவமும் நிரம்பிய கலெக்டர் ஜாக்சன் கட்டபொம்மன்மீது கடுமையான நடவடிக்கையை எடுக்க விரும்பினார். இதன்

விளைவாகவே "இராமநாதபுரம் பேட்டி" என்ற வரலாற்று நிகழ்ச்சி நிகழ்ந்தது.

1798 பிப்ரவரியில் கலெக்டர் ஜாக்சன் கட்டபொம்மனுக்குக் கடிதம் எழுதினார். அதில், "உம்முடைய வக்கீல் பாஞ்சாலங்குறிச்சி ஆட்களோடு ஆழ்வார்திருநகரியில் கேப்டன் ஹாமில்டனிடம் நடந்துகொண்ட குற்றம் குறித்துக் கேப்டன் எனக்கு எழுதியுள்ளார். அன்று இரவு தானாபதி ஆயுதங்களுடன் கூடிய பெருங் கூட்டத்தோடு கேப்டன் வீட்டைச் சுற்றி வளைத்துக் கொண்டு தரக்குறைவான வார்த்தைகளால் திட்டியும் வீட்டை இடித்துத் தரைமட்டமாக்கி விடுவதாயும் பயமுறுத்தினார். கலெக்டரைப் பற்றி இழிவாகப் பேசுவதற்கும் தானாபதியே ஊக்கம் கொடுத்துள்ளார். இந்த நடவடிக்கைகள் எத்துணை மோசமான விளைவுகளை ஏற்படுத்தும் என்பது உமக்குத் தெரியாதா? இத்தகைய நடவடிக்கைகளுக்குப் பின்னரும் கும்பினி அதிகாரிகளிடம் நீர் எவ்வாறு நடந்து கொள்ளவேண்டும் என்று உமக்கு அறிவுரை வழங்குவது தேவை இல்லாததே. அதற்குரிய காலம் கடந்துவிட்டது என்றே கருதுகிறேன். என்னுடைய அறிவுரைகளைப் பின்பற்றி நடப்பதற்கு மாறாக அழிவை நோக்கித் தலைகீழ்ப் பாய்ச்சல் வேகத்தில் சென்றுகொண்டு இருக்கிறீர். உம்முடைய பாளையத்தைப் பறிமுதல் செய்ய வேண்டிய நிலை உருவானால் அதற்கு நீரே பொறுப்பாவீர். நான் பலமுறை உமக்குக் கடிதம் எழுதிச் சலிப்படைந்துவிட்டேன். என்னுடைய அறிவுரைகளும் எச்சரிக்கைகளும் எந்த மாற்றத்தையும் ஏற்படுத்தியதாகத் தெரியவில்லை. உடனே தானாபதிப் பிள்ளையை ஆழ்வார்திருநகரியில் இருந்து திரும்ப அழைத்து, அவருடைய நாகரிகமற்ற செயலுக்குத் தக்க தண்டனை வழங்கி உம்மைக் காப்பாற்றிக்கொள்ளும். தூத்துக்குடி கமாண்டிங் ஆபீசர் டேவிசனுக்கு என் ஆணையின்படி படை வீரர்களுக்கான ஆடுகளை அனுப்பவில்லை. வரிப்பணத்தின் முதலாவது தவணையை இன்னும் செலுத்தவில்லை. நான் சொல்பவற்றை வேடிக்கையாக எடுத்துக்கொண்டு செயல்பட்டால், சந்தர்ப்பம் ஏற்படும்போது இத்தகைய கீழ்ப்படியா நடவடிக்கைகளுக்கு எத்தகைய தண்டனை வழங்க வேண்டும் என்பது, எனக்குத் தெரியும். உம்முடைய பாளையத்தைத் தக்க வைத்துக்கொள்ள வேண்டுமானால் இனியும் காலதாமதம் செய்யவேண்டாம்" என்று குறிப்பிட்டு இருந்தார்.

கட்டபொம்மன் இந்தக் கடிதத்தையும் பொருட்படுத்தவில்லை. கலெக்டர் மீண்டும் ஏப்ரல் மாதம் 28ஆம் நாள் கட்டபொம்மனிடம் இரண்டு தவணைக்குரிய பகுதிப்பணத்தை வாங்கி வருமாறு வைகுண்டம் பிள்ளை என்பவரிடம் கடிதம் கொடுத்து அனுப்பி

னார். இராமநாதபுரத்தில் தன்னைக் கட்டபொம்மன் சந்திக்க வேண்டுமென்றும் கடிதத்தில் எழுதியிருந்தார். இந்தக் கடிதம் கிடைத்த பின்னரும் கட்டபொம்மன் அலட்சியமாகவே இருந்தார். கலெக்டர் மே மாதம் 23ஆம் நாள் திரும்பவும் கடிதம் எழுதினார். கும்பினியின் வாணிபக்கழக அதிகாரிகளும் பிறரும் கட்டபொம்மன்மீது சுமத்தியுள்ள குற்றச் சாட்டுகளுக்குப் பதில் சொல்வதற்காகப் பதினைந்து நாள்களுக்குள் இராமநாதபுரம் வரவேண்டும் என்று கடிதத்தில் குறிப்பிட்டிருந்தார். வரமறுத்தால் இது போன்ற சூழ்நிலையில் கலெக்டர் பவுனி எவ்வாறு சேத்தூர்ப் பாளையத்தைப் பறிமுதல் செய்தாரோ அது போல கட்டபொம்மனது பாளையமும் பறிமுதல் செய்யப்படும் என்றும் இதுவரையிலான வரி நிலுவைத் தொகை ரூ. 6000 சக்கரத்தையும் உடனே கட்ட வேண்டும் என்றும் எழுதி இருந்தார். கடிதத்தைக் கொண்டுவரும் அரிக்காரனிடம் கட்டபொம்மனைக் கைப்பிடியாகப் பிடித்து வரவேண்டும் என்று ஆணையிட்டு இருப்பதாகவும் குறிப்பிட்டிருந்தார்.

இந்தக் கடிதத்திற்கும் கட்டபொம்மன் அசைந்து கொடுக்கவில்லை. திறைப்பணத்தையும் செலுத்தவில்லை. இராமநாதபுரத்திற்கும் செல்லவில்லை. கட்டபொம்மனிடமிருந்து பதில் வராத நிலையில் ஜாக்சன் ரெவினியூ போர்டுக்குக் கட்டபொம்மன் நடவடிக்கைகள் குறித்துக் கடிதங்கள் பல எழுதினார். இறுதியில் கட்டபொம்மனைக் கைது செய்வதற்குப் பாளையங்கோட்டைப் படைத்தளபதி மேஜர் ஸ்மார்ட்டிற்கு ஆணையிட வேண்டுமென்று கேட்டுக்கொண்டார்.

அப்போதைய நிலையில் கும்பினியார் மைசூரில் யுத்தம் நடத்திக்கொண்டு இருந்ததால் கலெக்டரின் வேண்டுகோளை ஏற்கவில்லை. கட்டபொம்மனை இராமநாதபுரத்திற்கு அழைத்துக் கலெக்டரின் கடிதங்கள் அவருக்குக் கிடைத்தனவா என்பது குறித்து விசாரிக்குமாறு நிருவாகக்குழு ஆலோசனை வழங்கியது அவ்வாறே ஆகஸ்டு 18ஆம் நாள் கட்டபொம்மனுக்குக் கலெக்டர் கடிதம் எழுதினார். அதில், கட்டபொம்மன் தப்பிக்க வேண்டுமானால் செப்டம்பர் மாதம் 5ஆம் நாளுக்குள் தன்னை இராமநாதபுரத்தில் சந்திக்க வேண்டுமென்று மருட்டியிருந்தார். நிருவாகக் குழுவின் ஆலோசனையின் பேரில் வந்த இந்தக் கடிதத்தைக் கட்டபொம்மன் அலட்சியம் செய்யாமல் கலெக்டரைப் பேட்டி காண முடிவுசெய்தார்.

கலெக்டர் ஜாக்சனுக்கும் கட்டபொம்மனுக்கும் இடையே நடந்த கடிதப் போரைக் கதைப்பாடல்களும் குறிப்பிடுகின்றன. நிருவாகக் குழுவினர் கலெக்டர் ஜாக்சனுக்கு எழுதிய கடிதத்தை,

வெள்ளைக் கடுதாசி தானெடுத்துத் துரை
மேசையின் பேரில் வைத்துக் கொண்டு
மட்டிலடங்காத கட்டபொம்முக்கு
எழுதினான் தபாலும் அச்சணமே

(பாஞ்சை: 18–19)

என்றும், இரண்டாவதாகக் கட்டபொம்மனைக் கையோடு அழைத்து வரும்படி எழுதிய கடிதத்தை,

வாடா வாடா டைலாத்து நீங்கள்
ரெண்டு பேர்கள் வாங்க என்றான்
கட்டபொம் மென்கிற துட்டனையும்
கையோட கூட்டி வாங்களென்றான்.

(பாளை: 109–110)

என்றும். மூன்றாவதாக ரெவினியு போர்டின் ஆலோசனையின்படி எழுதிய கடிதத்தை,

ரெவினியூ போர்ட்டுத் துரையவர்கள் நல்ல
மன்னும் பார்த்துமே அச்சணமே
வெள்ளைக் கடுதாசி தானெடுத்துத் துரை
மேசையின் பேரில் வைத்துக் கொண்டு
பதினாறு நாளைக்குள்ளாகப் பொம்மை
ராமநாதபுரம் கச்சேரியில்
ஆசராகச் செய்து கட்டபொம்மை
அதட்டிப் பகுதியை வாங்க வேணும்
ஆசிராகாவிட்டால் பாளையங்கோட்டை
கமாண்டிங் ஆபிசரைக் கேட்டல்லவோ
பட்டாள முதவியைப் பெற்றல்லவோ பொம்மை
பந்தோபஸ்த்துச் செய்ய வேணுமென்று
கெவுன்மென்று உத்தரவு வந்திருக்கு தென்று
எழுதிவிட்டார் சாக்சன் துரையவருக்கு

(பாஞ்சை: 7–13)

என்று பாஞ்சை ஏடு குறிப்பிடுகின்றது.

கடிதப் பகுதியை வரலாற்று நூல்கள் முழுமையாகத் தருவதைப் போலக் கதைப்பாடல்கள் தரவில்லை. ஆனால், கட்டபொம்மனை ஜாக்சன் இராமநாதபுரம் புறப்பட்டு வர நிர்ப்பந்தம் செய்தது, பகுதிப் பணத்தை உடனே கட்ட அறிவுறுத்தியது ஆகிய அடிப்படைச் செய்திகள் கதைப்பாடல் களில் காணப்படுகின்றன.

கலெக்டர் எழுதிய கடிதங்களுக்குக் கட்டபொம்மன் எவ்விதப் பதிலும் கொடுக்கவில்லை என்று மட்டுமே வரலாற்று ஆசிரியர்கள் குறிப்பிடுகின்றனர். கலெக்டரின் கடிதங்கள் கட்டபொம்மனுக்குக் கிடைத்தனவா? கிடைத்தபோது ஏன் பதில் எழுதவில்லை?

கடிதங்களில் உள்ள "கீழ்ப்படிதல்","பாளையம் பறிமுதல்" போன்ற சொற்கள் கட்டபொம்மன் உள்ளத்தில் எத்தகைய உணர்வுகளைத் தோற்றுவித்தன? அதன் மூலம் எத்தகைய முடிவிற்கு அவர் வந்தார். அத்தகைய அரசியல் முடிவுகள் எவ்வாறு எடுக்கப்பட்டன? போன்ற வினாக்களுக்கு வரலாற்று ஆவணங்களில் பதில் கிடைக்கவில்லை. கதைப்பாடல்களில் இவற்றிற்கு விடைகளைக் காணமுடிகின்றது.

மருட்டும் வகையில் ஜாக்சன் எழுதிய கடிதம் கண்டு, கட்டபொம்மன் பெரும் சினம் கொண்டதை,

தீராதி தீரன் திசைவீர பாண்டியர்க்
கதிக கோபங்கள் தானாகி
பூமிநடுங்கிட கொர்சினை செய்திட்டான்
பொல்லாத கட்டபொம் மேந்திரன்
(பாஞ்சை: 23–24)

என்றும் கலெக்டரை மதியாமல் அலட்சியப்படுத்தியதை, "முப்பது பொன் பெத்த சம்பளக்காரனை நானென்ன சந்திப்புக் காண்கிறது"(பாளை:139) என்றும் பாடல்கள் சுட்டுகின்றன. கடிதம் வந்தபோது கட்டபொம்மன் தன்னிச்சையாக முடிவு எடுக்கவில்லை. தம்பியர், மாப்பிள்ளைமார், மாமன் புலிக்குத்தி நாயக்கர், தானாபதி ஆகியோருடன் கலந்தே முடிவு எடுக்கின்றார் (பாளை 20–22). "ரெவின்யூ போர்டின்" அறிவுரையோடு மூன்றாவது கடிதம் வந்ததால், "என்னதான் நம்மையும் செய்கிறான் என்று பார்த்து வருவோம்" என்று தானாபதியும் (பாஞ்சை: 35), "சந்தோசமாகவே பேட்டி தந்தால் நம்மள் சலாமென்றுமே பேட்டி செய்வோம், மாயைகள் வஞ்சனை செய்தக்கால் வலு மண்டை சிதற உடைப்பன்" என்று ஊமைத்துரையும் (1960:6) கூறியதாகக் கதைப்பாடல்கள் குறிப்பிடுகின்றன. இவற்றிலிருந்து ஜாக்சன் மருட்டும் வகையில் எழுதியதைக் கண்டு கட்டபொம்மன் அஞ்சாது சினம் கொண்டார் என்பதையும் பேட்டியில் என்னதான் நடக்கிறதென்று பார்த்து வருவோம் என்று உறுதிகொண்டதையும் கலெக்டர் ஏதேனும் சதிசெய்தால் அதனையும் சந்திக்கும் மனத்திட்பத்தோடு சென்றார் என்பதையும் கதைப்பாடல்கள் உணர்த்துகின்றன.

கதைப்பாடல்கள் தரும் கட்டபொம்மனின் இந்த உணர்வுகளை அறியாமல் சிரஞ்சீவி, "கலெக்டரின் கடிதம் கண்டு கட்டபொம்மன் திகிலடைந்து, மேலும் காலதாமதம் செய்தால் தன்னுடைய பாளையப்பகுதிக்கு ஆபத்தாக முடியும் என்று பயந்து சந்திக்க முடிவு செய்தார்" என்று கூறுகிறார். கலெக்டரைப் பேட்டி காண கட்டபொம்மன் அஞ்சாது சென்றார் என்று

கதைப்பாடல் கூறும் செய்தியே அவர் கும்பினி நிருவாகத்திற்கு எழுதிய கடிதத்திலும் உள்ளது (R.C.Vol.88.P.3105). ஒடுக்கவும் அடிமைப்படுத்தவும் நினைக்கும் மேலாதிக்கத்தை எதிர்க்கும் வீரனின் மனநிலையை ஆவணச் சான்றுகள் மூலம் எளிதில் அறிய முடியாது. கதைப்பாடல்களே அந்த வீரன் ஆதிக்கச் சக்திகளோடு, சந்தர்ப்பம் ஏற்படும்போது மோதுவதற்கும் தயாராக இருக்கும் மனப்போக்கை நுண்மையாக உணர்த்துகின்றன.

கட்டபொம்மன் ஜாக்சனைப் பேட்டிகாண புறப்பட்டதை வரலாற்று ஆசிரியர்கள் "கட்டபொம்மு நாயக்கர் ஆகஸ்டு மாதம் 31ஆம் நாள் கலெக்டரைத் திருக்குற்றாலத்தில் கண்டுபிடித்தார்" என்று ஒரு வரிச் செய்தியாகச் சொல்லிச் செல்கின்றனர். ஒரு பாளையக்காரர் பேட்டிக்கு எவ்வாறு தயாராகிறார் என்பதை அவர்கள் விளக்கிச் சொல்லவில்லை. முகலாயப் பேரரசு ஆட்சிக் காலங்களில் அவர்களுக்குக் கீழே இருந்த பிரபுக்கள், ஜமீன்கள், படைத்தலைவர்கள், படைவீரர்கள் ஆகியோருக்கு அரசு நிகழ்ச்சிகளின்போதும் கொலுமண்டபத்தில் கூடும்போதும் கடைப்பிடிக்க வேண்டிய ஒழுங்குமுறைகள் இருந்தன. பேரரசர் கொலுவீற்றிருக்கும்போதும் வேறு பல பொது நிகழ்ச்சிகளின்போதும் அவரவர் பெற்றிருந்த பதவி மதிப்பிற்கு ஏற்ப, முன் வரிசையிலிருந்து பின் வரிசை வரை ஒழுங்கு முறையுடன் அமர வேண்டும். பேரரசர் ஊர்வலமாகச் செல்லும் போது அவர் யானைமீது அமர்ந்து செல்வாரானால், அவரைத் தொடர்ந்து பிரபுக்கள் குதிரையில் செல்வர், அரசர் குதிரையில் பயணம் செய்தால் அவர்கள் கால்நடையாக நடந்து செல்வர். அரசருக்குக் கீழே உள்ள அதிகாரிகள் எந்த நிற ஆடையை எந்த வகையில் உடுக்க வேண்டும் என்ற ஒழுங்கு முறையும் இருந்தது, மைசூர் அரண்மனைச் சுவரோவியத்தில் இதனைக் காணலாம். இந்த விதிமுறைகளும் கட்டுப்பாடுகளும் மிக நுட்பமாக இம்மியளவும் பிறழாது கடைப்பிடிக்கப்பட்டன. இதனைப் போலவே பாளையக்காரர்கள் அரண்மனையை விட்டுப் புறப்படும்போது சில வழக்கங்களும் மரபுகளும் ஒழுங்கு முறைகளும் நடைமுறையில் இருந்தன. அவற்றை வரலாற்று ஆசிரியர்கள் குறிப்பிடவில்லை. ஆனால் கதைப்பாடகர்கள் குறிப்பிடுகின்றனர். கட்டபொம்மன் பேட்டிக்குப் புறப்பட்ட போது கடைப்பிடிக்கப்பட்ட ஒழுங்கு முறைகளைக் கட்டபொம்மன் வரலாறு, பாஞ்சை ஏடு, பாளை ஏடு ஆகியவை விரித்துரைக்கின்றன.

கட்டபொம்மன் பேட்டிக்குப் புறப்படப்போகும் செய்தி அவருடைய பாளையத்தைச் சார்ந்த ஊர்க்காவல்காரர்கள்

அனைவருக்கும் 'கையோலை' மூலம் தெரிவிக்கப்படும். செய்தி அறிந்த காவலர்கள் ஒவ்வொருவரும் சிறு சிறு அளவு வீரர்களைத் திரட்டிக்கொண்டு கோட்டைக்கு வருகின்றனர். இதனை,

சேர்வைக் கம்பளத்தாருக் கெல்லாம்
சீக்கிரம் கையோலை எழுதுமென்றார்
சீக்கிரம் கையோலை தானெழுதி
வெகுசாகவே அனுப்பி விட்டார்
பட்டிக்காட்டுக் கம்பளமெல்லாம் அந்தக்
கோட்டையில் வந்து இறங்கிடவே

(பாளை: 206–208)

என்று கதைப்பாடல் குறிப்பிடுகின்றது. அவ்வாறு கோட்டையில் திரண்ட ஆயிரத்து ஐந்நூறு வீரர்களுக்கும் சலவை செய்யப்பட்ட புத்தாடைகள் வழங்கப்படுகின்றன. வாசனைப் பொடி, செந்தூரம், குங்குமம் ஆகியவற்றைக் கொண்டு நெற்றிக்குச் செந்தூரப் பொட்டுமிட்டு, நேரிய தோளுக்கு வர்ணமிட்டு, மார்பில் தாமரைப்பூ எழுதி, ஆறுமுழம் லேஞ்சியால் தலைப்பாகை கட்டி ஒப்பனை செய்யப்படுகிறார்கள். ஒப்பனையில் உள்ள குறைநிறைகளை ஒட்டப்பிடாரத்தைச் சார்ந்த தாசிகள் இருவர் அழகு மச்சம் பார்த்துக் கூறுகின்றனர். வீரர்களுக்குக் கட்டபொம்மன் பூமாலை சூட்டி, தங்க நகைகளைப் பரிசளித்து விருந்து கொடுக்கின்றார் *(பாளை: 239–271)*.

கட்டபொம்மன், பூமாலை சூடி, நெற்றியில் திருநீறு அணிந்து, நேர்த்தியாய்ச் சந்தனப் பொட்டுமிட்டு, கத்தி போன்ற புருவங்கள் கடைக்கண் இவற்றிற்கு மையிட்டு, பன்னீரிட்டு, சாந்து, சவ்வாது புனுகு அணிந்து, துப்பட்டா மேலே போட்டு, கையில் கல்கட்டு மோதிரம் அணிந்து, கண்டி, சரப்பணி, மோகன மாலைகள், வண்டிக்கடுக்கன் அணிந்து, கையில் வாளைப் பிடித்தவாறு புறப்பட்டார் என்று அவருடைய ஒப்பனையைக் கட்டபொம்மன் வரலாறு என்ற கதைப்பாடல் வருணிக்கின்றது *(1960:11–12)*. கதைப்பாடல்கள் கூறும் இந்த வருணனையின் அடிப்படையில்தான் பிற்காலத்தில் கட்டபொம்மன் உருவம் வரையப்பெற்றது.

'சாமி பராக் எச்சரிக்கை' என்று சொல்லிச் சந்திரவட்டக் குடையை முன்னே கொண்டு செல்ல, கட்டபொம்மனின் தம்பியர் குதிரையில் அமர்ந்து வர, கட்டபொம்மன் தண்டிகையிலும் அடுத்துத் தானாபதி ஒரு பல்லக்கிலும் அமர்ந்துவர, யானை, ஒட்டகம் முன்னே செல்ல, அவற்றின் மேல் முரசு, பேரிகை ஒலிக்க, வாங்கு சத்தம் முழங்க, பன்றிக்குதிரைகள் நாட்டியமாட, பாய்ச்சல் குதிரைகள் வீதி ஓரங்களில் நெருங்க *(பாஞ்சை:56–60)*,

தாசிகள் நடனம் ஆடிக்கொண்டு செல்ல (பாளை:291), வல்லயம், நேரிசம், வேல் போன்ற ஆயுதங்களுடன் படைவீரர்கள் வரிசையாகச் சூழ்ந்து வர (1960:16) கட்டபொம்மன் பேட்டிக்குச் சென்ற மரபு முறையைக் கதைப்பாடல்கள் விவரிக்கின்றன.

இத்தகைய வழக்கங்களும் ஒழுங்கு முறைகளும் தேவையற்ற ஆடம்பரம் போலத் தோன்றினாலும் அரசு இவற்றின் மூலம் சில நன்மைகளையும் அடைந்திருக்க வேண்டும். அரசனிடமிருந்து உடை, உணவு, பரிசு ஆகியவற்றைப் பெற்ற வீரர்களும் தளபதிகளும் செஞ்சோற்றுக் கடன் தீர்க்க வேண்டிய கடப்பாடு உடையவராகி விடுகின்றனர். ஆடம்பரமாக அரசர் செய்யும் பயணத்தின் போது அவருக்குக் கீழே உள்ளவர்கள் அடக்கத்தோடு நடந்து வருவதன் மூலம் அவர்கள் உள்ளத்தில் அடங்கி நடக்கும் மனப்பான்மை ஏற்பட்டு, அவர்களைப் பயபக்தியுடன் கூடிய அரசின் பற்றாளர் களாக மாற்றுகின்றது. ஆக ஓர் அரசு நடைமுறையில் கொண்டிருந்த வழக்கங்கள், மரபுகள், ஒழுங்குமுறைகள் மூலம் தனக்குக் கீழ் உள்ள அதிகாரிகளையும் மக்களையும் தன் கட்டுப்பாட்டிற்குள் வைத்திருந்ததை அறியமுடிகின்றது. எனவே கதைப்பாடல்கள் குறிப்பிடும், படைவீரர்களுக்குச் செய்த சிறப்பு, பாளையக்காரரின் ஒப்பனை, பேட்டிக்கு அணிவகுத்துச் சென்ற ஒழுங்கு முறை ஆகிய செய்திகளை வரலாற்றுக்குத் தேவையற்றவை என ஒதுக்கிட இயலாது. நுட்பமான சில வரலாற்றுக் கூறுகளை அறிய இவை உதவுகின்றன.

கட்டபொம்மன் ஊரூராக அலைந்தது

செப்டம்பர் மாதம் 5ஆம் நாளுக்குள் தம்மைப் பேட்டிகாண வரவேண்டுமென்று கட்டபொம்மனுக்குக் கடிதம் அனுப்பிவிட்டு, மூன்றாம் நாளில் ஜாக்சன் குற்றாலம் சென்றுவிட்டார். அவரைச் சந்திக்க கட்டபொம்மன் குற்றாலம் சென்றபோது பேட்டி கொடுக்க மறுத்துச் சொக்கம்பட்டி, சிவகிரி, சேத்தூர், திருவில்லிபுத்தூர், பேரையூர், பாவாலி, பள்ளிமடை, கமுதி முதலிய இடங்களுக்கு அலைக்கழித்து இறுதியில் இராமநாதபுரத்தில் சந்தித்தார்.

கலெக்டரைப் பின் தொடர்ந்து கட்டபொம்மன் சென்ற ஊர்களின் பெயர்ப் பட்டியலை மட்டுமே வரலாற்று ஆசிரியர்கள் கொடுத்துள்ளனர். கட்டபொம்மனும் அவருடைய தம்பியரும் தானாபதியும் படைத்தலைவர்களும் எத்தகைய எண்ணத்தோடு கலெக்டரைச் சந்திக்கப் புறப்பட்டனர்? ஏன் அவரை ஊரூராகப் பின்தொடர்ந்தனர்? செல்லும்போது வழியில் அவர்களுடைய நடவடிக்கைகள் எவ்வாறு இருந்தன? கட்டபொம்மனின் செயல்குறித்து ஜாக்சன் என்ன நினைத்தார்?

என்பன போன்ற செய்திகளை வரலாற்று ஆசிரியர்கள் விரிவாகக் குறிப்பிடவில்லை. ஆவணச் சான்றுகளையும் வெளிநாட்டாரின் வரலாற்று நூல்களையும் மட்டுமே ஆதாரங்களாகக் கொண்டு எழுதப்பட்ட வரலாற்று நூல்களில் இத்தகைய செய்திகள் இடம் பெறாமல் போனது வியப்பில்லை. ஆனால், காவிய நாயகன் காலத்தில் வாழ்ந்த கதைப்பாடகர் இந்தச் செய்திகளை மிக விரிவாகப் பாடியிருக்கின்றார்.

கட்டபொம்மன் எத்தகைய முடிவோடு எவ்வாறு பேட்டிக்குப் புறப்பட்டார் என்பதை நாம் முன்னமே குறிப்பிட்டுள்ளோம். படைவீரர்களுடைய அணிவகுப்புடன் பேட்டி காணக் கட்டபொம்மன் குற்றாலம் வருவதைக் கண்டு ஜாக்சன், "சந்திப்புச் செய்யவும் வந்ததில்லை இவன், சண்டை முயற்சியால் வந்திருக்கான்" *(1960:17)* என்று கூறுவதாகக் கட்டபொம்மன் வரலாறு என்ற கதைப்பாடல் குறிப்பிடுகின்றது. எத்தகைய பிரச்சனைகளையும் எதிர்கொள்ளும் வலிமையோடு கட்டபொம்மன் வந்திருப்பதையும் திருநெல்வேலிப் பகுதியில் கட்டபொம்மனைச் சந்திப்பது தமக்குச் சாதகமாக இருக்காது என்பதையும் கலெக்டர் உணர்ந்துகொண்டார். எனவே, கட்டபொம்மனைப் பாதுகாப்பாக இராமநாதபுரம் கொண்டு செல்ல வேண்டும் என்று அவர் நினைத்தார். இராமநாதபுரத்தில் தான் பேட்டி தரப்படும் என்று கண்டிப்பாகக் கூறிவிட்டால் கட்டபொம்மன் திரும்பிச்சென்றுவிடுவார் என்று நினைத்தே ஒவ்வொரு ஊராகக் குறிப்பிட்டுப் பின்தொடரச் செய்தார். ஜாக்சனின் இந்தச் சதியை, "நயவஞ்சகமாய்த் தானுரைத்துத்துரை, நடந்தான் சாலை வழிபார்த்து" *(1960:19)* என்று கதைப்பாடல் குறிப்பிடுகின்றது.

பேட்டி காணவந்த கட்டபொம்மன் பதற்றமோ கலக்கமோ இன்றித் தெளிவான மன வலிமையோடு இருந்தார். குற்றாலத்தில் கட்டபொம்மன் எவ்வாறு இருந்தார் என்பதைக் கதைப்பாடல்,

> நன்னகர் பொன்னகர் குற்றால நாட்டினில்
> மன்னன் கட்டபொம்மு வந்தனராம்
> சன்னிதி வாசலில் முன்பாக அங்கே
> சகல பேர்களும் அன்பாக
> பத்தியாய்க் குற்றால நாதர் தெரிசனம்
> பார்த்துச் சிந்தைமனம் பூரித்திட்டார்
> விஸ்தாரக் கூடாரம் போட்டனராம் சற்றே
> வேடிக்கை யாய்ச்சபை செய்தனராம்
> குத்துக்கால் வெள்ளி விலாசம் பூச்சரமா
> முத்துச் சித்திரக் கூடார வுல்லாசம்
> மெத்தை விரித்து ஓலகு வைத்து அங்கே

வீற்றிருந்தான் கட்டபொம் முதுரை
சின்னத் துரையும் சிவத்தய்யா முத்தய்யா
சேகரக் கார ரனைவோரும்
கர்ணன் தானாபதிப் பிள்ளையுடன் படை
மன்னரெல்லாம் மகிழ்ந்திருந்தனர்
சன்னதி வாசலில் கட்டபொம்மு துரைச்
சமத்தன் வந்து கொலுவிருக்க

(1960:16)

என்று குறிப்பிடுகின்றது. குற்றால அருவியில் நீராடி, குற்றால நாதரை வழிபட்டு, ஆலயத்தின் பூசைக்கு நிதி வழங்கி, தென்காசியிலிருந்து தாசியரை வரவழைத்து நாட்டிய நிகழ்ச்சி கண்டு மகிழ்ந்து, சிவகிரி சென்றபோது மலையில் வேட்டையாடி *(பாஞ்சை: 137–190)*, வழியில் சிலம்பாட்டம், ஒயிலாட்டம், சேவல்போர் ஆகியனவற்றைக் கண்டுகளித்து, சொக்கட்டான் விளையாடி *(1960:27)*, மகிழ்ச்சியுடன் கட்டபொம்மன் அஞ்சாது சென்றார் என்று கதைப்பாடல்கள் குறிப்பிடுகின்றன. கலெக்டர் சதித்திட்டத்தோடு அழைத்துச் செல்வதை அறிந்தே கட்டபொம்மன் பின் தொடர்ந்தார் என்பதை, "வாவென்று பேட்டிகள் தான்கொடுத்த துரை மனதில் கபடம் தானினைத்து" *(பாஞ்சை: 84)* என்றும்,

சாக்சன் சொன்ன சமுசாரமெல்லாம்
பிள்ளை மகனும் உரைத்திடவே
திக்குவிச யன்தான் கட்டபொம்மேந்திரன்
தீரனும் கேட்டுமே கோபம தாய்
போனால் போகட்டும் பிள்ளைமகனே நாம்
போகலாம் குற்றாலநாதர் முன்பு

(பாஞ்சை: 91–93)

என்றும் பாஞ்சை ஏடு குறிப்பிடுகின்றது.

கதைப்பாடல் தரும் மேற்கூறிய செய்திகளை அறியாத சிலர் கலெக்டரைப் பின் தொடர்ந்து கட்டபொம்மன் ஊரூராகச் சென்றது இழிவான செயல் என்று எழுதியுள்ளனர். "ஜாக்சன் கடிதத்தின் தோரணை கட்டபொம்மனுக்கு எத்தகைய அச்சத்தை எழுப்பியதோ தெரியாது. 5ஆம் தேதி வரையில் பொறுத்திருக்க மாட்டாமல் சீக்கிரமே பேட்டி கண்டுவிடக் கட்டபொம்மன் அவசரப்படலானான்" என்று சிரஞ்சீவியும் "அவன் ஒரு சுத்த வீரனாக இருந்திருப்பானேயானால் குற்றாலத்தை நோக்கித் திரும்பிக் கூடப் பார்த்திருக்கமாட்டான்" என்று ந. ராசையாவும் "மானம் போனாலும் பரவாயில்லை, தன் பதவி போய்விடக் கூடாது என்று அவன் பேட்டி காண்பதில் உறுதியாக நின்றான்"

என்று தமிழ்வாணனும் குற்றம் சாட்டியுள்ளார். இவர்கள் கட்டபொம்மன்மீது மாசு கற்பிக்க வேண்டும் என்ற நோக்கத்துடன் இவ்வாறு கூறியுள்ளனர். கலெக்டரைக் கட்டபொம்மன் ஊரூராகப் பின்தொடர்ந்தது தொடர்பான கேள்வியும் அதற்குரிய பதிலும் கதைப்பாடல்களில் காணப்படுகின்றன. இராமநாதபுரத்தில் கட்டபொம்மனைச் சந்திக்க வந்த கோபாலய்யர்,

பெரிய வகுத்துப் பிள்ளையல்லோ
போர்பெத்த பாண்டியன் பொம்முதுரை
... ...

இந்தத் துக்காணி சாகுசன் சென்னலைக்
காணவும் இத்தனை தூரம் நடக்கணுமோ ?

என்று கட்டபொம்மனிடம் கேட்கிறார் (பாளை: 439–441). அதற்குக் கட்டபொம்மன் "பாஞ்சாலங்குறிச்சியிலிருந்து புறப்பட்டுவந்து பேட்டி காணாமல் திரும்பிச் சென்றால் எட்டையாபுரத்தான் இழிவாகப் பேசுவான், அதைக் கேட்டுக்கொண்டு நான் உயிரோடு இருக்க முடியாது" என்று சொன்னதாகக் கதைப்பாடல் கூறுகிறது (1960:31). "பனை மரத்திலேயேறலாமோ யேறிப் பாளை தொடாமலிறங்கலாமோ? பார்த்து வந்தோம் இந்த மட்டும் இனிப்பிந்தி ஆலோசனை செய்யலாமா ? நியாயமாகப் பேட்டி தந்தால் பார்ப்போம் இல்லையென்றால் சற்றே ஒரு கை பார்ப்போம்" என்று ஊமைத்துரை கூறியதாகக் கதைப்பாடல் குறிப்பிடுகின்றது (1960:32). சிரஞ்சீவி, ராசையா, தமிழ்வாணன் முதலியோரின் கேள்வியும் அதற்குரிய பதிலும் கதைப்பாடல்களில் உள்ளன.

கட்டபொம்மன் இருபத்து மூன்று நாள்களாகக் கலெக்டரைப் பின் தொடர்ந்து இறுதியில் 1798ஆம் ஆண்டு செப்டம்பர் மாதம் 9ஆம் நாள் இராமநாதபுரம் வந்துசேர்ந்தார். இராமநாதபுரத்தில் நடைபெற்ற நிகழ்ச்சிகளைப் பின்வருமாறு பட்டியலிடலாம். அவை வருமாறு.

- பேட்டி காண வருமாறு கட்டபொம்மனை ஜாக்சன் அழைத்தல்
- கட்டபொம்மன், தானாபதி, ஊமைத்துரை மூவர் மட்டுமே உள்ளே செல்ல அனுமதித்து, ஏனை வீரர்களை வெளியில் தடுத்து நிறுத்துதல்
- பேட்டியின் போது பாளையக்காரருக்கு உரிய மரியாதையை ஜாக்சன் கொடுக்க மறுத்தல்

- கட்டபொம்மன்மீது கலெக்டர் குற்றம் சாட்டுதல்
- கட்டபொம்மன் மறுத்தல்
- கலெக்டர் எழுதிய கடிதங்கள் வாசிக்கப்பெற்று அவை கிடைத்தனவா என்று விசாரித்தல்
- சென்னையிலிருந்து உத்தரவு வரும் வரை கட்டபொம்மன் கோட்டைக்குள்ளேயே தங்க வேண்டுமென்று ஜாக்சன் நிர்ப்பந்தம் செய்தல்
- கீழே சென்று வருவதாகக் கூறி, கட்டபொம்மன் கோட்டையை விட்டு வெளியேற முயலுதல்
- கோட்டை வாசலில் ஏற்பட்ட மோதல்
- துணைத் தளபதி கிளார்க் கொல்லப்படுதல்
- கட்டபொம்மனின் வீரர்கள் இராமநாதபுரம் கடைகளைச் சூறையாடல்
- தானாபதி பிடிபடல்

இந்த நிகழ்ச்சிகள் குறித்துக் கதைப்பாடல்கள் என்ன கூறுகின்றன ? வரலாற்று நூல்கள் என்ன சொல்கின்றன ? கதைப் பாடலில் காணப்படும் செய்திகள் வரலாற்று நூல்கள் தரும் செய்திகளோடு ஒன்றுபடுகின்றனவா ? வேறுபடுகின்றனவா ? அவ்வாறு வேறுபடுமாயின் அவற்றிற்குரிய காரணங்கள் யாவை ? என்று ஒப்பிடலாம்.

ஒன்றுபடும் நிகழ்ச்சிகள்

ஜாக்சனைப் பேட்டிகாண வந்தபோது கட்டபொம்மன், தானாபதி, ஊமைத்துரை ஆகிய மூவர் மட்டுமே கோட்டைக்குள் அனுமதிக்கப்பட்டனர் என்றும் ஏனையோர் வாசலில் தடுத்துத் தாக்கப்பட்டனர் என்றும் கட்டபொம்மன் கும்பினி நிருவாகத்திற்கு எழுதிய கடிதத்தில் குறிப்பிட்டுள்ளார் இதனை, “உங்கள் மூன்று பேர் தன்னையுங் கூட்டிவரும்படி மூர்க்கவான் சாக்சன் தானுரைத்தான்” *(1960: 32)* “மாறியடித்தானே பாராக்காரன் அந்த வாசலுக் கப்புறம் போகாமல்” *(1960:32)* என்று கட்டபொம்மன் வரலாறு கூறுகின்றது. கோட்டை வாயிலில் ஏற்பட்ட மோதல், அங்குத் துணைத் தளபதி கொல்லப்பட்டது, தானாபதி பிடிபடல் ஆகியவை குறித்துக் கதைப்பாடல் கூறும் செய்திகள் (பாளை ஏடு:*509–526*) வரலாற்று ஆவணச் செய்திகளோடு *(1873:16)* ஒன்றுபடுகின்றன.

கதைப்பாடல்களில் வேறுபடும் செய்திகள்

பிற பாளையங்களில் எல்லை மீறிய செயல்

பேட்டியின் போது கலெக்டர் கேட்ட கேள்விகளையும் அதற்குக் கட்டபொம்மன் சொல்லிய பதில்களையும் பாடகர்,

ஆத்தூரிலாறு மங்கலத்தை உனக்கார் கொடுத்தது கட்டபொம்மு ?
எனக்கு நானே கொடுத்தல்ல லின்னமொருவர் கொடுப்பதுண்டோ ?
அருங்குளத்திலே கம்பங்கதிரை நூறுகட்டுகளே னெடுத்தாய் ?
காடைக் கிரையில்லை நானெடுத்தேன் கன்னங்களவா வழிப்பறியா ?
எப்போது வென்றான் காட்டுநாயக்கன் பட்டி எல்லையில் மேய்ந்த
மாட்டைப் பத்தலாமா ?
காட்டையுழுதிடத் தானே தேனுங் காரணமில்லாமற் பத்து வேனோ ?
எட்டையாபுரம் பண்ணை மாட்டை எதற்குப் பத்தினீர் பத்தலாமா ?
பிள்ளைப் பாலுக்காகப் பத்தின தல்லாமற் பேதகஞ் செய்வேனோ
கட்டபொம்மு ?
எங்கட்களித்திடுங் கப்பங்களை ஏழுவருட மேனளிக்கவில்லை ?
வானம்பொழிய முப்போகம் விளையுது மன்னனென் காணிக்கு ஏது
பணம் ?

என்று நேருக்கு நேர் உரையாடுவது போன்று பாடியுள்ளான் *(1972:42)*.

ஜாக்சனைக் கட்டபொம்மன் சந்தித்து உரையாடிய நிகழ்ச்சியைக் கட்டபொம்மன் கூத்து *(1972:42)*, பாளை ஏடு *(477–500)* ஆகியவை ஒரு நாடகக் காட்சி போல் சித்திரித்துள்ளன. கட்டபொம்மன் கதைப்பாடல்கள் மக்கள்முன் நிகழ்த்தப்படும் போது கதை கேட்பவர்களின் ஆர்வத்தைத் தூண்டி, அவர்களைக் கதையோடு ஒன்றச் செய்வதற்காகப் பாடகன் இத்தகைய ஏட்டிக்குப் போட்டியாகப் பதிலுடன் கூடிய நாடக உத்தியைக் கையாண்டுள்ளான். மேலும், இந்நாட்டு மன்னர்களிடம் இத்தகைய கேள்வியைக் கேட்க கும்பனியாருக்கு எந்த உரிமையும் இல்லை என்னும் உணர்வையும் காவியநாயகனின் வீரத்தையும் இந்த இடக்கான பதில் மூலம் பாடகன் வெளிப்படுத்துகின்றான். கதைப்பாடல் குறிப்பிடும் இந்தப் பதில்கள் வரலாற்று உண்மைக்குப் புறம்பானவை. கலெக்டருடைய குற்றச்சாட்டுகள் மெய்ப்பிக்கப்பட்டால் தாம் அதற்குப் பொறுப்பேற்றுக் கொள்வதாகவே கட்டபொம்மன் கூறியிருக்கின்றார். கும்பனிக்கு அவர் எழுதிய கடிதத்திலும் இவ்வாறே குறிப்பிட்டுள்ளார், தி.நா. சுப்பிரமணியன், கணபதியா பிள்ளை ஆகியோரும் கட்டபொம்மனின் கடிதச் செய்தியையே சுட்டிக் காட்டியுள்ளனர்.

பகுதிப் பணம் குறித்த வேறுபாடு

கலெக்டர் பகுதி நிலுவைத்தொகை குறித்துக் கட்டபொம்ம னிடம் கேட்டபோது "வானம் பொழிந்தது பூமி விளைந்தது மன்னவன் காணிக்கை ஏன் கொடுக்கேன்" என்று கூறியதாகக் கதைப்பாடல் குறிப்பிடுகிறது (பாளை: 448). இந்தக் கருத்தையே, "உறுதியை இறுதியாக அறுதியிட்டுச் சொல்கிறேன், வரி செலுத்தும் வழக்கம் எமக்கு என்றும் இல்லை" என்று ஜெகவீரபாண்டினாரும் "வரி கொடுக்கும் வழக்கம் எங்கள் வம்சத்தில் இல்லை. அன்னியனுக்கு அடங்கி வாழ்வது எமது அரச மரபுக்கு இழுக்கு" என்று ம.பொ. சிவஞானமும் குறிப்பிட்டுள்ளனர்.

கட்டபொம்மன் வரிப்பணம் செலுத்தாமல் காலம் கடத்தியது உண்மையே. இதனைக் கால்டுவெல், தி.நா. சுப்பிர மணியன், கணபதியா பிள்ளை முதலியோரும் சுட்டியுள்ளனர். கும்பனியாருக்கு எதிராகக் கட்டபொம்மன் உருவாக்கி வரும் கூட்டணி வலிமை அடைவதற்கு முன் வரி கொடுக்க மறுக்கும் திடீர் முடிவை அவர் விரும்பவில்லை. பேட்டி கலவரத்தில் முடிந்ததால் தான் கொண்டு வந்த பணத்தைச் செலுத்த முடியவில்லை என்று கட்டபொம்மன் அரசுக்கு எழுதிய கடிதத்தில் குறிப்பிட்டுள்ளார் (*R.C. Vol. 88, p. 3111*). இது வெள்ளையரை ஏமாற்றும் உத்தி எனலாம். பின்னரும் கட்டபொம்மன் இறுதிவரை வரிப்பணம் கொடுக்க மறுத்தும் அதனால் தூக்குத் தண்டனையை அடைந்ததும் மக்கள் நன்றாக அறிந்த செய்தியாகும். எனவே, கட்டபொம்மன் பேட்டியின் போது வரிப்பணம் செலுத்த மறுத்தார் என்று கதைப்பாடகர் பாடியுள்ளார்.

கட்டபொம்மு பேட்டியின் போது திடீரென்று வெளியேறும் முடிவை எடுத்ததற்குக் காரணங்கள் பல சொல்லப்படுகின்றன.

கலெக்டர் சொன்ன காரணம்

பேட்டியின் போது, கட்டபொம்மனுக்கு எழுதப்பட்ட கடிதங்கள் சென்று சேர்ந்தனவா என்பதை அறியும் வகையில் ஒவ்வொரு கடிதமாக வாசிக்கப்பட்டது. அதில் மே மாதம் 23ஆம் நாளிட்டுக் கலெக்டர் எழுதியிருந்த கடிதத்தில் "கட்டபொம்மன் உடனே தன்னை இராமநாதபுரத்தில் வந்து சந்திக்க வேண்டும், இல்லையென்றால் அவருடைய பாளையம் பறிமுதல் செய்யப் படும்" என்ற வாசகத்தை வாசிக்கக் கேட்டபோது கட்டபொம்மன் தோற்றத்தில் மாற்றம் ஏற்பட்டது. உடனே கீழே சென்று வருவ தாகச் சொல்லி வெளியேறிவிட்டார் என்று கவர்னருக்கு ஜாக்சன் எழுதிய கடிதத்தில் குறிப்பிட்டுள்ளார். இந்தக் கருத்தையே

தி.நா. சுப்பிரமணியனும் "கட்டபொம்முவுக்குக் கூட இவ்விதம் எழுத ஒருவருக்குத் தைரியம் உண்டா? என்று அக்கடிதத்தை எழுதிய கலெக்டர்மீது அவருக்குப் பிரமாதமான கோபம் வந்தது. மேற்கொண்டு அங்கே தங்கினால் தமக்கு ஏதேனும் தீங்கு உண்டாகும் என்று நினைத்து, இனி ஒரு க்ஷணமும் இவ்விடம் தங்கக் கூடாது என்று தீர்மானித்தார். அதனால் அவர் ஜலபாதை கழித்து வரச் சிறிது வெளியிற் செல்ல வேண்டும் என்று கலெக்டரிடம் அனுமதி கேட்டார்" என்று எழுதியுள்ளார்.

கலெக்டர் எழுதியுள்ளது போல 23ஆம் தேதி கடிதத்தை வாசிக்கக் கேட்டுக் கட்டபொம்மன் கலக்கம் அடைய வேண்டிய தேவையில்லை. இந்தக் கடிதத்தைக் கட்டபொம்மன் முன்னரே அறிந்திருந்தார். அவருக்கு இது ஒன்றும் புதிய செய்தி அன்று. இந்தக் கடிதத்தையும்கூடக் கட்டபொம்மன் பொருட்படுத்தாமல் இருந்தார். எனவே, கடிதத்தின் செய்தியால் அவர் திடீரென்று வெளியேறும் முடிவை எடுத்திருக்க வேண்டியதில்லை. ஜாக்சன் நடவடிக்கையை விசாரித்த நீதிமன்றக் குழுவினரும் இதே கருத்தையே சுட்டியுள்ளார்.

கட்டபொம்மன் சொன்ன காரணம்

இராமநாதபுரம் நிகழ்ச்சி குறித்து டேவிசனுக்குக் கட்டபொம்மன் எழுதிய கடிதத்தில், "உமது நடவடிக்கை குறித்து அரசிற்கு எழுதியிருக்கிறேன், அங்கிருந்து பதில் வரும்வரை அரண்மனையில் உமக்காக ஒதுக்கப்பட்டுள்ள அறையில் தங்க வேண்டுமென்று கலெக்டர் என்னிடம் கூறினார். அப்போது அவர் அருகே நின்ற இரு வீரர்களை என்னைக் கைது செய்யும் நோக்கில் அனுப்பினார். அவர்கள் என்னை நோக்கி வருவதைப் பார்த்தேன் . நான் அந்த இடத்தை விட்டு வெளியே வந்தேன். அவ்வேளை இரண்டு மூன்று வீரர்கள் எதிர்நோக்கி வந்து என் ஆடையைப் பற்றி வெளியில் செல்லாதவாறு இழுத்துத் தள்ளினர். என்னுடைய ஆட்கள் அவர்களை விரட்டியடித்தனர். நான் நேராக வெளிவாயிலைச் சென்று அடைந்தேன்" என்று கூறியுள்ளார் *(R.C. Vol. 88, pp. 3105–3106).*

கணபதியாப் பிள்ளையும் "கட்டபொம்முவைப் பாம்பேர் வீட்டில் தங்க வைக்க ஏற்பாடு செய்யுமாறு மார்ட்டின் என்பவரிடம் சாக்சன் கூறினார். சாக்சன் பேச்சைக் கவனித்துக் கொண்டிருந்த தானாபதி, இது தங்களைச் சிறைபிடிக்கும் செயல் என்று எண்ணிக் கட்டபொம்முவிடம் சைகை மூலம் உணர்த்தினார். அவர் உடனே வெளியேறினார்" என்று கூறுகின்றார். கட்டபொம்மனுக்கு நேரப்போகும் இன்னலைக் கோபாலய்யர் சைகை மூலம் உணர்த்தியதால் அவர் உடனே

வெளியேறினார் என்று கதைப்பாடல்கள் குறிப்பிடுகின்றன. இதனை, "அவன் பாசையுடனே பிடிக்கச் சொன்னான் இவன் கண்ணைச் சிமிட்டினான் கோபாலையன்" என்று பாளை ஏடு *(502)* சுட்டுகின்றது.

ஆக, கட்டபொம்மனைக் கலெக்டர் கைது செய்யத் திட்டமிடுவதை அறிந்து அவர் வெளியேறினார் என்ற கருத்தே நம்புதற்கு உரியதாகவும் ஏற்றுக்கொள்ளக் கூடியதாகவும் உள்ளது. "பாளையம் பறிமுதல் செய்யப்படும்" என்ற கடிதச் செய்திகேட்டு, அவர் வெளியேற வேண்டிய தேவையில்லை.

பேட்டியிலிருந்து வெளியேறிய கட்டபொம்மன் தன்னுடைய தம்பியர், மைத்துனர் சூழ வெளிக்கோட்டையை அடைந்தபோது வாயில் அடைக்கப்பட்டு இருந்தது. கட்டபொம்மனைத் துணைத் தளபதி கிளார்க் *(lieutenant Clarke)* திரும்பிப் போகும்படி கூறினார். கோட்டையின் திட்டிவாயில் தாழிடப்படாததைக் கண்டு, அதன் வழியாகத் தப்பிக்கும் நோக்கில் கட்டபொம்மன் திடீரென்று தாக்குதலைத் தொடங்கினார். மோதலில் துணைத் தளபதி கிளார்க் கொல்லப்பட்டார்.

கதைப்பாடல்கள் 'கிளார்க்' என்ற பெயரைக் குறிப்பிடவில்லை. 'அவிட்டன்துரை' *(1960:36)* என்றும் 'சிங்களவன்'(பாளை ஏடு. *520)* என்றும் கூறுகின்றன. கட்டபொம்மன் தன்னுடைய கடிதத்தில் அஜூடண்டு *(Adjutant)* என்று குறிப்பிட்டிருக்கிறார். கால்டுவெல் அஜூடண்ட்டு கிளார்க் *(Adjutant Clarke)* என்கின்றார் *(1982:173).* மோதலில் துணைத் தளபதியைக் கொன்றது கட்டபொம்மன் என்று பாஞ்சை ஏடும் *(276–279)*, ஊமைத்துரை என்று கட்டபொம்மன் வரலாறும் *(1960:39)*, வெள்ளையத் தேவன் என்று கட்டபொம்மன் வில்லிசையும் *(வில்:13)* கூறுகின்றன. இராமநாதபுரம் நிகழ்ச்சி குறித்துக் கவர்னருக்குக் கலெக்டர் விரிவான அறிக்கை கொடுத்துள்ளார். அதில் கிளார்க்கைக் கொன்றது கட்டபொம்மனே என்று அவர் சுட்டியுள்ளார். கால்டுவெல், கணபதியா பிள்ளை, ஜெகவீரபாண்டியனார், தேவதாஸ் நாயுடு, குருகுகதாசப் பிள்ளை முதலிய வரலாற்று ஆசிரியர்கள் கலெக்டரின் கடிதச் செய்தியையே சுட்டியுள்ளனர். கட்டபொம்மன் கவர்னருக்கு எழுதிய கடிதத்தில் தன்னுடைய பாதுகாவலர் ஒருவரால் கிளார்க் கொல்லப்பட்டார் என்று கூறியுள்ளார். பின்னர் நடைபெற்ற விசாரணையில் கட்டபொம்மனின் கூற்றே நீதிமன்றக் குழுவினரால் ஏற்றுக் கொள்ளப்பட்டது *(R.C. Vol. 94 A : p. 557).*

மோதலுக்குப் பின் இராமநாதபுரம் கோட்டையிலிருந்து வெளியேறிய பாஞ்சாலங்குறிச்சி வீரர்கள் சீற்றம் அடங்கா

நிலையில் இராமநாதபுரம் கடைவீதிகளையும் வெள்ளையரின் உடைமைகளையும் சூறையாடினர். இதனை,

> தூத்துக்குடி வெள்ளைக் காரர்வீட்டில் கொள்ளை
> சூறை யடித்திட வேணுமென்று
> கும்பனி யாருட பொன்னுடை மைகளைக்
> கொள்ளை யடித்தானே கட்டபொம்மன்
>
> (1960:44)

என்று கட்டபொம்மன் வரலாறு குறிப்பிடுகிறது. கதைப்பாடல் கூறும் இச்செய்தியைச் சிரஞ்சீவியும் தமிழ்வாணனும் கட்டபொம்மனைக் கொள்ளைக்காரன் என்று சித்திரிக்க சான்றாகப் பயன்படுத்தியுள்ளனர். இது தவறான அணுகு முறையாகும். படைவீரர்கள் சூறையாடிய நிகழ்ச்சி எந்தச் சூழ்நிலையில் யாரைப் பழிவாங்கும் நோக்கில் நடைபெற்றது என்ற கண்ணோட்டத்தில் பார்க்க வேண்டும். ஒரு வெளிநாட்டவனால் மற்றொரு சீமையில் தங்கள் தலைவன் அவமதிக்கப்பட்டான். பகைவரால் தங்கள் உடைமைகள் கொள்ளையிடப்பட்டன. உடன் வந்தோரில் சிலர் உயிரிழந்தனர். இப்படிப்பட்ட நிலையில் கட்டபொம்மனின் வீரர்கள் அவ்வாறு நடந்துகொண்டது இயற்கையே. இந்தச் செயல் நியாயம் என்றும் வீரச் செயல் என்றும் அந்தக் காலச் சமூகம் ஏற்றுக்கொண்டதால்தான் கதைப்பாடகன் இதனை மக்கள் முன் பெருமையாகப் பாடியிருக்கின்றான். இராமநாதபுரம் நிகழ்ச்சி பற்றி விசாரிக்க நிருவாகத்தில் நியமிக்கப்பட்ட குழுவினர் இதனைப் பெரிய குற்றமாகக் கருதவில்லை. கலெக்டரும் அதிகாரிகளும் பேட்டிக்கு வந்த கட்டபொம்மனை விதிக்கு மாறாகவும் இழிவுபடுத்தும் வகையிலும் நடத்தியதால் தான் மோதலும் அதோடு தொடர்புடைய சம்பவங்களும் நடைபெற்றன. இது இயற்கையே. கட்டபொம்மன் திட்டமிட்டு இவற்றைச் செய்யவில்லை என்று நீதிமன்றக் குழுவினர் குறிப்பிட்டுள்ளனர். இந்தச் செயல் ஆங்கில அரசுக்கு எதிரான நடவடிக்கை என்றே பார்த்தல் வேண்டும். கேசவன் தன்னுடைய "கதைப்பாடல்களும் சமூகம்" என்ற நூலில் "இராமநாதபுரத்தில் வணிக நிறுவனக் கடைகளையும் தூத்துக்குடியில் வணிகர்களின் கடைகளையும் கிழக்கிந்திய வணிக நிறுவனத்திற்குச் சொந்தமான நெற்களஞ்சியங்களையும் சூறையாடிய செயல்கள் பிரிட்டன் எதிர்ப்பு நடவடிக்கைகளே" என்கிறார்.

கோட்டைக்குள் அகப்பட்டுக் கொண்ட தானாபதியைக் கைது செய்து, கலெக்டர் திருச்சிக்கு அனுப்பினார் என்று பிடிபட்ட தானாபதி பற்றிய செய்தியை ஒரு வரியில் வரலாற்று

நூல்கள் குறிப்பிடுகின்றன. ஆனால் தானாபதி தங்கிவிட்டதைக் கட்டபொம்மன் எப்போது உணர்ந்தார், அது குறித்து அவர் என்ன முடிவு எடுத்தார், தானாபதியைக் கும்பனியார் எவ்வாறு நடத்தினர் என்பன போன்ற செய்திகளைக் கதைப்பாடல்கள் விரிவாகக் கூறுகின்றன.

இராமநாதபுரம் கோட்டையை விட்டு வெளியேறிய கட்டபொம்மன் தன் படைகளோடு ஊருக்குப் புறத்தே இருந்த கன்னிமார் கோயிலுக்கு வந்து சேர்ந்து, வீரர்களைச் சரி பார்த்து, மற்றவர்களும் வரும்வரை சிறிது நேரம் காத்திருந்தார். தானாபதி வராததைக் கண்டு அவர் மேல்வீட்டிலேயே தங்கிவிட்டாரோ என்று கட்டபொம்மன் ஆலோசித்துக் கொண்டிருந்தார். திரும்பிச் சென்று மீண்டும் தாக்குதல் நடத்தித் தானாபதியை மீட்டு வரவேண்டும் என்று ஊமைத்துரை சொல்லிக் கொண்டு இருக்கும் போது, கன்னிமார் கோயில் உச்சியிலே கெவுளிப் பல்லி ஓசை செய்தது. பல்லி ஓசை கேட்ட சோதிடம் அறிந்த புலிக்குத்தி நாயக்கர், "தானாபதி உயிருக்குச் சேதமில்லை. சென்னல் துரையைப் பேட்டிகண்டு நாற்பது நாளுக்குள் பாஞ்சாலங்குறிச்சி வந்து சேர்வார்" என்று சோதிடம் கூறுகிறார் (1960:42–43). கதையின் பின் விளைவுகளை முன்னறிவிக்கவும் சிக்கலான பிரச்சனைக்குத் தீர்வு காணவும் கனவு, நிமித்தம் தொடர்பான நம்பிக்கையைக் கையாள்வது கதைப்பாடல்களின் கூறுகளுள் ஒன்றாகும். அந்த அடிப்படையில் இங்குத் தானாபதியை மீட்க மீண்டும் செல்வதா? வேண்டாமா? என்ற குழப்பமான நிலையில், வேண்டாம் என்று அவர்கள் உள்ளத்தில் மேலோங்கி நின்ற, ஆனால் வெளியில் சொல்ல முடியாத சிக்கலான முடிவிற்குப் 'பல்லி நிமித்தம்' தீர்வாக அமைகிறது. சம்பவம் நடந்த இடம் கோயில் என்பதால் அது உறுதியாகிறது.

தனியே அகப்பட்டுக் கொண்ட தானாபதியைக் கையில் கிட்டி போட்டு நெருக்கியும் நெற்றியில் கல் வைத்து வீதியில் நிறுத்தியும், துப்பாக்கிகளைக் கட்டித் தோளில் தொங்கவிட்டும் துப்பாக்கியால் இடித்தும் கும்பினி வீரர்கள் துன்புறுத்தினர் என்று கதைப்பாடல் கூறுகின்றது (1960:46). கதைப்பாடல் கூறும் இந்தக் கொடுமையான நடவடிக்கைகள் நடந்திருக்க வாய்ப்பு உள்ளது. கட்டபொம்மன் கலெக்டரின் இடத்திற்கு வந்து அவருக்குக் கீழ்ப்படியாமல், ஆங்கில அதிகாரிகளைத் தாக்கி அவர்களுக்கு உயிர்ச்சேதம் விளைவித்துத் தப்பிச் சென்றுவிட்ட செய்தி, கலெக்டருக்கும் அவரைச் சார்ந்தோர்க்கும் அடங்காத சினத்தை ஏற்படுத்தியிருக்கும் என்பதில் ஐயமில்லை. இவ்வாறு ஆத்திரமுற்ற, கொதிப்படைந்த நிலையில் பிடிபட்ட தானாபதி மேல் அவர்கள் கோபம் திசை திரும்புவது இயல்பே. எனவே, தானாபதியைக்

கும்பினியார் சித்திரவதை செய்ததாகக் கதைப்பாடல் கூறும் செய்தி ஏற்றுக் கொள்ளக் கூடியதே.

இராமநாதபுரத்தில் கட்டபொம்மன் நடந்துகொண்ட முறை குறித்து கவர்னருக்குக் கலெக்டர் அறிக்கை அனுப்பினார். அதில் கட்டபொம்மன் அரசிற்குக் கட்டுப்பட்டு நடப்பார் என்று எண்ணுவதற்கு வாய்ப்பே இல்லை. எனவே அவரை அடக்க வலிமை வாய்ந்த ஒரு படையை அனுப்ப வேண்டும்; அவருடைய பாளையத்தைப் பறிமுதல் செய்ய உத்தரவிட்டு, அவரைப் பிடித்துக் கொடுப்பவர்களுக்கு ஐயாயிரம் ரூபாய் பரிசு வழங்குவதாக அறிவிக்க வேண்டும்; கொல்லப்பட்ட துணைத் தளபதி கிளார்க் குடும்பத்தினருக்கு உதவித்தொகை வழங்க வேண்டும் என வேண்டுகோள் விடுத்திருந்தார். கதைப்பாடல்கள் இந்தக் கடிதத்தின் உள்ளடக்கத்தைக் கூறவில்லை. ஆனால், கலெக்டர் கடிதம் எழுதினார் என்பதை,

வெள்ளைக் கடுதாசி தான் கிழித்துத் துரை
மேசையின் பேரிலே வைத்துக் கொண்டு
இராமநாதபுரம் கச்சேரியில் கட்டன்
நடத்திக் கொண்ட செய்தியெல்லாம்
விபரமுடனேயும் தானெழுதி துரை
அனுப்பிட்டார் போர்ட்டு கெவுர்மெண்டுக்கே

(பாஞ்சை: 298–300)

என்று பாஞ்சை ஏடு குறிப்பிடுகின்றது.

கும்பினி நிருவாகத்தின் நடவடிக்கை

இராமநாதபுரத்தில் செப்டம்பர் மாதம் 10ஆம் நாள் நடந்த சம்பவம் குறித்துக் கலெக்டர் சாக்சன் 21ஆம் நாள்தான் கவர்னருக்குக் கடிதம் எழுதினார். அதில் கட்டபொம்மன்மீது அவர் சுமத்தி இருந்த குற்றச்சாட்டுகள் பலவற்றை நிருவாகக் குழு நம்பவில்லை. அவர்கள் ஜாக்சன் கடிதம் குறித்துத் தங்களுடைய எண்ணங்களைக் கவர்னருக்கு அனுப்பினர். அதில், "பாளையம் பறிமுதல் செய்யப்படும் என்ற கடிதம் வாசிக்கப்பட்டபோது கட்டபொம்மன் பயந்து வெளியேறினார் என்பது நம்பும்படியாக இல்லை. கட்டபொம்மன் இராமநாதபுரத்திற்கு யாதொரு முன்திட்டமும் இன்றியே வந்திருக்க வேண்டும் கச்சேரிக்கு வந்தவர் திடீரென்று தலைகீழ் மாற்றமாக ஒரு குற்றவாளியைப் போலப் புறப்பட்டுச் சென்றிருக்க முடியாது. பாளையக்காரரின் ஆட்கள் நாலாயிரம் பேர் திரண்டிருந்தனர் என்பது மிகைப் படுத்தப்பட்டதாகவே எண்ணத் தோன்றுகின்றது. இந்த நாலாயிரம் பேரும் பாளையக்காரருக்கு உதவி செய்யக் கோட்டைச் சுவரின் அருகே பல இடங்களில் மறைந்திருந்தனர்

என்று கலெக்டர் கூறுவது உண்மையாயின், இவ்வளவு பெரிய படையைக் கவனிக்காது அலட்சியமாக இருந்த 'கமாண்டிங் ஆபீசரிடம்' விளக்கம் கேட்கப்பட வேண்டும். எது எப்படியாயினும் பாளையக்காரர் மேலும் குற்றம் புரியாமல் தடுக்கவும் நிருவாகத்திற்கு எதிராகப் புரட்சியில் ஈடுபடாமல் இருக்கவும் மற்றப் பாளையக்காரர்களை எச்சரிக்கும் வகையிலும் கட்டபொம்மனுக்கு ஏதேனும் தண்டனை வழங்க வேண்டும். கலெக்டர் சிபாரிசு செய்துள்ளது போல மோதலில் உயிர் துறந்த துணைத் தளபதி கிளார்க் குடும்பத்திற்கு உதவித்தொகை வழங்க வேண்டும்"*(1982:174–175)*.

"கட்டபொம்மனை உடனே சரணடையுமாறு அறிக்கை வெளியிட்டு, அது அவருக்குக் கிடைக்குமாறு செய்து, நிருவாகம் அதன் நகலை கலெக்டருக்கு அனுப்ப வேண்டும். கட்டபொம்மனுக்குக் கலெக்டர்மீது நம்பிக்கை ஏற்படாது. ஆகையால், இந்தச் சமாதான பேச்சு வார்த்தையைத் திருச்சியில் உள்ள மேஜர் ஜெனரல் பிளாய்டுவிடம் *(Major General Floyd)* ஒப்படைத்து கலெக்டரையும் அவருடைய அதிகாரிகளையும் தலையிடாதவாறு செய்யும் தீர்மானம் உடனே அனுப்பப்பட வேண்டும். இராமநாதபுரம் நிகழ்ச்சியை முழுமையாக விசாரிக்க கர்னல் பிரெளன், கர்னல் ஓம், ஜான் காசா மேஜர் முதலியோர் அடங்கிய குழு ஒன்றை அமைக்க வேண்டும். இந்தக் குழு சுதந்திரமாகச் செயல்பட வழிவகை செய்ய வேண்டும். இராமநாதபுரம் கச்சேரியில் விசாரணை நடைபெற வேண்டும். விசாரணைக் குழு அனுப்பும் தாக்கீதை ஏற்றுக்கொண்டு, வருவாய்த் துறையில் உள்ள அனைவரும் விசாரணைக்கு ஒத்துழைக்க வேண்டும். விசாரணைக் குழுவின் முடிவை அதற்குரியவர்களிடம் அனுப்பும் அதிகாரியாகச் மேஜர் ஜெனரல் பிளாய்டே செயல்படுவது நல்லது. மார்ச்சு மாதம் 2ஆம் நாள்வரை கட்டபொம்மன் தொடர்பான காரியங்களில் கலெக்டர் செயல்படாதவாறு தடைவிதிக்க வேண்டும். இந்தத் தீர்மானத்தின் நகல் கலெக்டருக்கு அனுப்பப்பட வேண்டும்" என்று பரிந்துரைத்தனர் *(1980: 175–176)*. இந்தப் பரிந்துரையின்படி அமைக்கப்பட்ட மூவர்குழு விசாரணை நடத்தித் தங்களுடைய அறிக்கையைக் கவர்னருக்கு அனுப்பியது. அதில், "கலெக்டர் கட்டபொம்மனை ஊரூராகப் பின்தொடரச் செய்தது அவருக்கு சந்தேகத்தை ஏற்படுத்தி இருக்க வேண்டும். கலெக்டரைப் பின்தொடர்ந்து பிற பாளையக்காரர்களின் ஊர்களைக் கடந்து செல்வதை அவர் மரியாதைக் குறைவாகவும் தன்மான உணர்விற்குப் பங்கமாகவும் கருதி இருக்க வேண்டும். கட்டபொம்மனைக் கலெக்டர் அவ்வாறு ஊரூராக அழைத்துச்

செல்ல உத்தரவு இல்லை. இராமநாதபுரத்தில் கட்டபொம்மனை இழிவுபடுத்தும் வகையில் நடத்திய முறை வழக்கத்திற்கு மாறானது. இந்தச் சூழ்நிலையில் அவர் அபாயக் குரல் கொடுத்துத் தப்பிக்க முயன்றது இயற்கையே. சாட்சியங்களை விசாரித்ததிலிருந்து துணைத்தளபதி கிளார்க் கட்டபொம்மனின் ஈட்டிக்காரன் ஒருவனால் குத்தப்பட்டிருக்க வேண்டும். கட்டபொம்மன் இதைச் செய்திருக்க முடியாது என்று தெரிகிறது. எனினும் கலெக்டர் உத்தரவை நிறைவேற்றும் போது கிளார்க் இறந்ததால், அவருடைய குடும்பத்திற்கு உதவித் தொகை வழங்குவது பாஞ்சாலங்குறிச்சிப் பாளையத்திற்குப் பொறுப்பாகும். கிளார்க்கைக் கொன்ற குற்றத்திலிருந்து கட்டபொம்மன் விடுதலை பெற்றாலும் அவருடைய குடும்பத்திற்குப் பொறுப்பேற்றுக் கம்பெனிக்குக் கீழ்ப்படிந்து, செயல்படவேண்டும்" *(R.C. Vol. 94A: pp. 556–557)* என்று பரிந்துரை செய்தனர்.

இராமநாதபுரம் நிகழ்ச்சியை விசாரிக்க கவர்னர் நீதிமன்றக் குழுவை அமைத்ததை,

> ரிவினியூ போர்ட்டுக் கெவுனர் மென்டாரும் நல்ல
> மன்னனும் பார்த்துமே கோபமதாய்
> திருச்சி ராசப்பள்ளியில் தானுமிருக்கிற
> தீரன் கலெக்டர் துரையவர்க்கு
> சில்லா கலெக்டர் துரையவர்க்கு
> அவர் எழுதிய தாக்கீது என்னவெனில்
> ராமநாதபுரக் கச்சேரியில் கட்டன்
> நடத்திக் கொண்டதோர் செய்தியெல்லாம்
> பிடிபட்ட கைதியைத் தருவித்தல்லோ மிப்போ
> பிலமாய் விசாரிக்க வேணுமென்றும்
> வந்த வகைகளும் வாக்கு மூலங்களும்
> வாங்கி யனுப்பவே வேணுமென்றும்
> வெள்ளைக் கடிதாசி தான்கிழித்து துரை
> வேகமா யெழுதினார் னச்சனமே
>
> (பாஞ்சை: 301–307)

என்றும் தானாபதியைக் கவர்னர் விடுதலை செய்ய உத்தர விட்டதை,

> வாக்கு மூலங்களைப் பாங்கு செய்து துரை
> அனுப்பி விட்டார் போர்ட்டுக் கெவுனருக்கே
> மன்னனும் பார்த்துச் சந்தோஷம தாய்
> கைதியை விடுதலை செய்யும் படியாய்த்,
> தபால்ப் பெட்டியும் வந்ததையா நல்ல
> தானங்கே திருச்சிராப் பள்ளிக்கே தான்
>
> (பாஞ்சை: 330–332)

என்று பாஞ்சை ஏடு குறிப்பிடுகின்றது.

விசாரணைக் குழுவின் சிபாரிசுப்படி கும்பினி நிருவாகம் 1798 அக்டோபர் 3ஆம் நாள் ஒரு அறிக்கையை வெளியிட்டது. அதில் "கட்டபொம்மன் இராமநாதபுரம் கச்சேரிக்குப் பேட்டிக்காக வரவழைக்கப்பட்ட போது, அரசின் ஆணைக்குக் கீழ்ப்படியாமலும் அரசு அதிகாரிகளை எதிர்த்தும் கும்பினி அதிகாரியின் மரணத்திற்குக் காரணமாகிப் பல வன்முறைகளில் ஈடுபட்டும் பேட்டியிலிருந்து அரைகுறையாக வெளியேறி இருக்கிறார். இதனால் கட்டபொம்மன் இராமநாதபுரத்தில் கலெக்டரிடமாவது அல்லது திருச்சியிலுள்ள மேஜர் ஜெனரல் பிளாய்டுவிடமாவது சரணடைய வேண்டும் அரசு வழங்கியுள்ள இந்தச் சலுகையைக் கட்டபொம்மன் தமக்குச் சாதகமாய்ப் பயன்படுத்திக் கொண்டால் அவருடைய நடவடிக்கைகள் தொடர்பாக முழுமையான, நேர்மையான, ஒருதலைச் சார்பற்ற முறையில் விசாரணை நடத்தப்படும். இதற்கு மாறாக அரசின்மீது பற்றுறுதியின்றி வன்முறைக்குத் தயாராகிக் கண்மூடித்தனமாக நடந்து கொண்டால், அது அரசின் அதிருப்தியை நீடிக்க விரும்புவதே ஆகும். இதனால் அரசின் கோபத்திற்கு ஆளாகி, இறுதி விளைவுகளைச் சந்திக்க நேரிடும் என்று கடுமையாக எச்சரிக்கப்படுகிறார்" என அறிவிக்கப்பட்டிருந்தது (1873:13). இந்த அறிக்கையை நிருவாகம் கட்டபொம்மனுக்கு நேரடியாகத் தூதுவர் மூலம் அனுப்பியது.

கும்பினியாரின் அறிக்கை கிடைத்ததும் கட்டபொம்மன் இராமநாதபுரம் நிகழ்ச்சி குறித்துக் கும்பினி நிருவாகத்திற்குக் கடிதம் எழுதினார். அக்கடிதத்தில் நடந்த நிகழ்ச்சிக்குத் தாம் எவ்விதத்திலும் காரணம் இல்லை என்றும் கலெக்டரின் தேவையில்லாத செயல்களால் தான் குழப்பமும் மோதலும் ஏற்பட்டன என்றும் குறிப்பிட்டு இருந்தார். கும்பினியாருக்குத் தன்னுடைய நியாயங்களை முறையாக எடுத்துச் சொல்லும் வகையில் கட்டபொம்மன் தனது நண்பர் டேவிசனுக்கும் கடிதம் எழுதினார். அக்கடிதம் வருமாறு.

"ஆகஸ்டு 23ஆம் நாள் கலெக்டரிடமிருந்து பேட்டி காண வருமாறு கடிதம் வந்தது. நான் என் உடல் நலத்தையும் பொருட்படுத்தாமல் குற்றாலம் சென்றேன். கலெக்டர் பேட்டி தருவதாகச் சொல்லி, சொக்கம்பட்டி, சிவகிரி, சேத்தூர், திருவில்லிபுத்தூர் என்று ஊரூராக அலைத்தார். நான் அவ்வாறு பின் தொடர்ந்து செல்லும்போது கலெக்டர் இராமநாதபுரம் கோட்டையில் என்னைக் கைதுசெய்யத் திட்டமிட்டுள்ளார் என்று பலர் எச்சரித்தனர். கும்பினியார் எனக்குக் 'கவுல்' கொடுத்து இருப்பதால் அவ்வாறு செய்யமாட்டார் என்று நான் ஐயம் கொண்டோருக்குப் பதில் கூறினேன். நான் மக்களுடைய

ஐயத்தைக் கலெக்டரின் மொழிபெயர்ப்பாளரிடம் கூறினேன். உறுதியாக அது போன்று எதுவும் நடக்காது என்றே அவரும் கூறினார். முன்கூட்டியே “கவுல்” கிடைத்திருப்பதாலும் மொழிபெயர்ப்பாளர் வார்த்தையில் நம்பிக்கை வைத்தும் நான் செப்டம்பர் 7ஆம் நாள் பிற்பகல் பேட்டிக்காகக் கோட்டைக்குச் சென்றேன்[8]. பிற்பகலில் பேட்டி நடப்பது வழக்கத்திற்கு மாறானது, ஜாக்சன் என்னிடம் வரிப்பணம் பற்றிக் கேட்டார். நான் கொண்டு வந்து இருப்பதாகக் கூறினேன். கலெக்டர் நிருவாகத்திற்குக் கடிதம் எழுதி இருப்பதாகவும் பதில் வரும் வரை நான் அரண்மனையில் உள்ள ஓர் அறையில் தங்க வேண்டும் என்றும் கூறினார். இரண்டு வீரர்களை என்னைக் கைது செய்யும் நோக்கில் அனுப்பினார். அவர்கள் வருவதைப் பார்த்ததும் நான் மாடியிலிருந்து வெளியேற முடிவெடுத்தேன். அப்போது இரண்டு வீரர்கள் என் முந்தியைப் பற்றி இழுத்தனர். அது கண்டு என்னுடைய ஆட்கள் அவர்களைத் தாக்கினர். நான் கோட்டை வாயிலை அடைந்தேன். வீரர்கள் கோட்டைக் கதவை அடைத்து எங்களை நோக்கிச் சுட்டனர். என் உறவினரில் ஐந்து பேர் இறந்தனர். பத்துப் பேருக்குக் காயம் ஏற்பட்டது. இரண்டு மூன்று ஆங்கில வீரர்கள் காயம் அடைந்தனர் என்றும் ஒருவர் கொல்லப்பட்டார் என்றும் நான் பின்னர் அறிந்தேன். கவுல் கொடுத்து வரவழைத்து, மாதக் கணக்காகப் பிற பாளையக்காரர்களின் பகுதி வழியாக இராமநாதபுரம்வரை பின்தொடரச் செய்து, இறுதியில் ஏமாற்றும் வகையில் என்னைச் சிறை செய்யக் கலெக்டர் முயன்றார். இராமநாதபுரம் அடைந்த போது நான் உடல் நலமில்லாமல் இருந்தேன் இந்தச் சூழ்நிலையில் நான் சிறைவைக்கப்பட்டால் என் உடல் நலம் மேலும் மோசமடைந்து விடும் என்பதால் நான் மறைமுகமாக 8ஆம் நாள் இரவு என்னுடைய நாடு வந்து சேர்ந்தேன். என்னுடைய ‘வக்கீல்’(தானாபதி) சிறை வைக்கப்பட்டுள்ளார். என்னுடைய பல்லக்கு, வெள்ளிப் பாத்திரங்கள் போன்றவற்றைக் கும்பினி வீரர்கள் கொள்ளையிட்டனர். அவை ஏறத்தாழ இரண்டாயிரம் சக்கரம் மதிப்புடையவை. கவுல் பெற்றுச் செல்லும் ஒரு பாளையக்காரரைக் கம்பெனி இவ்வாறு ஒருபோதும் நடத்தியதில்லை என்பதை நீங்கள் அறிவீர்கள். இது குறித்துச் சென்னைக்குக் கடிதம் எழுதி நியாயம் கிடைக்கச் செய்ய வேண்டும்”*(R.C. Vol. 88: pp. 3103–3107)* என்று குறிப்பிட்டுள்ளார்.

கட்டபொம்மன் கடிதம் எழுதிய செய்தியைக் கதைப் பாடல்கள் குறிப்பிடவில்லை. ஆனால் திருச்சியில் நடைபெற்ற விசாரணையின் போது தானாபதி கொடுத்த வாக்குமூலத்தில்

8. வரலாற்று நூல்கள் பேட்டி 10ஆம் தேதி நடைபெற்றதாகக் குறிப்பிட்டுள்ளன.

கடிதச் செய்திகள் உள்ளன. இதனைப் பாளை ஏடு விரிவாகக் கூறுகின்றது (பாளை: 537–562). கட்டபொம்மன் வரலாறு,

தேசங்க ளெல்லாம் அலையப்பன் னித்துரை
மோசஞ்செய் தானே ராமநாதபுரத்தில்

(1960:48)

ராசிய தாக வரவழைத்தான் கட்ட
பொம்மு துரையை மடிபிடித்தான்
வல்லமை யாகவே சாக்சன் மேசரு
மானபங் கஞ்செய்தா னென்றுரைத்தான்

(1960:50)

என்று குறிப்பிடுகின்றது.

கட்டபொம்மனின் கடிதம் கண்ட கேப்டன் டேவிசன், இராமநாதபுரம் நிகழ்ச்சிக்கு வருத்தம் தெரிவித்தும் பிரச்சனைக்குத் தீர்வுகாண முயல்வதாகவும் கடிதம் எழுதினார் *(R.C. Vol. 88:3108)*. டேவிசன் அக்டோபர் 23ஆம் நாள் கட்டபொம்மனின் முறையீடு குறித்துச் சென்னைக்குக் கடிதம் எழுதினார் அதில் "நிருவாகத்தைச் சந்தித்துப் பேசக் கட்டபொம்மன் விரும்புகின்றார். ஒரு சில நிபந்தனைகளோடு நேரில் வர ஒத்துக்கொண்டுள்ளார். அவர் கேட்டுள்ள சலுகைகள் பற்றி நேரில் சந்திக்கும் போது விளக்குகிறேன். எல்லைத் தகராறு குறித்து நிருவாகத்தோடு பேச்சு வார்த்தை நடத்தி அதன் மூலம் ஏற்படும் முடிவை ஏற்றுக்கொள்ளப் பாளையக்காரர் உடன்பாடு தெரிவித்துள்ளார். அதுவரையில் அவர் தன்னுடைய ஆட்களை வன்முறையிலோ எல்லைமீறும் செயல்களிலோ ஈடுபடக் கூடாது என்று உத்தரவிட இசைந்துள்ளார்"என்று குறிப்பிட்டிருந்தார் *(R.C. Vol. 88: pp. 3209–3110)*.

கதைப்பாடல்களில் இந்தச் செய்திகள் இல்லை. ஆனால் கேப்டன் டேவிசன் பேச்சு வார்த்தைக்காகக் கட்டபொம்மனைத் திருச்சிக்கு அழைத்துச் சென்று நிருவாகத்தோடு நல்லிணக்கத்தை ஏற்படுத்த பெரிதும் உதவினார் என்ற செய்தியை,

மன்னர் மெச்சும் டேசீசன் கர்னலும்
வாவென் றழைத்துமே சென்றாரே
சென்னலும் ஆயிரம் வெள்ளைக் காரருடன்
திரண்டு மங்கே இருந்தாரே
பிள்ளைமகன் பேட்டி செய்தது கண்டு
பிரியமாகவே சென்னலுமே
வெள்ளைக் காரனான சென்ன லிடத்தில்
வேண்டிய செய்திகள் தானுரைத்தாரே
வந்த செய்தியெல்லாம் டேசீசன் கர்னலும்

வயனமாகவே சொல்ல லுற்றார்
அந்தச் செய்திகேட்டுச் சென்னலுமே
ஆகட்டும் நாளைக்குப் பேட்டி யென்றார்

(நாசரேத்: 126–132)

என்று நாசரேத் ஏடு கூறுகிறது.

விசாரணைக் குழுவின் முடிவுக்குப் பின்னர்த் தானாபதி விடுதலை செய்யப்பட்டார். கும்பினி நிருவாகம் அக்டோபர் 3ஆம் நாள் அனுப்பிய அறிக்கையின்படி கட்டபொம்மன் திருச்சிக்கு மேஜர் ஜெனரல் பிளாய்டைப் பேட்டி காண டேவிசன் துணையோடு சென்றார். இந்த நிகழ்ச்சியைக் கால்டுவெல் தன்னுடைய நூலில் எழுதவில்லை எனவே அவரைப் பின்பற்றி பிற்காலத்தில் கட்டபொம்மன் வரலாற்றை எழுதிய கணபதியா பிள்ளை, குருகுகதாசப் பிள்ளை. தி.நா. சுப்பிரமணியன், தேவதாஸ் நாயுடு ஆகியோரும் குறிப்பிடவில்லை. கதைப்பாடல்கள் தரும் திருச்சிப் பேட்டி குறித்த செய்திகளை ஜெகவீரபாண்டியனார், “பாஞ்சாலங்குறிச்சி வீரசரிதம்” என்ற நூலில் பயன்படுத்தியுள்ளார். ஆனால், கதைப்பாடல்களைச் சான்றாதாரமாகக் கொண்டு எழுதியதாக அடிக்குறிப்பிலோ நூலின் உள்ளடக்கத்திலோ சுட்டவில்லை.

திருச்சிப்பேட்டி கட்டபொம்மனுக்குக் கிடைத்த வெற்றி என்றே சொல்ல வேண்டும். கட்டபொம்மனை இழிவுபடுத்தி, அடக்கி, ஒடுக்க வேண்டும், அல்லது அவருடைய பாளையத்தைப் பறித்துவிட வேண்டும் என்று கலெக்டர் ஜாக்சனும் அவருக்கு ஆதரவான பாளையக்காரர்களும் சேர்ந்து தீட்டிய சதித்திட்டத்தின் தோல்வியையே திருச்சிப் பேட்டி வெளி உலகத்திற்கு அறிவித்தது. அரசியல் சதுரங்கத்தில் சந்தர்ப்பச் சூழ்நிலைகளுக்கு ஏற்பக் காய்களை நகர்த்தி ஜாக்சனை வீழ்த்திய செயலால் ஏனைப் பாளையக்காரர்களிடையே கட்டபொம்மனின் மதிப்பு உயர்ந்தது. ஆகவே கதைப்பாடல்கள் திருச்சிப் பேட்டியை ஒரு சிறப்பான நிகழ்ச்சியாகக் கருதி விரிவாகப் பாடுகின்றன.

கட்டபொம்மன் ஆடம்பரமாக அணிவகுத்துப் பேட்டிக்குப் புறப்படுதல், தூத்துக்குடி சென்று டேவிசனை உடனழைத்துச் செல்லுதல், வழியில் அருப்புக்கோட்டை அம்மன் ஆலயத்திலும் மதுரை மீனாட்சி அம்மன் ஆலயத்திலும் சிறப்பு வழிபாடு நடத்துதல், திருச்சிக்குச் சென்று விசாரணைக் குழுவினரைச் சந்தித்தல், அவர்கள் குற்றச்சாட்டிற்குக் கட்டபொம்மன் பதில் கூறுதல், உண்மையை உணர்ந்த கும்பினி அதிகாரிகள் கட்டபொம்மனுக்கு விருந்து வைத்துப் பரிசளித்தல் ஆகிய செய்திகள் விரிவாகக் கதைப்பாடல்களில் உள்ளன (பாஞ்சை: 300–415).

விசாரணைக் குழுவினர் கட்டபொம்மன்மீது சுமத்தப்பட்ட குற்றச்சாட்டுகளைத் தள்ளுபடி செய்து, பேட்டியில் ஏற்பட்ட மோதலுக்குக் கலெக்டர் சாக்சனே காரணம் என்று குற்றம் சுமத்தினர்(1982:177). இதனைக் கதைப்பாடல், "தர்ம துரைகளும் ஞாயங்கள் பார்த்தல்லோ சாசீசன் மேஜர்மேல் குற்றமென்றார்"(1960:50) என்று குறிப்பிடுகிறது. கலெக்டர் சாக்சன் பதவியிலிருந்து நீக்கப்பட்டார். 12.1.1799இல் லூசிங்டன் (Lushington) கலெக்டராக நியமிக்கப்பட்டார்.

கலெக்டர் ஜாக்சனுக்கும் கட்டபொம்மனுக்கும் நடந்த அரசியல் மோதலில் கட்டபொம்மனுக்கே இறுதியில் வெற்றி கிடைத்தது. இராமநாதபுரம் பேட்டி தொடர்பாகக் கட்டபொம்மன் எடுத்த ஒவ்வொரு முடிவும் அவருடைய வெற்றிக்கு அடிப்படையாக அமைந்தது. அந்த முடிவுகளை அவர் எவ்வாறு எடுத்தார் என்பதை அறியக் கதைப்பாடல்களும் துணைபுரிகின்றன.

படையெடுப்பும் வீழ்ச்சியும்

பாஞ்சாலங்குறிச்சியின்மீது ஐந்து படையெடுப்புக்கள் நடைபெற்றன. எனினும் வரலாற்று ஆசிரியர்களும் கதைப்பாடகர்களும் கடைசி இரு போர்களை மட்டுமே சிறப்பித்துப் பேசுகின்றனர். 1799 செப்டம்பர் 5ஆம் நாள் மேஜர் பானர்மேன் பாஞ்சாலங்குறிச்சிமீது போர் தொடுத்தார். வீரபாண்டியக் கட்டபொம்மனின் காலத்தில் நிகழ்ந்த இப்போரையே 'முதல் போர்' என்றும் 1801 மார்ச் 31ஆம் நாள் ஊமைத்துரையின் காலத்தில் நடைபெற்ற போரை 'இரண்டாம் போர்' என்றும் குறிப்பிடுகின்றனர். கதைப்பாடல்கள் இவ்விரு போர்களையும் விரிவாகப் பாடுகின்றன. 1765இல் ஹிரான், 1761இல் பிரிஷ்மான், 1762இல் காம்பெல் ஆகியோர் படையெடுப்புக்கள் காவிய நாயகர்கள் கட்டபொம்மன், ஊமைத்துரை ஆகியோர் காலத்துக்கு முன்னர் நடந்தால் கதைப்பாடல்கள் இவற்றைப் பாடவில்லை.

முதல் போர் எத்தகைய சூழ்நிலையில் ஏற்பட்டது? போர் ஏற்படுவதற்கான காரணங்கள் யாவை? போர் அச்சுறுத்தலைக் கட்டபொம்மன் எவ்வாறு எதிர்நோக்கினார்? கும்பினியார் எத்தகைய நடவடிக்கைகளை மேற்கொண்டனர்? போர் குறித்து வரலாற்று ஆசிரியர்கள் தரும் செய்திகள் யாவை? கதைப்பாடல்கள் கூறும் செய்திகள் யாவை? அவை வரலாற்று ஆவணங்களோடு ஒன்றுபடுகின்றனவா வேறுபடுகின்றனவா? வேறுபாட்டிற்குரிய காரணங்கள் யாவை? வரலாற்று ஆவணங்களில்

காணப்படாத புதிய செய்திகள் கதைப்பாடல்களில் உள்ளனவா? கதைப்பாடல்கள் ஏதேனும் ஒரு நிகழ்ச்சியைச் சிறப்பித்து விரிவாகப் பாடுகின்றனவா? அவ்வாறு சிறப்பிப்பதற்குரிய காரணங்கள் யாவை? என்னும் செய்திகளை இனி விரிவாகக் காணலாம்.

இராமநாதபுரம் நிகழ்ச்சி குறித்து நடைபெற்ற விசாரணையில் மோதலுக்குக் கலெக்டர் ஜாக்சனுடைய பொறுப்பற்ற நடவடிக்கைகளே காரணம் என்று கும்பினி நிருவாகம் தீர்ப்பு வழங்கியது. ஜாக்சன் பதவி நீக்கம் செய்யப்பட்டார். லூசிங்டன் 12.1.1799இல் ஆட்சியராகப் பொறுப்பேற்றார். அவர் 16.3.1799இல் 'திருச்சி விசாரணை' முடிவுகள் குறித்துக் கட்டபொம்மனுக்குக் கடிதம் எழுதினார். அதில் "என்னுடைய முதல் கடிதத்தை உமக்கு எழுதுவதில் நான் பெருமகிழ்ச்சி அடைகிறேன், லெப்டினன்ட் கிளார்க் கொலை செய்யப்பட்டது தொடர்பாக உம்மீது சுமத்தப்பட்ட குற்றம் குறித்து நடைபெற்ற முறையான, நியாயமான விசாரணைமூலம் கொலைக் குற்றச்சாட்டிலிருந்து உமக்கு முழுமையான விடுதலை அளிக்கப்படுகிறது. அரசின் இந்த நேர்மையான, குறிப்பிடத்தக்க நிகழ்ச்சி முழுமையும் உம் சிந்தையில் இருக்க வேண்டும். எப்படிப்பட்ட சூழ்நிலையில் நீரும் உம்முடைய குடும்பத்தாரும் அவமானத்திலிருந்தும் அழிவிலிருந்தும் அச்சுறுத்தலிலிருந்தும் விடுபட்டீர்கள் என்பதை நினைக்க வேண்டும். இத்தகைய பாதுகாப்பும் நீதியும் தொடர்ந்து கிடைப்பதென்பது உம்முடைய நடவடிக்கையிலும் விசுவாசத்திலும் கும்பினிக்குக் கீழ்ப்படிவதிலும் அடங்கியுள்ளது. நீர் மாறுபாடு இல்லாமலும் நம்பிக்கை தவறாமலும் இத்தகைய கடமைகளைக் கொண்டிருப்பீர் என்று உறுதியளித்துப் பெரும்மதிப்பிற்குரிய கவர்னர் உம்முடைய பாளையத்தை உம்மிடமே ஒப்படைக்குமாறு பணித்துள்ளார்.

நான் அரசின் இந்த ஆணைக்குக் கீழ்ப்படிந்து கிளார்க் கொலைக் குற்றச்சாட்டிலிருந்து உமக்கு விடுதலை அளிக்கிறேன். அதே நேரத்தில் கிளார்க் உம்முடைய ஆட்களுள் ஒருவரால் கொல்லப்பட்டதால் நீரே அதற்கும் பொறுப்பாகக் கருதப்படுகிறீர். எனவே கிளார்க் குடும்பத்திற்கு ஆதரவளிக்கும் வகையில் குடும்பச் செலவிற்காக அவருடைய சம்பளத் தொகைக்கும் பஞ்சப்படிக்கும் சமமான தொகையைப் பாஞ்சாலங்குறிச்சிப் பாளையத்திலிருந்து பெற்று வழங்குவது என்று தீர்மானித்துள்ளனர்.

உம்முடைய பாளையத்தை முறைப்படி திரும்ப ஒப்படைத்தல் தொடர்பான நடைமுறைகளை விரைவாக முடிக்கவும் கிளார்க் குடும்பத்திற்கு ஒரு நிலையான வருவாயை ஏற்பாடு செய்யவும்

நீர் இராமநாதபுரத்தில் என்னைச் சந்திக்க வேண்டுமென்று விரும்புகின்றேன். வரும்போது கடந்த ஆண்டிற்கும் இந்த ஆண்டிற்குமான பகுதி நிலுவைத் தொகை ரூ. 10120–2–3 கொண்டு வரவும்.

*இந்தக் கடிதத்தின்மீது நீர் உடனடியாகக் கவனம் செலுத்த வேண்டும். அரசுமீது நீர் கொண்டுள்ள நல்ல பண்பையும் காலம் தவறாமையையும் கீழ்ப்படிதலையும் அது வெளிப்படுத்தும். இதன் மூலம் நான் அரசிற்கு மனநிறைவான அறிக்கையை வழங்க இயலும் (1873:21)"*என்று எழுதினார்.

கட்டபொம்மன் பதில்

இந்தக் கடிதத்துக்குக் கட்டபொம்மன் மார்ச்சு 19இல் பதில் எழுதினார். அதில், "மாதங்கள் பலவாகத் தான் திருச்சிராப்பள்ளிக்கும் இராமநாதபுரத்திற்கும் போய் வந்துகொண்டிருந்து, கடந்த நான்கு மாதங்களாகத்தான் பாஞ்சாலங்குறிச்சியில் தங்கி இருப்பதாகவும் மழை பெய்யாததால் குடிபெயர்ந்து சென்ற மக்களை இப்பொழுதுதான் திரும்ப அழைத்துக்கொண்டு வருவதாகவும் அவர்கள் அனைவரும் வந்து பயிர்செய்யத் தொடங்கியவுடன் கும்பினிக்குச் செலுத்த வேண்டிய பகுதிப் பணத்தைச் சேகரித்துக் கொண்டு ஒரு நல்ல நாளில் புறப்பட்டு வருவதாகவும் எழுதியிருந்தார். மேலும் தான் இராமநாதபுரம் பேட்டிக்கு வந்தபோது தன்னிடமிருந்து கொள்ளையிடப்பட்ட விருது முதலியவற்றைத் திரும்பக் கொடுக்க வேண்டுமென்றும் இதற்கு முன் சார்மகால் பகுதியில் (ஆழ்வார்திருநகரி, ஆத்தூர், ஆறுமுகமங்கலம், திருவைகுண்டம்) தான் தண்டி வந்த வரியைக் கலெக்டர் ஜாக்சன் தடுத்துவிட்டார் என்றும் அந்த உரிமையை மீண்டும் தனக்கு வழங்க வேண்டுமென்றும் கேட்டிருந்தார். இது குறித்துப் பேச தன்னுடைய 'வக்கீல்' பொன்னம்பலம் பிள்ளையை அனுப்பியிருப்பதாகவும் குறிப்பிட்டிருந்தார் *(1983:22–23)*.

இந்த இரு கடிதச் செய்திகளையும் கட்டபொம்மன் வில்லிசைப் பாடல் மட்டுமே கூறுகின்றது. ஏனைக் கதைப்பாடல்களில் இந்தச் செய்தி இடம்பெறவில்லை. இராமநாதபுரத்தில் பறிமுதல் செய்யப்பட்ட தன்னுடைய பொருட்களைத் திருப்பித் தர வேண்டுமென்று கட்டபொம்மன் கூறியதை,

ராம நாட்டுக் கலவரத்தில் நம்முடைய
பல பொருள்கள்
குதிரை குடைவிருது கும்பினியார்
கொள்ளையிட்டார்
அவை யனைத்தும் உடனடியாக

அட்டியின்றிக் கிடைக்க வேண்டும்
என்றுமே தான் கடிதம் மூலம் உடனடியாய்
எழுதினானே கட்டபொம்மன் வெள்ளையருக்கு

(வில்:256–259)

என்று கட்டபொம்மன் வில்லிசைப் பாடல் குறிப்பிடுகின்றது.

சார்மகால் பகுதியில் வரி தண்டும் உரிமையை மீண்டும் வழங்க வேண்டுமென்று கட்டபொம்மன் கடிதம் எழுதினாரே தவிர, அந்த உரிமையை மீண்டும் வழங்கும் வரையிலும் அவர் காத்திருக்கவில்லை. அப்பகுதியில் தன்னுடைய ஆட்களைக் கொண்டு வரி தண்டத் தொடங்கினார். சார்மகால் பகுதி தாசில்தார் இது குறித்துக் கலெக்டருக்குக் கடிதம் எழுதினார். அதில், ஒன்பது ஆண்டுகளுக்கு முன்பு பாஞ்சாலங்குறிச்சியார் எவ்வாறு நடந்துகொண்டாரோ அவ்வாறே இப்பொழுதும் செயல்படுவதாகவும் அவருடைய ஆட்களை விசாரித்தபோது பாளையக்காரர் விருப்பத்திற்கு எதிராகச் செயல்படுபவர்மீது கடுமையான நடவடிக்கை எடுக்க அவர் ஆணையிட்டுள்ளதாகவும் குறிப்பிட்டிருந்தார். அவர் 16.4.1799இல் கலெக்டருக்கு எழுதிய கடிதத்தில் குரும்பூரிலும் வேறு இடங்களிலும் உள்ள ஊர்த் தலைவர்கள் வரி செலுத்த மறுத்தபோது கட்டபொம்மனின் ஆட்கள் அவர்களைக் கட்டித் தூக்கிச் சென்றுவிட்டனர். குடிமக்கள் என்னிடம் பாளையக்காரருக்கு எதிராகப் புகார் கூறும்போது "நாங்கள் கும்பினியாரின் நேரடி நிருவாகத்தில் இருக்கிறோமா அல்லது கட்டபொம்மனின் ஆட்சியின் கீழ் இருக்கிறோமா என்று உடனே அறிவிக்க வேண்டும்" என்கிறார்கள். "கம்பெனியின் ஆணை எதையும் பாளையக்காரர் மதிப்பதில்லை. ஊர்த்தலைவர்களை அவர்கள் கைது செய்துகொண்டு சென்றபின் நாம் யாரிடம் வரி வாங்குவது, குடிமக்களுக்கு நான் என்ன பதில் கூறுவது?" என்று கேட்டிருந்தார் (1873:25). ஆங்கிலேயருக்குக் கட்டபொம்மன் எழுதிய கடிதத்திலும் பேச்சிலும் மட்டுமே பணிவு இருந்தது. ஆனால், அவருடைய நடவடிக்கைகள் அனைத்தும் ஆங்கிலேயருக்கு எதிராக இருந்தன என்று கால்டுவெல்லும் கட்டபொம்மன் தன்னுடைய கூட்டணி வலிமையடையும்வரை காலம்கடத்தும் உத்தியைக் கையாண்டார் என்று கணபதியா பிள்ளையும் கட்டபொம்மன் முன்னர் ஜாக்சனுக்கு எழுதிய கடிதத்திற்கும் பின்னர் கலெக்டர் லூசிங்டனுக்கு எழுதிய கடிதத்திற்கும் எந்த வேறுபாடும் இருக்கவில்லை என்று ஜே.எப்.கீன்சும் கூறும் செய்திகள் உண்மையானவையே என்பது கட்டபொம்மனின் மேற்கூறிய நடவடிக்கைகளால் உறுதியாகின்றது.

சார்மகால் பகுதியில் கட்டபொம்மனின் ஆணையின் பேரில் அவருடைய ஆட்கள் மேற்கொண்ட நடவடிக்கையை,

எப்படி ராச்சிய மாளவந் தீரிப்போ
எங்கெங்கும் கொள்ளையாய்ப் போச்சுதென்றான்
தென்பாஞ் சைப்பதி கம்பளத் தார்நம்மள்
கும்பனியார் நெல்லைக் கொள்ளை கொண்டார்
வம்புகளாகவே கொள்ளை கொண்டான்பாகி
மட்டுக் கடங்காத் துஷ்டனென்றான்
கொள்ளைக்காரன் வலுக் கம்பளத்தான் நம்மள்
கும்பினி ஆணையு மில்லை யென்றான்

(1960:63–64)

என்று கதைப்பாடல் பிற்கட்டு *(Firkette)* என்ற கும்பினி அதிகாரியின் கூற்றாகக் குறிப்பிடுகின்றது. திருவைகுண்டத்திலிருந்து திருச்செந்தூர் வரை உள்ள வளமான பகுதிகளில் கட்டபொம்மன் வரிதண்டி வந்த உரிமையைக் கும்பினியார் தடை செய்ததால் அவர் மீண்டும் தன் உரிமையை நிலைநாட்டும் வகையில் கடுமையான நடவடிக்கையில் ஈடுபட்டார் என்பதைக் கதைப்பாடகன் அறிந்திருக்கவில்லை. ஆனால், கட்டபொம்மன் தன் உரிமையை நிலைநாட்ட மேற்கொண்ட செயல்களை, அவருடைய எதிர் அணியினரான கும்பினியார் எப்படி அணுகினார்களோ அவ்வாறே கதைப்பாடகனும், "எங்கெங்கும் கொள்ளையாய்ப் போச்சு" என்று பாடுகின்றான். கலெக்டருக்குச் சார்மகால் பகுதி தாசில்தார் எழுதிய கடிதத்தில், "மக்கள் என்னிடம் தாங்கள் கும்பினியாரின் நேரடி நிருவாகத்தில் இருக்கிறோமா, அல்லது கட்டபொம்மனின் ஆட்சியின் கீழ் இருக்கிறோமா என்பதை உடனே அறிவிக்க வேண்டும் என்கிறார்கள்" என்று கடிதத்தில் குறிப்பிடுகின்றார். இச்செய்தியைக் கதைப்பாடகர் "நம்மள் கும்பினி ஆணையுமில்லை யென்றார்" என்று பாஞ்சாலங்குறிச்சியார் கும்பினி ஆணையை மறுத்ததைக் குறிப்பிடுகின்றார். சார்மகால் பகுதியில் கட்டபொம்மனின் ஆட்கள் மேற்கொண்ட நடவடிக்கைகளுக்கு எதிராக நிருவாகம் எதுவும் செய்ய இயலாமல் செயலற்றுப் போய் இருந்தது என்று கால்டுவெல்லும் கூறுகிறார்.

தானாபதி மேற்கொண்ட திருவைகுண்டம் நெற் கொள்ளையை முதலாவது போருக்கு முதன்மையான காரணமாகக் கதைப்பாடல்கள் பாடுகின்றன. இதனை விசாரணை செய்யவே கட்டபொம்மனுக்குக் கும்பினியார் கடிதம் எழுதியதாகவும் கதைப்பாடல்கள் குறிப்பிடுகின்றன.

இதனை,

மட்டிலடங்காத கட்டபொம் மேந்திரன்
மன்னனே நான்சொல்லக் கேளுமிப்போ
கொட்டாரத்து நெல்லுக் கெல்லாம்நீர்.
ரொக்க நாணயம் தானனுப்பி
மாண்டு கிடக்கிற காவல்கா ரனுக்கு
உன்தானாபதியைத் தருவா யானால்
நீயும்நானும் கும்பினிப் பொல்லாப்பு
இல்லாமல் நேசமாய்ப் போகலாமே
முன்னே ஒருநாள் சண்டையிலே உன்னைச்
சகிப்பாய் விட்டானே கட்டபொம்மு
இப்படிச் சொல்லி எழுதினானே அவன்
எண்ணியே பாஞ்சால நகரத்துக்கு

என்று பாளை ஏடும் (865 – 870),

பிள்ளை மகனா லேவந்த கொள்ளை யென்று
பிறகட்டு மேச ருரைத்திடவே
வல்லமை யாகவே செனரல் துரையுமே
மார்க்கமாய்ச் சேதிகள் தான்கேட்டு
... ...

எட்டு நாளைக்குள் விசாரணையை வைத்துத்
துஷ்ட்டு விலங்கி லடித்திடுவேன்
சிந்தை கலங்காமல் கம்பளத்தான் நம்மள்
சீமையில் கொள்ளை யடித்ததனால்
இந்த விசாரணைக்கு வரச் சடுதியில்
எழுதிப் போட்டானே காயிதமும்

என்று கட்டபொம்மன் வரலாறும் குறிப்பிடுகின்றன (1960–64).

இராமநாதபுரத்தில் நடந்துகொண்டிருந்த ஆட்சி உரிமையைக் கலவரத்தில் கட்டபொம்மன் சேர்ந்து விடாதவாறு கலெக்டர் தடுக்க விரும்பினார். எனவே, கட்டபொம்மனை இராமநாதபுரத்திற்கு அழைத்து வந்து தன்னுடைய பார்வையில் வைத்துக்கொள்ள கலெக்டர் தீர்மானித்தார். கட்டபொம்மனை உடனே இராமநாதபுரத்திற்குப் புறப்பட்டு வரச்சொல்லி அவர் கடிதம் எழுதினார். கடிதம் எழுதி இரண்டு மாதங்கள் ஆகியும் கட்டபொம்மன் வராததால் கலெக்டர் லூசிங்கடன் எச்சரிக்கையடைந்தார். எனவே, உடனே புறப்பட்டு வருமாறு கட்டபொம்மனுக்குக் கலெக்டர் மீண்டும் கடிதம் எழுதினார். கட்டபொம்மன் இந்தக் கடிதத்திற்கும் பதில் எழுதவில்லை. இறுதியாக அவர் ஏப்ரல் 29ஆம் நாள் இராமநாதபுரம் வருவதாகத்

தெரிவித்துக் கலெக்டருக்குக் கடிதம் எழுதினார். ஆனால், கலெக்டரைப் பார்க்க கட்டபொம்மன் செல்லவில்லை *(1873:29)*.

கட்டபொம்மன் வரிப்பணம் செலுத்தாமலும் கலெக்டரைச் சந்திக்காமலும் காலம் கடத்தி வந்ததைக் கதைப்பாடல்கள்,

ஏழு வருஷத்துக் கிஸ்திப் பணமும்
எள்ளளவும் கட்டவில்லை ஐயா

(பாளை: 896)

என்றும்,

தாக்கீதை யாய்வந்த கும்பினிக் காயிதம்
தள்ளிவைத் தானந்தக் கட்டபொம்மு

(1960:64)

என்றும்,

எத்தனை நாளாச்சுக் காயிதங்கள் போட்டு
இன்னம் வரக்காணம் மாதரிச்சோ
சத்துரு வானானே கம்பளத்தா னவன்
சமத்து னாலே நிராகரித்தான்

(1960:65)

என்றும் கதைப் பாடல்கள் குறிப்பிடுகின்றன.

மே மாத இறுதியில் கட்டபொம்மன் பெரும்படையுடன் கலெக்டரைச் சந்திக்கப் புறப்பட்டுச் சென்றார். ஆனால், அவர் இராமநாதபுரம் செல்லாமல் சிவகங்கையை நோக்கிச் சென்றார். கலெக்டருக்குக் கட்டபொம்மனின் போக்கு ஐயத்தை ஏற்படுத்தியது. அவர் கலகக்காரர்களுடன் இணைந்து கொள்வதற்காகவே அங்குச் செல்வதாகக் கலெக்டர் கருதினார். கலெக்டர் ஜூன் மாதம் நான்காம் நாள் கட்டபொம்மனுக்குக் கடிதம் எழுதினார். அதில், 'நீர் சிவகங்கையை நோக்கிச் சென்றது என்னுடைய ஆணைக்குக் கீழ்ப்படியாத செயலாகும். இதற்கு நீரே பொறுப்பாகும். கடிதம் அனுப்பி இரண்டு நாள்களாகியும் முறையாக வந்து சந்திக்க வேண்டுமென்ற எண்ணம் உமக்கு ஏற்படவில்லை. கும்பினியார் பகுதியில் பெரும் படையோடு மூன்று நாள்களாக இருக்கிறீர். நான் பலமுறை தாக்கீது அனுப்பியும் நான் இருக்குமிடத்திற்குப் பத்து மைல் தூரத்தில் தங்கியிருந்தும் என்னுடைய ஆணைக்குக் கீழ்ப்படிந்து சந்திக்க முயலவில்லை. இந்தக் கடிதம் கிடைத்த ஐந்து மணி நேரத்திற்குள் என்னை வந்து சந்திக்க வேண்டும். இல்லையென்றால் உம்முடைய பயணத்தை இங்குத் தொடர வேண்டாம். இதனால் கடுமையான

விளைவுகளை நீர் சந்திக்க நேரிடும். கும்பினியாரின் ஆற்றலை நீர் அறியாதவரில்லை. கும்பினிப் படைகள் மைசூரிலிருந்து இங்கு நாள்தோறும் திரும்பி வந்து கொண்டு இருக்கின்றன. இந்தக் கடிதம் உமக்கு விழிப்பை ஏற்படுத்தும் என்று நினைக்கிறேன். உம்முடைய நலனில் ஈடுபாடு கொண்டு, இதனைப் புரிந்து உமக்கு ஆலோசனை கூற, நல்ல அறிவுள்ள மனிதர்கள் உம்மிடமிருந்தால் அவர்கள், "உமக்கு வேறு பாதுகாப்பு இல்லை உடனே சந்திக்க வேண்டுமென்று கூறுவார்கள்" என்று குறிப்பிட்டிருந்தார் *(1873:33)*.

இந்தக் கடிதத்தைக் கொண்டு வந்த அரிக்காரரிடம், தான் உடல் நலமில்லாமல் இருப்பதாலும் வெயில் கடுமையாக இருப்பதாலும் மதியம் மூன்று மணிக்கு அல்லது மாலையில் வருவதாகக் கட்டபொம்மன் தெரிவித்தார். ஆனால், கலெக்டரை முதன்முதல் சந்திக்க அன்று நாள் நல்லதாக இல்லையென்று தானாபதி சுப்பிரமணிய பிள்ளை கூறினார். எனவே, கட்டபொம்மன் மறுநாள் வருவதாகத் தெரிவித்தார். கலெக்டர் பஞ்சாங்கத்தைப் பார்க்கச் சொல்லி அது நல்ல நாளே என்பதை உறுதி செய்துகொண்டு, மறுநாள் காலை ஏழு மணிக்குள் முப்பது பேருக்கு மிகாமல் தம்மை வந்து காண வேண்டுமென்று எழுதினார். கட்டபொம்மன் அதற்கு உடன்படவில்லை. வழக்கப்படி முழுப் பரிவாரங்களுடன் வந்து பார்க்க "கவுல்" *(Call)* அனுப்ப வேண்டுமென்பதில் பிடிவாதமாக இருந்தார். அதனைப் பெறுவதற்குத் தன்னுடைய வக்கீலைக் கலெக்டரிடம் அனுப்பினார். கலெக்டர் அந்தக் கோரிக்கையை ஏற்கவில்லை. கட்டபொம்மனும் 'கவுல்' பெறாமல் பார்ப்பதில்லை என்பதில் உறுதியாக நின்றார். கலெக்டர் தன்னுடைய தலைமை அரிக்காரர் ரகீமான் சாய்புடன், லட்சுமண ராவ், பீர்முகமது, சுந்தர்ராவ் ஆகியோரையும் கட்டபொம்மனிடம் அனுப்பினார். கலெக்டர் ஆணையின்படி கட்டபொம்மன் உடனே வந்து சந்திக்க வேண்டும், இல்லாவிட்டால் வரிப்பணத்தைத் தங்களிடம் செலுத்திவிட வேண்டுமென்று அவர்கள் கேட்டுக்கொண்டனர் கட்டபொம்மன் அவர்களிடம், தான் முன்பு கும்பினி அதிகாரிகளாகிய இர்வின் *(Irwin)* டோரின் *(Torin)* லாண்டன் *(Landon)*, பௌனி *(Powny)*, ஜாக்சன் *(Jackson)*, மாக்ஸ்வெல் *(Maxwell)*, ஜெனரல் ஃபிளாய்டு *(General Floyd)* ஆகியோரிடமிருந்து தகுந்த மரியாதையுடன் 'கவுல்' பெற்றே சந்தித்துள்ளேன். எனவே 'கவுல்' இன்றிக் கலெக்டரைச் சந்திக்க இயலாது, வரிப்பணத்தை ஊருக்குச் சென்று அனுப்புகிறேன் என்று சொல்லிக் கலெக்டரைச் சந்திக்காமலேயே கட்டபொம்மன் பாஞ்சாலங்குறிச்சிக்குத் திரும்பினார் *(1873:34–36)*.

கட்டபொம்மன் கமுதி சென்று கலெக்டரைப் பேட்டி காணாமல் திரும்பிய நிகழ்ச்சியைக் கதைப்பாடல்கள் குறிப்பிடவில்லை. ஆனால் கட்டபொம்மன் கலெக்டரைச் சந்திக்காமல் காலம் கடத்தியதை, "வந்து துரைகளைக் காண்பதில்லை மன்னனும் கட்டபொம் மேந்திரனும்" (பாளை: 897) என்று பாளை ஏடு கூறுகின்றது. கட்டபொம்மனின் இத்தகைய நடவடிக்கைகளால் கலெக்டர் ஆத்திரமடைந்து கட்டபொம்மனின் போக்கைக் கண்டித்துக் கடிதம் எழுதியதை, "கட்டன் வராத சேதிக்குத் தானொரு கண்டித்துக் காயிதம் எழுத வேணும்" (பாஞ்சை: 869) என்று பாஞ்சை ஏடு குறிப்பிடுகிறது. கலெக்டரின் பெயரைக் கதைப்பாடல்கள் குறிப்பிடவில்லை. ஆனால், இராமநாதபுரம் பேட்டி நிகழ்ச்சிக்குப் பின்னால் நடந்த கதையைப் பாடுவதால், 'கண்டித்துக் காயிதம் எழுதியவர்' கலெக்டர் லூசிங்டன் என்பதை நாம் அறிய முடிகின்றது. கலெக்டர் ஜாக்சன் பெயரைத் தெரிந்திருந்த அளவிற்கு அவருக்குப் பின் பதவியேற்ற கலெக்டர் லூசிங்டன் பெயரைப் பாடகன் அறிந்திருக்கவில்லை. இந்தக் காலகட்டத்தில் லூசிங்டன் கலெக்டராக இருந்தபோதும் இராணுவ அதிகாரி மேஜர் பானர்மேனே நிருவாகப் பொறுப்பை ஏற்றிருந்தார், கட்டபொம்மனுக்கும் மேஜருக்குமிடையே தான் மோதல் மிகுதியாக நிகழ்ந்தது. கதையில் கலெக்டர் ஜாக்சன் அளவிற்கு நினைவில் பதியும் சிறப்பான பங்கு கலெக்டர் லூசிங்டனுக்கு இல்லாததாலும் அவர் பெயர் மக்கள் மத்தியில் பரவவில்லை. எனவே, கதைப்பாடகனும் அறிந்திருக்கவில்லை.

கட்டபொம்மனின் எல்லை மீறிய நடவடிக்கை குறித்து ஊற்றுமலை பாளையக்காரர் ஜூன் 13ஆம் நாள் கலெக்டருக்குக் கடிதம் எழுதினார். அதில், கட்டபொம்மனின் ஆட்கள் ஊற்றுமலைப் பாளையத்திற்குச் சொந்தமான கங்கைகொண்டான் பகுதியில் காவல்வரி தண்டுகின்றனர் என்று குற்றம் சாட்டி யிருந்தார். கட்டபொம்மனின் கூட்டணியில் இருக்கும் நாகலாபுரம் பாளையக்காரர் அரசின் கட்டுப்பாட்டிலுள்ள அருப்புக்கோட்டைப் பகுதிகளில் கட்டபொம்மனின் துணையுடன் குடிமக்களைக் கட்டாயப்படுத்தி வரி தண்டுவதாக அந்தப் பகுதி கிராம அதிகாரிகள் சார்பாகத் திருமலை அய்யங்கார், கிருஷ்ணன், வெங்கடேசுவர அய்யன் ஆகியோர் கலெக்டருக்குக் கடிதம் எழுதினர் (1873:40–43). சிவகிரிப் பாளையக்காரர் ஆகஸ்டு 5ஆம் நாள் கட்டபொம்மனின் நடவடிக்கை குறித்துக் கலெக்டருக்குக் கடிதம் எழுதினார். அதில் "கட்டபொம்மனின் தம்பி ஊமைத்துரையும் கோலார்ப்பட்டிப் பாளையத்தைச்

சேர்ந்த மாப்பிள்ளை வன்னியனும் தங்கள் வீரர்களோடு ஏழாயிரம்பண்ணையில் தங்கியுள்ளனர். அவர்களுக்கு ஆதரவாக அழகாபுரி, நாகலாபுரம், காடல்குடி, குளத்தூர், மேல்மாந்தை, ஆற்றங்கரை, கடம்பூர், மணியாச்சி ஆகிய பாளையக்காரர்களின் ஆட்களும் வந்துள்ளனர். ஏறத்தாழ நாலாயிரம் பேர் திரண்டுள்ளனர். பாஞ்சாலங்குறிச்சியிலிருந்து மேலும் படைகள் வரப்போவதாகச் சொல்கிறார்கள். அவர்கள் என்னுடைய பகுதியில் புகுந்து அறுநூறு மாடுகளையும், எண்ணூறு ஆடுகளையும் பிடித்துச் சென்றுவிட்டனர். நாளை அவர்கள் என் பாளையத்தைத் தாக்கத் திட்டமிட்டுள்ளனர். அதில் என்னைக் கொலை செய்யவும் முடிவுசெய்துள்ளனர். நான் கும்பினி அரசு மீது நம்பிக்கையும் பற்றும் உடையவன். எனக்குப் பாதுகாப்புக் கொடுக்க வேண்டியது கும்பினியாரின் கடமை. எனவே, அருகே உள்ள எட்டையாபுரம், ஊற்றுமலை, சொக்கம்பட்டி, தலைவன்கோட்டைப் பாளையக்காரர்களையும் கும்பினிப் படையையும் உதவிக்கு அனுப்ப வேண்டுகிறேன்" என்று எழுதியிருந்தார் *(1873:42)*.

சிவகிரிப் பாளையக்காரர் 1792இல் ஏற்பட்ட கர்நாடக ஒப்பந்தத்தை ஏற்று, கும்பினிக்கு வரிப்பணம் செலுத்தி வந்தார். ஆனால் பாளையக்காரரின் மகன் ஆங்கிலேயரிடம் வெறுப்புக்கொண்டு தந்தையிடமிருந்து ஆட்சியைக் கைப்பற்ற விரும்பினான். அவருக்கு மாப்பிள்ளை வன்னியனும் சங்கரலிங்கம் பிள்ளையும் துணை நின்றனர். இவர்களுக்கு உதவிட கட்டபொம்மன் ஊமைத்துரையின் தலைமையில் படையை அனுப்பினார். கட்டபொம்மன் ஆங்கிலேயருக்கு எதிராகத் தான் தொடங்க இருக்கும் போரை, சமவெளியில் உள்ள தன்னுடைய பாஞ்சாலங்குறிச்சி மண் கோட்டையில் தொடங்க விரும்பவில்லை. மலை அடிவாரத்திலுள்ள சிவகிரிக் கோட்டையில் தொடங்க விரும்பினார். எனவே தான் அவர் சிவகிரிப் பாளையத்தைத் தன் அணியில் சேர்க்க ஆர்வம் காட்டினார் *(1971:78)*. கட்டபொம்மன் கும்பினியாரின் படை நடமாட்டத்தை அறிய, சிவசுப்பிரமணிய பிள்ளையின் தம்பி பாந்தையா பிள்ளையைச் சென்னைக்கு அனுப்பினார். எல்லா இடங்களிலும் கும்பினியாரின் நடமாட்டத்தை அறிய அவர் ஆள் வைத்திருந்தார் *(1971:79)*.

கதைப்பாடல்கள் இந்தச் செய்திகளைக் குறிப்பிடவில்லை. கும்பினியாருக்கு எதிராகக் கட்டபொம்மன் ஏற்படுத்தியிருந்த கூட்டணியையும் அதன் அடிப்படையில் அவர்கள் மேற்கொண்ட நடவடிக்கைகளையும் கூட்டணியில் இடம் பெற்றிருந்த

பாளையக்காரர்களையும் அவர்கள் நோக்கங்களையும் பாடகன் நுட்பமாக அறிந்திருக்க வாய்ப்பில்லை.

கலெக்டர் படை அனுப்ப வேண்டுதல்

கட்டபொம்மன் வரி செலுத்தாமலும் கலெக்டர் ஆணைக்குக் கீழ்ப்படியாமலும் அரசிற்கு ஆதரவான பாளையங்களிலும் கும்பினியாரின் நேரடி நிருவாகத்திலுள்ள பகுதிகளிலும் அவருடைய ஆட்கள் வரி தண்டுவதையும் கட்டபொம்மன் ஒரு கூட்டணியை ஏற்படுத்தி ஆங்கிலேயருக்கு எதிராகச் சதி செய்வதையும் கலெக்டர் விளக்கமாக நிருவாகக் குழுவிற்கு எழுதினார். உடனே ஒரு பெரும்படையைப் பாஞ்சாலங்குறிச்சிக்கு அனுப்பிப் போர் நடவடிக்கையை மேற்கொள்ள வேண்டுமென்று அவர் பரிந்துரைத்தார் (1873:37–39). கும்பினி நிருவாகத்தினர்க்குக் கலெக்டர் கடிதம் எழுதிய செய்தியை,

> பாஞ்சால நகரை அழியாவிட்டால் நம்மள்
> பாளையங் கோட்டையுந் தக்காது
>
> (பாஞ்சை: 721)

என்று பாஞ்சை ஏடும்,

> கட்டனைப் பிடித்துத் திட்டம் பன்னாவிட்டால்
> பட்டணம் ஒன்றும் ஒடுங்காது
> பட்டணம் ஒன்றும் ஒடுங்காது அந்தப்
> பாளையக் காரர்கள் அடங்கார்கள்
>
> (பாளை: 903–904)

என்று பாளை ஏடும்

> திருவுறை நகராம் சென்னைப் பட்டணமாம்
> பெருமை களகலாப் பெற்றியா லோங்கும்
> அரசுகள் புரிந்தோம் அறிவுளோரென
> வருகிற நம்மால் வையக மீதே
> இதுவரை குற்ற மேற்படவில்லை
> விதிவலிதானோ வெற்றிகள் பெறவோ
> பாஞ்சைப் பதியைப் பரிபாலனஞ் செய்
> தேன்சொரி வாயன் தெய்வசம் மதமாய்
> வாஞ்சையில்லாத மன்னவன் கட்ட
> பொம்மெனத் தோன்றும் புத்தியில்லாதவன்
> நன்மை செய்யாமற் தீன்மையே புரிவான்
> சொல்வது போலத் துணிவுறமுடிப்போன்
> பின்னுள்ளோர் செயலைப் பேசிடற்கொண்ணா
> ஆகையாலிகித மறிந்தவுடனே
> இங்கிலீஷ் துருப்போ டிங்கெழுந் தருள்வீர்
> பாளையங் கோட்டை பண்பாய் வாழ்வோன்

சின்னமெக்காலே சிப்பாய்க் கெஜமான்
இந்தப் படிக்கு எழுதினேன் கடிதம்
அந்தரங்கத்தினிதி செயமெல்லாம்
சிந்தையினாலே தெரிவீர் துரைகாள்

என்று கட்டபொம்மன் கூத்தும் குறிப்பிடுகின்றன (1972:49).

கலெக்டர் எழுதிய கடிதத்தைப் பாளையங்கோட்டையின் படையதிகாரி மக்காலே எழுதியதாகக் கட்டபொம்மன் கூத்து தவறாகக் குறிப்பிடுகின்றது. பாஞ்சாலங்குறிச்சியின்மீது போர் நடவடிக்கையை மேற்கொள்ள படைகளை அனுப்ப வேண்டி சென்னைக்குக் கடிதம் எழுதப்பட்ட செய்தியைப் பாடகர் அறிந்துள்ளனர். ஆனால், யார் எழுதியது, அவ்வாறு எழுதும் அதிகாரம் யாருக்கு இருந்தது என்பன போன்ற அரசியல் செய்திகளைப் பாடகர் நுட்பமாக அறிந்திருக்கவில்லை.

கட்டபொம்மனின் இந்த எதிர்ப்புப் போக்கை வளரவிட்டால், அது மற்றப் பாளையக்காரர்களிடமும் பரவிவிடும் என்று நிருவாகத்தினர் அஞ்சினர். எனவே, கலெக்டரது இந்த முடிவை அவர்கள் ஏற்றுக்கொண்டனர். கும்பினியார் மைசூர்ப் போரில் வெற்றி பெற்றிருந்த நிலையில் 'இது சரியான காலம்' என்று நினைத்தனர். பாஞ்சாலங்குறிச்சிப் பாளையக்காரரை ஒடுக்க, படையை அனுப்புவதென்று முடிவு செய்து, படைத்தலைமைப் பொறுப்பை மேஜர் பானர்மேனிடம் ஒப்படைத்தனர். தெற்குச் சீமை படையெடுப்புத் தொடர்பாக முழு அதிகாரம் அவர்க்கு வழங்கப்பட்டது. பானர்மேன் அமைதியை நிலைநாட்டித் திரும்பும் வரையில் கலெக்டரும் அரசு அதிகாரிகளும் அப்பகுதிகளில் தன்னிச்சையாக எவ்வித நடவடிக்கைகளையும் மேற்கொள்ளக் கூடாது என்று கும்பினி நிருவாகம் கலெக்டருக்கு ஆணையிட்டது. 14.8.1799இல் மேஜர் பானர்மேன் தெற்குப் பாளையங்களை ஒழுங்கு படுத்தும் பணியில் நியமிக்கப்பட்டார். இதனை,

எங்களுட நல்ல உத்தரவின் பேரில்
மேஜர் பானர்மேன் துரையுடனே
தெட்சண பூமிக்குப் போகவேணும் நீர்
சீக்கிரங் காலன்துரையே யிப்போ
பொல்லாத துஷ்டனாம் ஊமையன் கட்டயன்
கோட்டை பிடித்து வடக்கே வந்தாலுமக்குக்
கும்பினிச் சம்பளம் அதிகமென்றார்

(பாஞ்சை:759–762)

என்று பாஞ்சை ஏடு குறிப்பிடுகின்றது.

உள்நாட்டுப் போர் நடத்தும் அளவிற்கு ஆங்கிலேயருக்கு நெருக்கடி ஏற்படவில்லை. ஆனால் கட்டபொம்மன்

உருவாக்கிவரும் ஆங்கிலேயர் எதிர்ப்புக் கூட்டணி வலிமை அடையுமுன் அதனை உடைக்க வேண்டும் என்பதில் அவர்கள் ஆர்வமும் உறுதியும் வேகமும் கொண்டனர். திருச்சி, தஞ்சை, மதுரை, திருநெல்வேலி ஆகிய இடங்களில் நிலை கொண்டிருந்த படைகள் பாஞ்சாலங்குறிச்சி வந்து சேர ஆணையிடப்பட்டது. ஓர்லி *(O'Reily)*, டல்லாஸ் *(Dallas)*, காலின்ஸ் *(Collins)*, டக்ளாஸ் *(Douglas)*, டார்மிக்ஸ் *(Dormieux)*, பிளாக்கி *(Blake)*, பிரௌன் *(Brown)* ஆகிய துணைத் தளபதிகள் தலைமையில் படைகள் கயத்தாற்றை வந்து அடைந்தன.

நாசரேத் ஏடு துணைத் தளபதிகள் எழுவர் பெயர்களைக் குறிப்பிடாமல்,

ஏழுதுரைகளும் காலன் துரையும்
எழுந்து வந்தாரே கோட்டையின் மேலே

(நாசரேத்: 229)

என்று சுட்டுகின்றது.

கும்பினிப் படைகள் கயத்தாற்றில் முகாமிட்டுத் தங்கி யிருந்ததை,

கயத்தாத்திலே வந்து சேர்ந்து
ஒரு காங்குக் கூடாரம் தானடித்தான்

என்று பாளை ஏடு கூறுகின்றது *(991)*.

கதைப்பாடல்களுள் பாஞ்சை ஏடு மட்டுமே மேஜர் பானர்மேன் பெயரைக் குறிப்பிடுகின்றது *(759)*. ஏனைக் கதைப்பாடல்கள் "காலன் துரை" படைத் தலைமை ஏற்றதாகக் குறிப்பிடுகின்றன. இதனை,

மட்டுக் கடங்காத காலன் துரையே
மன்னனே நான்சொல்லக் கேளுமிப்போ
தெட்சிணபூமிக்கு இப்பப்போக வேணும்நீர்
சீக்கிரம் காலன்துரையே என்றார்

(பாளை: 930–931)

என்று பாடல் குறிப்பிடுகின்றது. காலின்ஸ் என்றவர் பெயரையே கதைப்பாடகன் "காலன்" என்று குறிப்பிடுகின்றான்.

பானர்மேன் நடவடிக்கைகள்

மேஜர் பானர்மேன் *1.7.1799*இல் கட்டபொம்மனுக்குக் கடிதம் எழுதினார். அதில், கட்டபொம்மன் செப்டம்பர் 4ஆம் நாளில் பாளையங்கோட்டைக்கு வந்து தன்னைச் சந்திக்க

வேண்டுமென்று பானர்மேன் வேண்டுகோள் விடுத்திருந்தார். கட்டபொம்மன் இந்த வேண்டுகோளை ஏற்க மறுக்கவில்லை. அவர் மேஜரைச் சந்திக்க விரும்புவதாகவும் ஆனால் நாள் நல்லதாக இல்லாததால் வர இயலவில்லை என்றும் ஒரு நல்ல நாள் பார்த்து வந்து சந்திக்கிறேன் என்றும் பிடி கொடுக்காமல் பதில் அனுப்பினார் *(1971:80)*. பேச்சு வார்த்தைக்கு வரும் கட்டபொம்மனைக் கைது செய்து சென்னைக்கு அனுப்பிவிட வேண்டும் என்பதே பானர்மேனுடைய திட்டமாக இருந்தது என்று தி.நா. சுப்பிரமணியன் கூறுகின்றார்.

கட்டபொம்மன் தன்னைச் சந்திக்க வராததால் அவருடைய உள்ளத்து உணர்வுகளை உணர்ந்து கொண்ட பானர்மேன், மேலும் காலம் தாழ்த்தாமல் உடனடியாகப் பாஞ்சாலங்குறிச்சியை முற்றுகையிடக் கட்டளையிட்டார். கயத்தாறு வழியாகவும் கோவில்பட்டி வழியாகவும் படைகள் பாஞ்சாலங்குறிச்சியை நோக்கிப் புறப்பட்டன.

கும்பினிப் படைகள் பாஞ்சாலங்குறிச்சியை நோக்கிப் புறப்பட்டு வருவதைக் கட்டபொம்மன் ஒற்றர்கள் மூலம் அறிந்ததை,

குலைய நல்லூர் சக்கியலியன் தான்
கோட்டைக்கு ஓட்டம் எடுத்துவாரான்
மட்டுக் கடங்காத பொம்மு சமூகத்தில்
வந்திட்டான் அந்நேரம் சக்கிலியன்
வாருமையா சொல்லக் கேளுமையா
மன்னனே கட்டபொம் மேந்திரனே
எண்ணைக் குடத்திலே சாமியிப்போ
எறும்பு வந்தங்கே சூழ்ந்தது போல்
தண்ணீர்க் குடத்திலே சாமியிப்போ
தவளை வந்து முகந்தது போல்
ஏழு சிறுகடல் பொங்கினது போல்
இப்போது பார்க்க முடியாதய்யா
இன்னம் கொஞ்ச நாளிகைக் குள்ளாக
வந்து நெருங்கிடும் பட்டாளம்

(பாஞ்சை: 889–895)

என்று பாஞ்சை ஏடு கூறுகின்றது.

பாஞ்சாலங்குறிச்சி வந்தடைந்த கும்பினிப் படைகள் தங்கியிருந்த இடத்தைத் தேவதாஸ் நாயுடு, “ஒட்டப்பிடாரத்திற்கு வட பாரிசத்தில் உள்ளதும் அப்பட்டணத்தார் ஸ்நானம் செய்யும் தெப்பக்குளத்திற்கு வடகீழ்ப் பாரிசத்தில் உள்ள இடந்தான்” என்று குறிப்பிட்டுள்ளார் *(1928:87)*. இதனை,

ஓட்டப்பிடாரம் வடபுறமாகவே
ஓன்பது கூடாரம் தானடித்து
என்று பாஞ்சை ஏடும் (214)

ஓட்டப்பிடாரத்துப் பாதையிலே அவன்
ஒழுகுக் கூடாரம் தானடித்துப்
பட்டாளத்தை நிறுத்தி விட்டான் அவன்
பாங்குடன் ஓட்டப் பிடாரத்திலே

என்று பாளை ஏடும் (1108–1109) குறிப்பிடுகின்றன.

லெப்டினென்ட் டல்லாஸ் மிக விரைந்து சென்று பாஞ்சைக் கோட்டையை முற்றுகையிட்டுக் கொண்டார். கட்டபொம்மனுக்கு ஆதரவாக வெளியிலிருந்து திரண்டு வந்த படைகள் முற்றுகையை உடைத்து உள்ளே செல்ல மிகுந்த முயற்சி செய்ய வேண்டியிருந்தது(1931:220). கோட்டையை முற்றுகையிட்ட பானர்மேன் தன்னுடைய மொழிபெயர்ப்பாளர் இராமலிங்க முதலியாரையும் அவுல்தார்களையும் கட்டபொம்மனைச் சந்தித்துப் பேச கோட்டைக்குள் அனுப்பினார். அவர்கள் கட்டபொம்மனைச் சந்தித்துப் பானர்மேன் அழைத்து வரச் சொன்னதாகக் கூறினர். கட்டபொம்மனும் அவருடைய மாமனார் கெடிவெட்டியூர் நாயக்கரும் பானர்மேனைச் சந்திக்க இசைவு தெரிவித்தனர். ஆனால், அவர்களுடைய வழக்கப்படி "கவுல்" வழங்கினால் மட்டுமே பார்க்க இயலும் என்பதில் கட்டபொம்மன் உறுதியாக நின்றார். "கவுல்" கொடுக்காவிட்டாலும் நம்பிக்கைக்கு ஆதாரமாக ஒரு கத்தியையாவது கொடுக்கும்படி கெடிவெட்டியூர் நாயக்கர் கேட்டார். அவ்வாறு கொடுக்க இயலாது என்றும் கட்டபொம்மன் எவ்வித நிபந்தனையும் இன்றிச் சரணடைவதையே பானர்மேன் விரும்புகிறாரென்றும் சொல்லி இராமலிங்க முதலியார் திரும்பினார் (1947: 147–148). கட்டபொம்மன் "கவுல்" இன்றிப் பார்க்க மறுத்ததைக் கவர்னருக்கு எழுதிய கடிதத்தில் பானர்மேன் குறிப்பிட்டுள்ளார் (1873:63).

கட்டபொம்மன் மற்றவர்களோடு கலந்து ஆலோசித்துத் தன்னுடைய மாமனார் கெடிவெட்டியூர் நாயக்கரைப் பானர்மேனிடம் தூதாக அனுப்பினார். பானர்மேன் அவரிடம் இன்னும் அரை மணி நேரத்திற்குள் கட்டபொம்மன் சரணடைய வேண்டும், இல்லாவிட்டால் கோட்டை இடிக்கப்படும் என்று கூறினார். கவுல் அனுப்பினால் கட்டபொம்மன் சந்திக்கத் தயாராக இருப்பதாகக் கெடுவெட்டியூர் நாயக்கர் கூறியபோது மேஜர் பானர்மேன் அந்த வேண்டுகோளை ஏற்க மறுத்துவிட்டார் (1947: 148–149).

கட்டபொம்மன் சரணடைய மறுத்ததைக் குருகுகதாசப் பிள்ளை, "கோணல் வழியில் சென்று கொண்டிருக்கும் அவரது (கட்டபொம்மன்) புத்தியை நல்வழியில் செலுத்துவித்து, அவர்க்கு ஏதாவது நன்மையைச் செய்துவைக்க வேண்டுமென்று பிரயாசை எடுத்தும் அது நடவாது போலிருக்கிறது என்பதைத் தெரிந்தவராகி (பானர்மேன்) மறுபடியும் அரைமணி நேரம் பாளையக்காரர் சாவதானமாக யோசித்து, அவரது வழியை நல்லதாக்கிக் கொள்ளட்டுமென்று சொல்லி அனுப்பினார். இந்த இரண்டாவது வேண்டுகோளும் வீணாயிற்று. விநாச காலே விபரீத புத்தி என்ற பழவுரைக்கொப்பக் கெட்டவழியில் மனநிலையை நாட்டிக் கொண்டிருந்த கட்டபொம்மன் நாயக்கர் தமது பிடிவாத சுபாவத்திலிருந்துங் குணமடையவில்லை" என்று கூறியுள்ளார். சிரஞ்சீவி "பானர்மேன் அழைப்பிற்குக் கட்டபொம்மன் வந்திருக்கலாம்" என்று குறிப்பிட்டுள்ளார். கட்டபொம்மன் பயத்தால் பானர்மேனைச் சந்திக்க மறுத்தார் என்பது தமிழ்வாணன் பார்வை.

இவர்கள் கூற்று ஒருதலைச் சார்பானதாகும். பானர்மேன் அழைத்தபோது 'கவுல்' கொடுத்தால்தான் வர இயலும் என்பதில் கட்டபொம்மன் உறுதியாக நின்றார். கவுல் பெற்றுச் செல்வது பாளையக்காரர்களின் உரிமைகளுள் ஒன்று. இது போன்று பாளையக்காரர்களுக்கு வழங்கப்பட்ட பல உரிமைகளைப் பறிக்கும் ஆணையை 1792இல் கவர்னர் இராபர்ட் கிளைவ் பிறப்பித்த போது கட்டபொம்மன் அதனை ஏற்றுக்கொள்ள மறுத்தார். பாளையக்காரர்களுக்கு நவாப் வழங்கிய உரிமைகளைக் காப்பதில்தான் கட்டபொம்மனின் போராட்டமே தொடங்கியது. இந்த வரலாற்று உண்மையை உணராமல், "பானர்மேன் அழைத்தபோது கட்டபொம்மன் வந்திருக்கலாம்" என்று குருகுகதாசப் பிள்ளை, சிரஞ்சீவி, தமிழ்வாணன் ஆகியோர் கூறியிருப்பது தவறான கருத்தாகும்.

மேஜர் பானர்மேனனைச் சந்திக்கக் கெடிவெட்டியூர் நாயக்கர் சென்றபோது பானர்மேன் அவரிடம் தானாபதிப் பிள்ளையை ஒப்படைக்கும்படி கேட்டதாகவும் "தானாபதிப் பிள்ளை ஒருவரைத் தள்ளிவிடின் நமக்குச் சனியன் தொலைந்தது, அதன் பின் எல்லாம் நல்லதாம்" என்று கெடிவெட்டியூர் நாயக்கர் கட்டபொம்மனிடம் சொல்லியதாகவும் ஜெகவீரபாண்டியனார் குறிப்பிட்டுள்ளார்.

கொட்டாரத்து நெல்லுகளுக்குமே
ரொக்க நாணனையந் தானனுப்பி
மாண்டு கிடக்கிற பாண்டியனுக்குத்

தானாபதியைத் தருவாயென்றால்
நீயும் கும்பினி பொல்லாப்பு இல்லாமல்
நேசமா இருக்கலாமே

(1983: 256–258)

என்று வரும் கதைப்பாடல் செய்தியை ஆதாரமாகக் கொண்டு அவர் இவ்வாறு எழுதியிருக்கலாம் என்று தெரிகிறது. ஆனால் வரலாற்று ஆவணங்களிலும் பிற வரலாற்று நூல்களிலும் இச்செய்தி இல்லை. மேலும் பானர்மேன் நிருவாகத்திற்கு எழுதிய கடிதத்தில் கெடிவெட்டியூர் நாயக்கர் 'கவுல்' கேட்ட செய்தியை மட்டுமே குறிப்பிட்டுள்ளார். தானாபதியைப் பற்றி அவர் எதுவும் குறிப்பிடவில்லை. கட்டபொம்மன் உடனே சரணடைய வேண்டுமென்று பானர்மேன் கூறியதாகவே கயத்தாற்றில் நடைபெற்ற விசாரணையில் கெடிவெட்டியூர் நாயக்கர் சாட்சி சொல்லியுள்ளார் (1931: 244–245).

பாஞ்சாலங்குறிச்சிப் போர்குறித்து மேஜர் பானர்மேன் கவர்னரின் செயலருக்கு நாள்தோறும் எழுதிய கடிதங்களே போர்ச்செய்திகளை விளக்கும் வரலாற்று ஆவணச் சான்றாதாரங் களாக விளங்குகின்றன. செப்டம்பர் 5, 7 ஆகிய நாள்களில் அவர் எழுதிய கடிதங்களில், "கட்டபொம்மன் எழுத்து மூலம் அனுமதி கேட்டதை அறிந்த வீரர்கள் தங்களுக்குள்ள பணிகளை வேகமாய்ச் செய்யத் தொடங்கினர். மூன்றாவது அணியில் முதல் பிரிவினரும், உள்நாட்டுக் காலாள் படையில் பதின்மூன்றாவது அணியைச் சேர்ந்த நான்கு பிரிவினரும் அணிவகுத்துத் தெற்குக் கோட்டை வாயிலை ஆறு பவுண்டு குண்டுகளைக் கொண்டு தாக்கினர். இதே நேரத்தில் வடக்குக் கோட்டை வாயிலைக் கேப்டன் டல்லாசு ஆணையின்படி இரண்டு கும்பினி அணியினர் தாக்கினர். முன்னேறிச் செல்லும்படி படைகளுக்கு ஆணையிடப்பட்டது. ஆனால், அவர்கள் ஆறு பவுண்டு குண்டுகளால் உடைக்கப்பட்ட தெற்கு வாயிலைக் கடந்து சென்றோ உடைந்த சுவரில் ஏறி உள்ளே குதித்தோ வெற்றி பெறமுடியாமல் அச்சத்தால் பின்வாங்கினர். வெற்றியின் நிழல் தெரியும் அளவிற்குப் போர் உறுதியுடன் நெடுநேரம் நடைபெற்றது. வேறு எந்த நாளும் இல்லாத அளவு ஐரோப்பிய வீரர்களின் ஆற்றல் இந்த நல்லூழ் இல்லாத போரில் வீரத்துடன் வெளிப்பட்டது. நம் பக்கத்தில் ஏற்பட்ட இழப்பு மிக அதிகமே. இதற்கு நான் பொறுப்பு என்று சொல்ல முடியாது. என்மீது குற்றம் சொல்ல நியாயம் இல்லை என்ற செய்தி மேன்மை தாங்கிய கவர்னரிடமிருந்து வரும்வரை என் மனவேதனை நீங்காது."

“பத்தொன்பதாவது அணியைச் சார்ந்த, பன்னிரண்டு பவுண்டு குண்டுகளுடைய இரண்டு பீரங்கிகளைக் கொண்டு வந்து சேர்க்கும்படி ஆணை அனுப்பியுள்ளேன். அத்துடன் பாளையங்கோட்டையிலிருந்து இருபத்து நான்கு பவுண்டு குண்டுகளையுடைய பீரங்கிகளையும் அனுப்பும்படி ஆணை அனுப்பியுள்ளேன். இந்தப் போரில் உள்நாட்டு வீரர்களை விட ஐரோப்பியரே மிகுதியான உயிரிழப்பிற்கும் தாக்குதலுக்கும் ஆளாகியுள்ளனர். இதன் மூலம் உள்நாட்டு வீரர்கள் சரியாகப் போர்புரியவில்லை என்று நினைக்கின்றேன். மாண்புமிகு கவர்னர் ஜெனரலின் பத்தொன்பதாம் அணியின் இரண்டு பன்னிரண்டு பவுண்டு பீரங்கிகள் நேற்று மாலையில் வந்து சேர்ந்தாலும் வீரர்கள் களைப்பாக இருந்ததால் நான் உடனே கோட்டையைத் தாக்க கட்டளையிடவில்லை. ஆனால் அன்று இரவே பாளையக்காரரும் அவருடைய ஆட்களும் கோட்டையிலிருந்து வெளியேறிவிட்டனர்”(1873:62–64).

“வரலாற்றுக் கதைப்பாடல்கள் வரலாற்று நிகழ்ச்சிகளை விவரித்தாலும் அவை பெரும்பாலும் போரையும் அதற்கான காரணங்களையும் போர் நடவடிக்கைகளையும் அதன் முடிவையும் சிறப்பாக பாடுகின்றன” என்று நா. வானமாமலை குறிப்பிடுகிறார். பாஞ்சாலங்குறிச்சியில் 1799, 1801இல் நடைபெற்ற இரண்டு போர் நிகழ்ச்சிகளையும் கட்டபொம்மன் கதைப்பாடல்கள் விரிவாகப் பாடுகின்றன. கதைப்பாடல்கள் கூறும் போர் நிகழ்ச்சிகளை, வரலாற்று ஆவணங்களோடும் வரலாற்று நூல்களோடும் ஒப்பிட்டுப் பார்க்கும்போது, பாடகன் முதலாவது போரைப் பாடும்போது இரண்டாவது போரில் நிகழ்ந்த சில நிகழ்ச்சிகளையும் கலந்து பாடி இருப்பதைக் காணமுடிகிறது (1983:832).

மிகக் குறுகிய கால இடைவெளியில் இரு போர்களும் நடைபெற்றதால், இந்தப் போர் நிகழ்ச்சிகளை நினைவில் பதித்துப் பரவலாகப் பேசி சில ஆண்டுகளுக்குப் பின்னர் மீண்டும் நினைவிற்குக் கொண்டுவந்து பாடும்போது காலப்பிழையும் இடப்பிழையும் இடம்பெறுவது இயல்பே. மேலும் கதைப்பாடகன் போர் நிகழ்ச்சியைப் பாடும்போது, களத்தில் நிகழ்ந்த வீரநிகழ்ச்சிகளுக்கும் அவற்றை நிகழ்த்திய வீரர்களுக்குமே சிறப்பிடம் கொடுக்கின்றான். காலத்தை நுட்பமாகப் பாடகர் கருதுவதில்லை.

வரலாற்று ஆவணங்கள் ஒரு போர் என்று நடந்தது? எந்தெந்தப் படைப் பிரிவுகள் பங்கு பெற்றன? எவ்வளவு ஆற்றலுடைய பீரங்கிகள் பயன்படுத்தப்பட்டன, எவ்வாறு

தாக்குதலை நடத்தினர், எத்தனை நாள்கள் நடைபெற்றன என்பன போன்ற செய்திகளைக் குறிப்பிடுகின்றன. ஆனால், வரலாற்றுக் கதைப்பாடல்கள் பாளையக்காரர் அந்த நேரத்தில் போரை எதிர்பார்த்தாரா? எதிர்பாராதத் தாக்குதலை எந்தச் சூழ்நிலையில், எத்தகைய மனநிலையில், எவ்வாறு எதிர் நோக்கினார்? உடனடியாகப் படைகளைத் திரட்ட மேற்கொண்ட நடவடிக்கைகள் யாவை? என்பன போன்ற உணர்வுச் செய்திகளையும் தருகின்றன. மேலும் போரில் சிறப்பாகப் போரிட்ட உள்நாட்டு வீரர்கள், அவர்கள் பயன்படுத்திய ஆயுதங்கள், போர்த் தொடர்பாக அவர்கள் கொண்டிருந்த நம்பிக்கைகள், வழக்கங்கள் ஆகியவற்றையும் கதைப் பாடல்கள் தெளிவாக விவரிக்கின்றன.

போர்த் தொடங்கிய சூழல்

மேஜர் பானர்மேன் பாஞ்சாலங்குறிச்சியை முற்றுகையிட்ட போது கட்டபொம்மன் எத்தகைய சூழ்நிலையில் இருந்தார் என்பதைக் கதைப்பாடல்கள் குறிப்பிடுகின்றன. ஒரு போரை நடத்தும் அளவிற்குக் கோட்டைக்குள் வீரர்களின் எண்ணிக்கை இல்லை. ஊமைத்துரை தன்னுடைய ஆட்களோடு திருச்செந்தூர் விழாவிற்குச் சென்றிருந்தார். தானாபதியும் வெளியூர் சென்றிருந்தார்.

தானாதிபதியும் தலத்திலில்லை
தம்பி ஊமைத்துரையுமிப்போ சேரவில்லை
செந்தூரன் நல்ல கோவிலுக்குச்
சேவை செய்யவும் போய்விட்டார்

(பாளை: 1057 – 1058)

என்றும்,

ஏக சமுத்திரம் என்சனம் என் படை
இல்லை என்றோ வாரான் கும்பினி

(பாளை: 1061)

என்றும் கதைப்பாடல்கள் குறிப்பிடுகின்றன.

கும்பினியாரிடம் உள்ளது போல பாளையக்காரரிடம் பயிற்சி பெற்ற நிலையான படைகள் இல்லை. போர் ஏற்படும் போது அவருடைய எல்லைப் பகுதிக்குள்ளிலிருந்து படைவீரர்கள் திரண்டு வருவர். மற்றக் காலங்களில் அவர்கள் தத்தம் பயிர்த்தொழில் முதலிய வேலைகளைக் கவனிப்பார்கள். இதற்காக

இவர்களுக்கு வரியில்லாமல் நிலம் வழங்கப்பட்டிருக்கும். படைகளைப் பராமரிக்கப் பாளையக்காரருக்கு மிகுந்த செலவு ஆகாது. வேண்டும்போது பெரும்படையைத் திரட்ட முடியும் (1947: 10–11). திடீரென்று கோட்டை முற்றுகையிடப்பட்ட நிலையில் கட்டபொம்மன் எவ்வாறு படை வீரர்களுக்குச் செய்தி தெரிவித்தார் என்பதை,

ஆளனுப்பினோ மானாக்கால் ஒரு
வாரம் செல்லுமே அய்யாவே
வெங்கலத் தம்புரு தானழைத்து
வெகுசா நல்லாவே வாரிறிக்கி
கொத்தளத்து மேலே நின்று நம்ம
கொம்பனே இப்போ அடித்தாக்கால்
தம்புருச் சத்தம் கேட்டல்லவோ இப்போ
தானே வருகுமே கம்பளங்கள்

(1983:410–413)

என்று கட்டபொம்மன் கும்மிப் பாடல் குறிப்பிடுகிறது.

இந்தப் போர் முரசை ரணபேரிகை என்பர் (1954:203). பாஞ்சாலங்குறிச்சியார் திருச்செந்தூரிலிருந்து பாஞ்சாலங்குறிச்சி வரை முரசு மண்டபங்களையும் மணி மண்டபங்களையும் அமைத்திருந்தனர். இதன் எச்சம் இன்றும் ஆத்தூரில் உள்ளது. திருச்செந்தூரில் உச்சிகாலப் பூசை முடிந்ததைத் தெரிவிப்பதற்காக இவை அமைக்கப்பட்டன. போர்க் காலங்களில் போர்ச் செய்தியையும் இவற்றின் மூலம் தெரிவித்திருக்கலாம்.

படைவீரர் பட்டியல்

போர்முரசு கேட்டதும் எந்தெந்த ஊர்களிலிருந்து யார் யார் தலைமையில் படைவீரர்கள் புறப்பட்டு வந்தனர் என்ற நீண்ட பட்டியலைக் கதைப்பாடகன் தருகிறான். படை வருணனை அல்லது படைவீரர்கள் பெயரை அடுக்கிச் சொல்லுதல் கதைப்பாடல்களில் அடிக்கருத்துக்களின் கூறுகளில் ஒன்று. கட்டபொம்மன் கதைப்பாடல்களைப் பொறுத்தவரையில் படைவீரர்கள் பெயரையும் ஊரையும் அடுக்கிச் சொல்லியிருப்பது வெறும் கதைக் கூறாக மட்டுமல்லாமல், பாளையக்காரருக்குப் படைகள் எவ்வாறு திரண்டு வந்தன என்ற வரலாற்று உண்மைகளையும் அவை அறிவிக்கின்றன. கதைப்பாடல் தரும் பெயர்ப்பட்டியலை ஆதாரமாகக் கொண்டு தேவதாஸ் நாயுடு தன்னுடைய பாஞ்சாலங்குறிச்சி சரித்திரம் என்ற நூலில் பாஞ் சாலங்குறிச்சிப் படைவீரர்களின் பெயர்ப்பட்டியல் ஒன்றை “பராக்கிரமசாலிகள்” என்ற தலைப்பில் கொடுத்துள்ளார்.

பாஞ்சாலங்குறிச்சியில் நாலாயிரம் வீரர்களும் இருநூறு குதிரைப் படை வீரர்களும் இருந்ததாகக் குருகுகதாசப் பிள்ளையும் பன்னிரண்டாயிரம் போர் வீரர்களைத் திரட்டக் கட்டபொம்மனுக்கு வாய்ப்பு இருந்ததாகத் தேவதாஸ் நாயுடுவும் பதினாறாயிரம் போர் வீரர்களும் இருபத்தாறாயிரம் படைக்கலன்களும் இருந்ததாகச் செகவீரபாண்டியனாரும் கூறுகின்றனர். பாஞ்சாலங்குறிச்சிக் கோட்டையின் அளவை நோக்கும்போது ஜெகவீரபாண்டியனார் சொல்லியுள்ள எண்ணிக்கை மிகையாகவே தோன்றுகின்றது. குருகுகதாசப் பிள்ளை குறிப்பிடுவதைப் போல நாலாயிரத்திலிருந்து ஐயாயிரம் வரையிலான போர் வீர்ர்களைத் திரட்டும் வாய்ப்பு கட்டபொம்மனுக்கு இருந்திருக்கலாம். முதலாவது போர் தொடங்கிய போது ஆயிரத்து இருநூறிலிருந்து ஆயிரத்து ஐந்நூறு வீரர்கள்வரை இருந்ததாகக் கோட்டைக்குள் கட்டபொம்மனிடம் சமாதானம் பேசச் சென்ற இராமலிங்க முதலியார் கயத்தாற்று விசாரணையின் போது கூறியுள்ளார் (1971:80). கோட்டையினுள் திரண்டிருந்த வீரர்களின் எண்ணிக்கையை, "ஆயிரத்தைந்நூறு ராணுவத்தாரும் அன்பால் வந்து சேர்ந்துவிட்டார்" (1978:1585–86) என்று கதைப்பாடலும் சுட்டுகின்றது. கோட்டையைக் கும்பினியார் திடீரென்று முற்றுகையிட்டதால் பெரும்பாலான வீரர்கள் வர வாய்ப்பில்லாமல் போயிருக்கலாம். கதைப் பாடல்களும் வரலாற்று ஆவணங்களும் தரும் செய்தியிலிருந்து முதலாவது போரில் கோட்டைக்குள் ஆயிரத்தைந்நூறு பேர்க்கு மிகாமல் இருந்திருக்கலாம்.

வரலாற்று ஆவணங்களில் காணப்படும் பல செய்திகள் கதைப்பாடல்களிலும் காணப்படுகின்றன. பானர்மேன் தன் கடிதத்தில், "மூன்றாவது அணியின் முதல் பிரிவினரும் உள்நாட்டுக் காலாட்படையின் பதின்மூன்றாவது அணியைச் சேர்ந்த நான்கு பிரிவினரும் அணிவகுத்துத் தெற்குக் கோட்டைவாயிலை ஆறு பவுண்டு குண்டுகளைக் கொண்டு தாக்கினர்" என்று எழுதியுள்ளார் (1873:63). இதனை,

தெற்குக் கோட்டைத் தலைவாசலிலே அவன்
தீர்த்தானே பீரங்கி காலனுந்தான்
தெறகுக் கோட்டைத் தலைவாசல் கதவு
சீக்கிரம் மெல்லவே சாஞ்சுதய்யா

(பாளை: 1330–31)

என்று கதைப்பாடல் குறிப்பிடுகின்றது.

பாஞ்சைக் கோட்டைக்குள் மிகுதியாகப் படைகள் இல்லாததாலும் அது மண்கோட்டை என்பதாலும் மிக எளிதில்

பிடித்துவிடலாம் என்ற கணிப்பில், பீரங்கித் தாக்குதலால் உடைக்கப்பட்ட பகுதி வழியாகக் கும்பினி வீரர்கள் நுழைய முயன்றனர். அவர்களைப் பாஞ்சை வீரர்கள் ஈட்டிகள் கொண்டு வீழ்த்தினர். இதனால் அச்சம் கொண்ட கும்பினி வீரர்கள் மிகுந்த இழப்புகளோடு பின்வாங்கினர். பானர்மேன் இச் செய்தியைத் தன்னுடைய கடிதத்தில் சுட்டியுள்ளார் *(1863:63)*.

இதனை,

> மட்டிலடங்காத கும்பினிப் பட்டாளம்
> பின்வாங்கி விட்டதே அந்நேரம்

என்றுபாஞ்சை ஏடும் *(1094)*,

> பாளையத்தைப் பின்னுக்கு வாங்கிப்
> பதிவாகக் கூடாரந் தான் சேர்ந்தானே
> நாளை இடிக்கிறேன் பாருமென்று அவர்
> நாலா அளப்புகள் பேசிக்கொண்டு

என்று நாசரேத் ஏடும் *(252–253)*,

> புத்தினில் ஈசலைப் போல்வந்த பட்டாளம்
> பதறி அப்பாலே தான் போச்சு

என்று கட்டபொம்மன் வரலாறும் *(1960:77)* குறிப்பிடுகின்றன.

வரலாற்று ஆவணங்களும் வரலாற்று நூல்களும் பெரும்பாலும் போராட்ட நாயகனுக்கும் அவனுடைய எதிரிக்குமிடையே நிகழ்ந்த செய்திகள் எடுத்துரைக்கப்படுகின்றன. வரலாற்றுக் கதைப்பாடல் இவற்றோடல்லாமல் வரலாற்று நாயகனுடைய போராட்டத்தில் அவனுக்குத் துணையாக நின்ற வீரர்கள் பற்றிய செய்திகளையும் விவரிக்கின்றது. கட்டபொம்மனின் போராட்டத்தில் அவருக்குத் துணையாக நின்ற வெள்ளையத் தேவன், சிவத்தையா, முத்தன்பகடை, பொட்டிப்பகடை, சின்னவீரய்யா, சின்னவீரண்ணன், சின்னலக்கணன், காலாடிக்கருப்பன், சுந்தரலிங்கம், வீரமல்லு ஆகியோர் பற்றிய செய்திகளைக் கட்டபொம்மன் கதைப் பாடல்கள் விரிவாகப் பாடுகின்றன.

மேலும், போர் முரசொலியைக் கேட்டு எந்தெந்த ஊர்களிலிருந்து யார் யார் தலைமையில் படைவீரர்கள் புறப்பட்டு வந்தனர் என்பதையும் கதைப்பாடல்கள் பாடுகின்றன.

> அல்லிக் குளத்து சுப்பையா நாயக்கன்
> அவரும் அவருடைய ராணுவமும்
> பட்டணம் மருதூர் முத்தன் பகடை
> அவனும் அவனுடை ராணுவமும்
> கூட்டணங் காடந்த முத்துக் குடும்பன்

அவனும் அவனுட ராணுவமும்
தட்டான் என்கிற கொட்டாப் புளியும்
அவனும் அவனுட ராணுவமும்
கொண்டையன் கோட்டை தளவாத்தேவன்
சங்குத்தேவன் வம்சத்தார்

(1983, பக். 30–31)

பூசனூர் வாழும் விசுவாசன் தமிழ்
புங்கம்பிள்ளை மணிமுத்துப் பிள்ளை
சீரான சுப்பையா மக்களுடனே
முடிச்சா னேந்தல் படையுடனே நல்ல
முத்துக் குமாரசித்திர வேலுடனே
சூரங் குடியிலே வாலசுப்பிர மணியன்
சுந்தர பாண்டியன் வன்னியனும்
கொங்கலர் குறிச்சிப்பிள்ளை மகன் தம்பி
குழந்தை வேல்பிள்ளை ஆறுமுகம்
சிங்கார மாய்ச்சித்தூர்ப் பட்டியில் சிங்கனும்
சீரான தம்பி சேருவையும்
மகமது தம்பி ஈசுப்பு லெப்பையும்
மார்க்கமுள்ள குப்பை ராவுத்தனும்

(1960, பக். 6–9)

கதைப்பாடல்கள் கூறும் இந்தச் செய்தியை நாம் முற்றிலும் புறந்தள்ளிவிட முடியாது. ஐயாயிரத்துக்கும் மேற்பட்ட வீரர்களை ஆண்டு முழுவதும் கோட்டைக்குள்ளே வைத்து, அவர்களின் தேவையை நிறைவுசெய்வது என்பது பாளையக்காரர்களால் இயலாது. நாம் முன்னமே குறிப்பிட்டதைப்போல நிலங்களைத் தானமாகப்பெற்ற வீரர்கள் போர்க்காலங்களில் இவ்வாறுதான் திரண்டு வந்திருக்க வேண்டும். கட்டபொம்மனின் ஆட்சிக்கு உள்பட்ட அனைத்து ஊர்களிலிருந்தும் சாதி, மத வேறுபாடின்றி வீரர்கள் பங்கு பெற்றிருப்பதையும் கதைப்பாடல்வழி அறிய முடிகின்றது. வீரர்களின் பெயர்களும் அவர்களது ஊர்களின் பெயர்களும் எல்லாக் கதைப்பாடல்களிலும் பெரும்பான்மையும் ஒன்றுபடுகின்றன.

போர்முரசு கேட்டு வீரர்களைத் திரட்டிக்கொண்டு கோட்டைக்குள் வந்தவர்களில் சிவத்தையா குறிப்பிடத் தகுந்தவர். இவர் கட்டபொம்மனின் தந்தைக்கு மற்றொரு தாய் வயிற்றில் பிறந்தவரென்று ஜெகவீரபாண்டியனாரும் *(1954:227)*, கட்டபொம்மனின் பெரியப்பா மகன் என்று தேவதாஸ் நாயுடுவும் குறிப்பிடுகின்றனர் *(1928:81)*.

கோட்டையிலேசன மில்லையென்று வீரியங்
கூறினானே கட்டபொம் முதுரை

வேட்டை ரணவேட்டை யாடலாமப்போ
வேந்தன் சிவத்தையா தானுரைத்தான்
சக்தி வளர்சக்க தேவியம் மாளுக்குத்
தான்பலி யாகக் கொடுத்திடலாம்
என்று சிவத்தையா சொல்லிடவே சபா
சென்று கட்டபொம்மு ராசதுரை

(1960:68)

என்று கதைப்பாடல் சுட்டுகின்றது. இவருக்கும் கட்டபொம்ம னுக்கும் உள்ள உறவு முறையைப் பாடல் குறிப்பிடவில்லை.

காலன்துரை பற்றிய செய்திகளைக் கதைப்பாடல்கள் விரிவாகப் பாடுகின்றன. கும்பினி நிருவாகம் காலன்துரையைத் தென்பாண்டிச் சீமைக்குப் படையெடுத்துச் செல்ல ஆணையிடுதல், பாஞ்சாலங்குறிச்சியார் வீரத்தை எண்ணி காலன்துரை செல்ல மறுத்தல், அவரைப் பீரங்கியில் கட்டி வைத்துச் சுடுவோம் என்று நிருவாகத்தினர் மிரட்டுதல், போரில் தாம் இறந்து போனால் தம் குடும்பத்திற்கு உதவித்தொகை வழங்க வேண்டும் என்று காலன்துரை முறையிட்டுப் புறப்படுதல், காலன்துரை தமக்குத் தேவையான படைகளையும் பீரங்கிகளையும் பட்டியலிட்டுப் பெறுதல், அவர் மதுரை மீனாட்சி ஆலயத்தில் வாடா விளக்குச் சோதனை பார்த்தல், கயத்தாறு வந்த காலன்துரை, கலெக்டர் மூலம் எட்டப்பரை அழைத்துப் படையெடுப்பு குறித்துத் திட்டமிடுதல், பாஞ்சாலங்குறிச்சிப் போரில் காலன்துரை மரணமடைதல் ஆகிய நிகழ்ச்சிகள் விரிவாகப் பேசப்படுகின்றன (பாஞ்சை: 760 – 875). வரலாற்று நூல்களில் இச்செய்திகள் இல்லை.

பாஞ்சாலங்குறிச்சிப் போரில் மரணமடைந்த காலின்சின் கல்லறை ஒட்டபிடாரம் அருகே இன்றும் உள்ளது. இவருடைய கல்லறை ஒட்டப்பிடாரத்தில் இருந்தாலும் போரில் கோட்டையின் தலைவாயிலாகிய தெற்குவாயிலைத் தாக்கும் பணியைத் தலைமை ஏற்று நடத்தியதாலும் வெள்ளையத்தேவனைக் கொன்றவர் இவரே என்ற செய்தி வழக்கில் நிலவியதாலும் மரணத்தை நினைவுறுத்தும் ‘காலன்’ என்ற தமிழ்ப் பெயரோடு இவர் பெயர் ஒலி ஒப்புமை உடையதாக இருப்பதாலும் பாடகன் இவரைக் குறித்த செய்திகளை விரிவாகப் பாடியிருக்க வேண்டும். வெள்ளையத் தேவன் வீரத்தைச் சிறப்பித்துப்பாடும் கதைப்பாடல்களே காலின்சு குறித்த செய்திகளையும் விரிவாகப்பாடுகின்றன. காலன்துரை தொடர்பான நிகழ்ச்சிகளை இந்தக் கதைப்பாடல்கள் படிப்படியாக வளர்த்தெடுத்து, வெள்ளையத்தேவன் மோதலில் உச்ச நிலைக்குக் கொண்டு வந்து முடிக்கின்றன. எனவே வெள்ளையத் தேவனை அவல

வீரனாகச் சிறப்பிக்கும் நோக்கிலேயே காலன்துரை குறித்த நிகழ்ச்சிகளை இந்தக் கதைப்பாடல்கள் விரிவாகப்பாடுகின்றன.

முதற்போரில் கும்பினியாரின் நிபந்தனைகளுக்குக் கட்டபொம்மன் பணிய மறுத்து, மனவலிமையோடு எதிர்த்துப் போரிட்டார். முதல்நாள் போரில் அவர்க்கே வெற்றி கிடைத்தது எனலாம். எனினும் தொடர்ந்து போரை நடத்த இயலாமல் வெளியேறும் முடிவை எடுக்கவேண்டியநிலை அவர்க்கு ஏற்பட்டது. இதன் மூலம் கும்பினிப் படையினர் பாஞ்சாலங்குறிச்சியைக் கைப்பற்றினர். பாஞ்சாலங்குறிச்சியாரின் தோல்விக்குக் காரணங்கள் பலவாகும். கட்டபொம்மன் இந்தத் தாக்குதலை இவ்வளவு விரைவாக எதிர்பார்க்கவில்லை; கோட்டை முற்றுகையிடப்பட்டதால் வெளியிலிருந்து படைகள் வர இயலாமல் போய்விட்டது; ஆங்கிலேயருக்கு எதிராகக் கட்டபொம்மன் உருவாக்கிய கூட்டணி செயல் வடிவம் அடையும் முன்பே அவர்கள் தனித்தனியாகச் சிதறடிக்கப்பட்டனர்; கட்டபொம்மன் திட்டமிட்டவாறு சிவகிரிப் பாளையத்தைத் தன்வசம் சேர்க்க முடியவில்லை; பீரங்கிகள் போன்ற நவீன ஆயுதங்களுடன் முறையாகப் பயிற்சி பெற்ற இராணுவத்தை ஈட்டி, வாள், சமுதாடு, வல்லையம் போன்ற பழைய ஆயுதங்களுடன் எதிரப்பது இயலாது போய்விட்டது; சமவெளியில் அமைந்த மண்கோட்டையால் பீரங்கித் தாக்குதலுக்கு ஈடு கொடுக்க முடியவில்லை; எட்டையாபுரம் பாளையக்காரர் அந்த நிலப் பகுதியை நன்கு அறிந்த ஆயிரம் பேருக்கு மேற்பட்ட வீரர்களோடு ஆங்கிலேயர்க்குத் துணை நின்றார். இவற்றால் கட்டபொம்மன் முதல்போரில் தாக்குப் பிடிக்க முடியாமல் தப்பிச் செல்லும் முடிவை மேற்கொண்டார்.

கோட்டைக்குள் அகப்பட்ட யானை, குதிரை, மாடு முதலிய வற்றையும் நகைகளையும் வேறு விலையுயர்ந்த பொருள்களையும் பானர்மேன் கைப்பற்றிக் கவர்னர் அனுமதியுடன் கும்பினி வீரர்களுக்குப் பங்கிட்டுக் கொடுத்தார் (1947:164). பாஞ்சாலங் குறிச்சிக் கோட்டை இடித்துத் தரைமட்டமாக்கப்பட்டது.

கட்டபொம்மனின் முடிவு

இந்தத் தலைப்பு, கட்டபொம்மன் ஏன் தப்பிச் செல்லும் முடிவை மேற்கொண்டார்? செல்லும் வழியில் ஏற்பட்ட நிகழ்ச்சிகள் யாவை? கட்டபொம்மன் எங்கு, எவ்வாறு, யாரால் கைது செய்யப்பட்டார்? கயத்தாற்றில் கட்டபொம்மன்மீது எவ்வாறு விசாரணை நடத்தப்பட்டு, எத்தகைய தண்டனை வழங்கப்பட்டது? இவை குறித்து வரலாற்று ஆசிரியர்களிடையே வேறுபட்ட கருத்துக்கள் காணப்படுகின்றனவா? இவை குறித்துக் கதைப்பாடல்கள் என்ன கூறுகின்றன? வரலாற்று ஆவணங்கள் தரும் செய்திகளிலிருந்து கதைப்பாடல்கள் வேறுபடுகின்றனவா? வரலாற்று ஆசிரியர்கள் குறிப்பிடாத புதிய செய்திகளைக் கதைப்பாடல்கள் குறிப்பிடுகின்றனவா? போன்ற கேள்விகளை இங்கு எதிர்கொள்வோம்.

தப்பிச் செல்லும் முடிவை மேற்கொண்ட காரணம்

கட்டபொம்மன் செப்டம்பர் 6ஆம் நாள் காலை தன்னுடைய 'வக்கீலை'க் கோட்டையை முற்றுகையிட்டிருந்த பானர்மேனிடம் அனுப்பினார். ஒரு பாளையக்காரருக்கு உரிய மரியாதையோடு கோட்டையிலிருந்து வெளியேறி, வீரர்கள் புடை சூழ கேப்டன் டேவிசனுடன் சென்னைக்குச்

செல்ல தன்னை அனுமதிக்க வேண்டுமென்று வேண்டுகோள் விடுத்தார். பானர்மேன் இந்த வேண்டுகோளை மறுத்து, கட்டபொம்மன் உடனே சரணடைய வேண்டுமென்று கூறினார் (1947:151). கட்டபொம்மன் அதனை ஏற்கவில்லை. தொடர்ந்து போர்புரிவதற்குரிய படைபலம் கோட்டையினுள் இல்லாததால் தப்பிச் செல்வது குறித்துச் சிந்தித்தார்.

கட்டபொம்மன் தன் வக்கீலைப் பானர்மேனிடம் தூது அனுப்பிய செய்தியைக் கதைப்பாடல்கள் குறிப்பிடவில்லை. ஆனால் பாஞ்சாலங்குறிச்சியார் ஏன் கோட்டையிலிருந்து வெளியேறும் முடிவை எடுத்தார் ? வெளியேற வேண்டுமென்று கட்டாயப்படுத்தியது யார்? எந்தச் சூழ்நிலையில் வெளியேறும் முடிவை எடுத்தார் என்பனவற்றைக் கதைப்பாடல்களே தெளிவாகக் கூறுகின்றன.

போர்நிலை குறித்துப் பாஞ்சாலங்குறிச்சியார் ஆலோசனை செய்ததை,

> செம்பாதி ராத்திரி வேளையி லேசனஞ்
> சேரத் திரண்டல்லோ கம்பளத்தார்
> கும்பலாகக் கூடியே பேசுகிறார்

என்று கட்டபொம்மன் வரலாறு சுட்டுகின்றது (1960:ப.107). கோட்டையை விட்டு வெளியேற வேண்டுமென்று தானாபதி வலியுறுத்தியதை,

> நேத்து முதனால் சண்டையிலே வெடி
> நெறித்துப் பீரங்கிப் போட்டதனால்
> காத்துப் புகைமண்டி யெழும்புதே கோட்டை
> காலத்திடி போல் முழங்குதே
> மூண்ட மாகவே குமுறுதே கோட்டை
> மூலைக் கொத்தளமும் தகருதே
> ... ...
>
> இத்தனை காலமும் பாஞ்சை நகரத்தில்
> சுத்த வீரத்தனம் செய்திருந்தோம்
> ... ...
>
> விணான பொல்லாங்கு வந்ததென்றான் வெளி
> யேறியே போறது நல்லதென்றான்

(1960: 107–108) என்று கதைப்பாடல் சுட்டுகின்றது. கோட்டையை விட்டு வெளியேறும் முடிவை ஊமைத்துரை விரும்பவில்லை என்பதை,

தானா பதிப்பிள்ளை சொன்ன சொல்லைக் கேட்டுத்
தாட்டீகன் ஊமைத் துரைச்சாமி
கையைக் கடித்து உதறினானே ரெண்டு
கண்ணும் நெருப்புப் பொறிபோல
வையகத்தில் சுத்த வீரனென்றால் இந்த
வார்த்தை யுரைப்பையோ யெந்தன் முன்னே

(1960:108)

என்று அவர் சினம் கொண்டதாகக் கதைப்பாடல் கூறுகின்றது. கட்டபொம்மன் இறுதியாகக் கயத்தாற்றில் சிறை வைக்கப் பட்டிருந்த போது "என்னுடைய புத்தியும் கேளாமல் இறந்து மடியவும் போறீரே" என்று கோட்டையிலிருந்து வெளியேறிய தவற்றை நினைந்து வருந்தியதாகப் பாளை ஏடு குறிப்பிடுகிறது *(பாளை: 1754–55).*

கோட்டையைவிட்டு வெளியேறும் முடிவைத் தானாபதி கூறியபோது முழுமனத்தோடு கட்டபொம்மனால் அதை ஏற்க இயலவில்லை. இத்தகைய நிலை ஏற்பட்டது குறித்து அவர் வருந்தியதை, "கண்டார் சிரிக்கவும் நாளாச்சே யென்று கட்டபொம்முதுரை தான் மெலிந்து" என்று பாடல் கூறுகின்றது. கட்டபொம்மன் கயத்தாற்றில் தூக்கு மேடையை நோக்கிச் செல்லும்போது 'கோட்டையை விட்டு, தான் வெளியேறியது தவறு' என்று சொல்லியதாகப் பானர்மேன் கடிதத்தில் குறிப்பிட்டுள்ளார் *(1873:103).*

வெள்ளையத்தேவன் இறந்ததால் கோட்டையை விட்டு வெளியேறியதாகக் கட்டபொம்மன் கும்மிப் பாடலும் *(1978: 1841–1845)*, கட்டபொம்மன் கூத்தும் *(1972:60)* குறிப்பிடுகின்றன. இது வெள்ளையத்தேவனைச் சிறப்பிக்கும் வகையில் பாடப்பட்ட கருத்தாகும். நல்ல வீரனை இழந்ததால் மட்டும் கட்டபொம்மன் கோட்டையை விட்டு வெளியேறினார் என்று சொல்ல முடியாது. ஆங்கிலேயரின் படைபலத்தையும் முற்றுகையையும் பீரங்கித்தாக்குதலையும் கணக்கில்கொண்டு பாஞ்சாலங்குறிச்சியார் கோட்டையை விட்டு வெளியேறும் முடிவை எடுத்ததாகக் கட்டபொம்மன் வரலாறு *(1960:107–108).* கட்டபொம்மன் கதைப்பாடல் *(1961:1512–14)*, பாளை ஏடு *(1580–81)* ஆகியவை கூறும் செய்தியே ஏற்றுக்கொள்ளக் கூடியதாகும்.

கட்டபொம்மன் கோட்டையிலிருந்து வெளியேறியதை "அன்று இரவே பாளையக்காரரும் அவருடை ஆட்களும் கோட்டையிலிருந்து வெளியேறிவிட்டனர்" என்று பானர்மேன் எழுதிய கடிதச் செய்தியையே *(1873:64)* வரலாற்று ஆசிரியர்களும் குறிப்பிட்டுள்ளனர். கோட்டையில் நான்கு வாயில்களையும் சுற்றுப்

பகுதியையும் கும்பினிப்படைகள் முற்றுகையிட்டிருந்தபோது கட்டபொம்மன் எவ்வாறு தப்பிச் சென்றார் என்பதை வரலாற்று ஆசிரியர்கள் விளக்கவில்லை. ஆனால் அதனை,

கோட்டை வாசல்வழி போகக்கூ டாதென்று
கொத்தள மேட்டிலே யேணிவைத்து
மேட்டு வழியாகத் தானி றங்கி அங்கே
கோட்டையை விடு வெளியேறி
இருட்டு நல்ல இருட்டிலே தானங்கே
சரட்டென்று சத்தங் கேலாமல்
காட்டுப் பொட்டிப் பகடையுந்தான் வழி
காட்டிப் போனானே முன்னேறி
முள்ளெலி போல தானூர்ந்து முழு
மோசம் வராமலே தான் தவழ்ந்து
வெள்ளெலி போலே கூவிக் கொண்டு வெகு
வேகமாய்ப் போறானே கம்பளத்தான்
வெளிகள் பார்த்து வெளியேறி சற்றே
விரசு விரசு என்று சொல்லி
புளியந் தோப்பு நிழல்வழியே சற்றே
பேசாமல் போறதைப் பாருங்கடி
பாறா மெட்டுகள் தான் கடந்து நல்ல
பாஞ்சைப் பதிக் கோட்டை விட்டகன்று
தாராளமாகவே தான் கடந்து தப்பிப்
போறானே போறானே கம்பளத்தான்

என்று கதைப்பாடல் விவரிக்கிறது (1960:117).

கட்டபொம்மன் கோட்டையை விட்டு வெளியேறும் முடிவு எடுத்தது தொடர்பாக, இருவகையான விளக்கங்கள் வரலாற்று ஆசிரியர்களால் தரப்படுகின்றன. அச்சத்தின் காரணமாய்க் கோட்டையை விட்டு நழுவி ஓடிவிட்டான கட்டபொம்மன் என்று சிரஞ்சீவி குறிப்பிட்டுள்ளார். உயிரைக் காப்பதே கட்டபொம்மனின் நோக்கம் என்று தமிழ்வாணன் கூறியுள்ளார். “மேலே சண்டையை நடத்துவதற்குச் சௌகரியமில்லை. சண்டையால் இருதரத்தாருக்கும் அதிகச் சேதமே ஏற்படும். ஆகவே அவர் அன்றிரவு கும்பினிப்படை அயர்ந்திருக்கும் சமயம் பார்த்துக் கோட்டையிலிருந்து வெளியேறித் தப்பிக்கொண்டார்” என்று தி.நா. சுப்பிரமணியனும் “கோட்டையிலிருந்து வெளியேற வேண்டுமென்று தானாபதி வற்புறுத்திய போது கட்டபொம்மன் மறுத்து, இறுதியில் ஒத்துக்கொண்டு புறப்பட்டார்” என்று ஜெகவீரபாண்டியனாரும் குறிப்பிடுகின்றனர்.

சிரஞ்சீவியும் தமிழ்வாணனும் குறிப்பிடுவதைப் போல உயிரைக் காக்கும் கோழைத்தனத்தோடு தப்பிச் செல்வதாய் இருந்தால் அவர் எதிர்த்துப் போரிட்டிருக்க வேண்டியதில்லை.

போர் தொடங்குவதற்கு முதல்நாள் பானர்மேன் சரணடையச் சொன்னபோது கட்டபொம்மன் சரணடைந்து, தன் உயிரைப் பாதுகாத்து இருக்கலாம். போதிய அளவு படை திரட்ட கால அவகாசம் இல்லாத நிலையில், வெளியிலிருந்து கோட்டைக்குள் படைகள் வர இயலாதவாறு முற்றுகை இடப்பட்ட சூழ்நிலையில், பாஞ்சாலங்குறிச்சி வீரர்கள் பீரங்கிகளையும் துப்பாக்கிகளையும் கொண்ட, முறையான பயிற்சி பெற்ற கும்பினிப் படையை எதிர்த்துக் கோட்டையைப் பாதுகாத்தது வீர நிகழ்ச்சியாகும். பெரிய ஆதிக்க சக்திகளை இயன்ற அளவு எதிர்த்துப் போராடி, முடியாத போது கால அவகாசத்தை எடுத்துக் கொள்ள தப்பி மறைவது போர்வீரர்கள் வரலாற்றில் புதுமை அன்று.

பீரங்கித் தாக்குதலை எதிர்த்துத் தொடர்ந்து போரை நடத்த இயலாத நிலையில் வெளியேறும் முடிவைக் கட்டபொம்மன் எடுத்ததாக ஜெகவீரபாண்டியனாரும் தி.நா. சுப்பிரமணியனும் கூறுவதே சரியான கருத்தாகும். கட்டபொம்மன் வெளியேறியது குறித்துக் கதைப்பாடல் கூறும் கருத்தோடு இவர்கள் ஒன்றுபடுகின்றனர்.

கட்டபொம்மன் எத்தகைய நோக்கத்தோடு கோட்டையை விட்டு வெளியேறினார் என்பதிலும் இருவகைக் கருத்துக்கள் உள்ளன. “இவர்கள் ஓடின நோக்கம் சத்துருக்கள் எல்லோரும் வெளியேறின உடனே திரும்பி கோட்டைக்குள் வந்து விடலாமென்று. ஏனென்றால் முன்பு இரண்டு மூன்று தடவை இந்த மாதிரி நடந்தேறியிருந்தது” என்று முன்னிகழ்ச்சிகளை நினைவுகூர்ந்து தேவதாஸ் நாயுடு கூறியுள்ளார்.

1762இல் காம்பெல் பாஞ்சாலங்குறிச்சிமீது படையெடுத்து வந்தபோது கட்டபொம்மனின் பாட்டனார் பொல்லாப் பாண்டியன் இராமநாதபுரம் தப்பிச் சென்று அங்கிருந்து எதிர் நடவடிக்கையில் ஈடுபட்டார் (1982:138). 1776இல் புல்லர்ட்டன் படையெடுப்பின் போது கட்டபொம்மனின் தந்தை ஜெகவீரபாண்டியனார் இதேபோல் கோட்டையிலிருந்து வெளியேறி சிவகிரிக் காட்டில் சிலகாலம் மறைந்திருந்து, எதிரிகளைத் தாக்கியும் வரி தண்டியும் பின்னர், தனது பாளையத்தை மீண்டும் அடைந்தார் (1947:54). கட்டபொம்மன் சென்னை செல்லாமல் சிவகங்கை காடுகளில் மறைந்திருந்து, மற்றப் பாளையக்காரர்களையும் தன்னுடன் சேர்த்துக்கொண்டு மீண்டும் கலகம் உண்டாக்கக்கூடும் என்று எண்ணியே, கட்டபொம்மனைக் கைதுசெய்வதில் தீவிர நடவடிக்கையை பானர்மேன் மேற்கொண்டதாகத் தி.நா. சுப்பிரமணியன் கூறியுள்ளார் (1947:159). இந்த நிகழ்ச்சிகளை அடிப்படையாகக்

கொண்டே'போர் அச்சுறுத்தல் நீங்கியபின் மீண்டும் கோட்டைக்கு வந்து விடலாம்' என்ற எண்ணத்தில் கட்டபொம்மன் வெளியேறியதாகத் தேவதாஸ் நாயுடு குறிப்பிட்டுள்ளார்.

இரண்டாவதாக, சென்னை சென்று கவர்னரைச் சந்திக்கும் நோக்கத்தில் கட்டபொம்மன் வெளியறினார் என்று சொல்லப்படுகின்றது. இதனை, "பட்டணம் போய்ச் சேர்ந்து சென்னலை மேல்கண்டு பாங்குடன் பேட்டிகள் செய்து கொண்டு" வர நினைத்ததாகப் பாஞ்சை ஏடு குறிப்பிடுகிறது *(1315)*. கட்டபொம்மன் முன்னர் இராமநாதபுரத்தில் ஏற்பட்ட மோதல் குறித்து திருச்சியில் கும்பினி அதிகாரிகளைப் பேட்டி கண்டு வெற்றி பெற்றதை நோக்கும்போது கதைப்பாடல் கூறும் கருத்து ஏற்கக் கூடியதே. கட்டபொம்மன் திருச்சியை நோக்கிச் செல்லும்போதுதான் புதுக்கோட்டையில் கைது செய்யப்பட்டார். இது குறித்து தி.நா. சுப்பிரமணியனும், 'சென்னை செல்வதே அவர் நோக்கம்' என்று குறிப்பிட்டுள்ளார். மேலும் செப்டம்பர் 6ஆம் நாள் காலையில் கட்டபொம்மன் தன்னுடைய வக்கீலை மேசர் பானர்மேனிடம் அனுப்பி, தன்னை ஒரு பாளையக்காரருக்குரிய மரியாதையோடு காப்டன் டேவிசனுடன் சென்னை செல்ல அனுமதிக்க வேண்டுமென்று கேட்டதாக மேசர் பானர்மேன் தன்னுடைய கடிதத்தில் குறிப்பிட்டுள்ளார் *(1873:64)*. இவற்றால் சென்னை செல்வதே கட்டபொம்மனின் நோக்கம் என்று கதைப்பாடலின் கருத்து உறுதியாகிறது.

கட்டபொம்மனும் அவரைச் சார்ந்தோரும் கோட்டையை விட்டுத் தப்பிச் சென்றுவிட்டனர் என்று செய்தியை அறிந்ததும் உடனடியாக அவரைப் பிடிப்பதற்குரிய முயற்சிகளைப் பானர்மேன் மேற்கொண்டார். லெப்டினன்ட் டல்லாசு கேப்டன் ஓரிலி ஆகியோரின் கட்டுப்பாட்டிலிருந்து நான்குப் படைப்பிரிவுகளை மேற்கு நோக்கிச் செல்லுமாறு பானர்மேன் ஆணையிட்டார்.

கட்டபொம்மனைப் பிடிப்பதற்குரிய முயற்சிகளை உடனே மேற்கொள்ள வேண்டுமென்று கும்பினியாரின் ஆதரவுப் பாளையங்களுக்குப் பானர்மேன் கடிதம் எழுதினார் *(1873:66)*. தப்பிச்சென்ற கட்டபொம்மனைத் தேடுமாறு எட்டையாபுரத்தாருக்குப் பானர்மேன் கடிதம் எழுதியை செய்தியை,

> எந்தத் திசையை நோக்கி
> இப்போது போனான் கட்டபொம்மு
> பார்க்க வேணும் நம்மளும் தான் என்று
> பாங்குடன் நல்ல துரைமாரும்

எட்டையபுரம் எட்டபொம்முக்குச் சன்னது
எழுதி அனுப்பி விட்டான்

(பாளை 1649–1651)

என்று கதைப்பாடல் குறிப்பிடுகின்றது. பானர்மேனின் இந்த நடவடிக்கையும் எதிர்பார்க்கக் கூடியதே.

பானர்மேன் கடிதம் கிடைத்தவுடன் எட்டையாபுரம் பாளையக்காரர், தாம் கட்டபொம்மனைத் தேடிப்பிடிக்கச் சித்தமாக இருப்பதாகவும் அதற்குத் துணையாகக் கும்பினிப்படை ஒன்றை அனுப்ப வேண்டுமென்றும் பதில் அனுப்பினார். செய்தி அறிந்த பானர்மேன், லெப்டினன்ட் டல்லாஸ் பொறுப்பில் இருந்த படையை விரைவாகச் சென்று எட்டையாபுரம் படையோடு சேர்ந்துகொள்ளுமாறு ஆணையிட்டார். எட்டையாபுரத்தார் கும்பினிப்படை வரும்வரை காத்திருக்கவில்லை. கோலார்ப்பட்டிக் கோட்டையில் கட்டபொம்மன் தங்கியிருப்பதை அவர் அறிந்தார். எட்டையாபுரம் வீரர்கள் கோட்டையைச் சுற்றி வளைத்து அவர்களைப் பிடிக்க முயன்றனர். மோதலில் இருபகுதியிலும் உயிரிழப்பு ஏற்பட்டது. கட்டபொம்மன், ஊமைத்துரை, வேறு நால்வரும் குதிரையில் தப்பிச் சென்றுவிட்டனர். பாஞ்சாலங்குறிச்சியினர் முப்பத்து நான்கு பேர் பிடிபட்டனர். அவர்களுள் தானாபதியும் அவருடைய சகோதரரும் குறிப்பிடத் தகுந்தவர்கள் *(1947:153)*.

கட்டபொம்மனைப் பிடிக்க தனக்குத் துணையாகப் படை அனுப்புமாறு எட்டையாபுரத்தார் எழுதிய கடிதச் செய்தியைக் கதைப்பாடல்கள் குறிப்பிடவில்லை. ஆனால், எட்டையாபுரத்தார் கட்டபொம்மனைப் பின்தொடர்ந்ததைப் பாஞ்சை ஏடு குறிப்பிடுகிறது *(1325–25)*. கட்டபொம்மன் வில்லிசை மட்டுமே கோலார்பட்டியில் மோதல் நடைபெற்றதாகப் பாடுகின்றது *(வில்:21)*. கதைப்பாடல்கள் அனைத்தும் நாகலாபுரத்தில் மோதல் நடைபெற்றதாவும் அதில் கோலார்ப்பட்டியார் கலந்துகொண்டதாகவும் கூறுகின்றன *(பாஞ்சை ஏடு: 1331–1344)*. மோதலில் பிடிபட்டவர்களை நாகலாபுரத்தில் சிறைவைத்து, தானாபதிப் பிள்ளையை அங்குத் தூக்கிலிட்டதால் கதைப்பாடகன் மோதல் நாகலாபுரத்தில் நடைபெற்றதாகப் பாடி இருக்கலாம்.

கட்டபொம்மனோடு தப்பிச் சென்றவர்கள், பதினாறு பேர் என்பதை,

மட்டுக் கடங்காத கட்டபொம்முதுரை
மன்னன் சனங்களும் ராணுவமும்

பதினேழு குதிரையுந் தான் திரட்டிச் சாமி
எண்ணாமல் விட்டிட்டான் நாட்டுக்குள்ளே

என்று பாஞ்சை ஏடு குறிப்பிடுகிறது *(1345)*. மோதலுக்குப் பின்னர் தானாபதியைக் காளையார் கோயிலில் தங்கி இருக்குமாறு கட்டபொம்மன் சொல்லியதாகவும் *(1960:118)*, பயணத்தின்போது ஊமைத்துரை வழிதவறிப் பிரிந்து சென்றுவிட்டதாகவும் *(1960:127)*, கட்டபொம்மன் வரலாறு என்ற கதைப்பாடல் கூறுகின்றது *(1960:118–127)*. இவை தவறான செய்திகளாகும்.

தானாபதியும் அவர் தம்பியும் பிடிபட்டதில் பானர்மேன் பெரும் மகிழ்ச்சி கொண்டார். இது குறித்துக் கவர்னருக்கு எழுதிய கடிதத்தில், "கைது செய்து என் முன்பாகக் கொண்டு வரப்பட்ட சுப்பிரமணிய பிள்ளை என்ற கட்டபொம்மனின் தலைமை நிருவாகியும் அவருடைய தம்பியும் முக்கியமானவர்கள். இந்த நாட்டில் எதிர்காலத்தில் நான் எடுக்கவிருக்கும் நடவடிக்கையின் விளைவிற்கும் அமைதியைத் திரும்ப நிலைநாட்டுவதற்குக் கட்டபொம்மனைக் கைது செய்ததைவிட இந்த இருவரையும் கைது செய்ததைச் சிறப்பாகக் கருதுகின்றேன். ஏனென்றால் இவர்கள் இருவரும் மிகுந்த ஆற்றலும், பிறர் அறியாவண்ணம் சூழ்ச்சி செய்வதில் திறமையும் உடையவர்கள். முதலாமவர் மிகுந்த பொருளைச் சேர்த்து வைத்துள்ளதால் அதை நம் அரசிற்கு எதிரான நடவடிக்கையில் செலவிடவும் கூடும். கட்டபொம்மனிடம் செல்வாக்குப் பெற்று, அவருடைய ஒவ்வொரு நடவடிக்கையையும் பின்னிருந்து இயக்கியவர் இவரே. கட்டபொம்மன் கும்பினியாரை எதிர்த்துத் தன்னிச்சையாகச் செயல்பட்டது சுப்பிரமணிய பிள்ளையின் ஆலோசனையின் பேரில்தான்" என்று குறிப்பிட்டிருந்தார் *(1873:67)*.

பானர்மேனுடைய இந்தக் கருத்தை,

தானாபதி சிவசுப்பிரமணியருந்
தானுமே கைவசப் பட்டாரே
திட்டமுடனே அந்த அக்கினி கர்னலும்
சீக்கிரங் கண்ணாலே கண்டுகொண்டான்
இவனாலே வந்த பொல்லாப் பல்லவோ சாமி
இப்போது பாஞ்சால நகரிலே தான்
குதிரையை விட்டுமே கீழிறங்கி துரை
வாரிப் பிடித்துமே கட்டச் சொல்லி

(பாஞ்சை: 1345–1348)

என்று கதைப்பாடல் கூறுகிறது.

மேசர் பானர்மேன் செப்டம்பர் 9ஆம் நாள் நாகலாபுரத்தை அடைந்தார். தானாபதியைப் பிடிப்பதற்குக் காரணமாக

இருந்த எட்டையாபுரம் படைவீரர்களுக்குப் பரிசு கொடுத்துப் பாராட்டினார். நாகலாபுரம் பாளையக்காரர் பானர்மேனிடம் சரணடைந்தார். நாகலாபுரத்தாரின் செயல்களுக்கு அவருடைய தம்பியான சௌந்திரபாண்டிய நாயக்கரே மூலகாரணம். எனவே, அவரை எப்படியேனும் பிடித்துவிட வேண்டுமென்று பானர்மேன் ஆணையிட்டார். தானாபதியையும் சௌந்திரபாண்டியனையும் ஒரே நேரத்தில் தூக்கிலிட பானர்மேன் விரும்பினார். சௌந்திரபாண்டியன் 12ஆம் நாள் கைது செய்யப்பட்டார். செப்டம்பர் 13ஆம் நாள் தென்னாட்டுப் பாளையங்களின் செயலாளர்கள் கூட்டத்தைப் பானர்மேன் ஏற்பாடு செய்தார். அவர்களிடம் இந்தக் கலகங்களின் மூலகாரணத்தையும் கும்பினியார் அதை அடக்க வேண்டிய கட்டாயம் ஏற்பட்ட சூழலையும் கலகக்காரர்களை அடக்க தனக்கு எத்தகைய அதிகாரங்கள் வழங்கப்பட்டுள்ளன என்பதையும் பானர்மேன் எடுத்துரைத்தார். இது போன்ற சூழ்நிலை இனிமேல் ஏற்படுமாயின் அவர்களுக்குக் கிடைக்கக் கூடிய தண்டனை எத்தகையது என்பதைத் தானாபதியின் முடிவு மூலம் கண்கூடாகக் காணலாம் என்றும் எச்சரித்தார். அவர்கள் முன்னிலையிலேயே தானாபதியும் சௌந்திரபாண்டியனும் விசாரிக்கப்பட்டனர். தானாபதியை நாகலாபுரத்தில் தூக்கிலிட்டு, அவர் தலையை அறுத்து எடுத்து வல்லயத்தில் கோத்து பாஞ்சாலங்குறிச்சிக்குக் கொண்டுபோய் நாட்டிட பானர்மேன் ஆணை பிறப்பித்தார். கூட்டத்திற்கு வந்திருந்த செயலாளர்களிடம் தன்னுடைய நடவடிக்கையை அவர்களுடைய பாளையக்காரர்களிடம் தெரிவிக்குமாறு பானர்மேன் சொல்லி அனுப்பினார் (1982:185–186). ஏனைப் பாளையக்காரர்களிடம் பெரும் அச்சத்தை உண்டாக்கவே இத்தகைய நடவடிக்கை எடுக்கப்பட்டது. தானாபதியை மேசர் பானர்மேன் நாகலாபுரத்தில் தூக்கிலிட்டதை,

நாகலா புரத்து வேப்ப மரத்திலே
நாக்கு ஒரு முழம் தள்ளிடவே
உன்னித மானதோர் வேப்ப மரத்திலே
உயிரை வாங்கவே தூக்கிலிட்டான்

என்று பாஞ்சை ஏடு கூறுகின்றது (1349–50). இதுவே தென்னாட்டுப் பாளையங்களை ஒடுக்க ஆங்கிலேயர் மேற்கொண்ட முதல் வெளிப்படையான தூக்குத் தண்டனை நடவடிக்கையாகும். நாகலாபுரம் கடைவீதிக்குத் தெற்கிலுள்ள கணேசர் கோயிலின் பக்கத்தில் காணப்பட்ட வேப்பமரத்தில் தானாபதி தூக்கிலிடப் பட்டதாகவும் பின்னாளில் அந்த மரம் பட்டுப்போக அதே இடத்தில் 1871ஆம் ஆண்டு வேறு ஒரு வேப்ப மரம் வைக்கப் பட்டதாம். இப்போது காணப்படும் இருமரங்களில் தெற்கில்

உள்ளதே அந்த மரமாகும்மென்றும் குருகுகதாசப் பிள்ளை குறிப்பிட்டுள்ளார் *(1931:228)*. தானாபதியின் தலையைப் பாஞ்சாலங்குறிச்சியில் நாட்டி வைத்த செய்தியைக் கதைப் பாடல்கள் பாடவில்லை. வழக்கிலும் இந்தச் செய்தி பேசப்பட வில்லை.

பாளையக்காரர்களின் செயலாளர்களை நாகலாபுரம் வரவழைத்து அவர்களை இந்தச் செயல்மூலம் பானர்மேன் எச்சரிக்கை செய்ததை,

> தீர்க்கமாய்ப் பட்டாளம் மகிழ்ந்திடவு மங்கே
> தீரவான் அக்கினியேது சொல்வான்
> டப்பை எழுபத்திரண்டு பாளைய
> ராணுவத் தார்கள் தங்களுக்கும்
> தப்பிதஞ் செய்தபோர்க் கிந்தபடி யென்று
> தாட்டீகன் அக்கினி மேசர் சொல்லி

(1960:135) என்று கட்டபொம்மன் வரலாறு கூறுகிறது. பானர்மேன் பெயரை 'அக்கினி' என்று கதைப்பாடகன் தவறாகக் குறிப்பிட்டுள்ளான். மேலும் இந்தக் கதைப்பாடல் தானாபதியைத் தூக்கிலிடும்போது கட்டபொம்மனும் ஊமைத்துரையும் உடனிருந்ததாகத் தவறாகக் கூறுகின்றது.

பானர்மேன் தானாபதியின் சொத்துக்களைப் பறிமுதல் செய்தார். பாளையங்கோட்டையில் சிறைவைக்கப்பட்டிருந்த தானாபதியின் உறவினர் விடுதலை செய்யப்பட்டனர். அவர்கள் சிறையில் உண்ணாநோன்பு கொண்டு உயிரைவிட எத்தனித்தபோதுதான் விடுதலை செய்யப்பட்டனர் என்று ஜெகவீரபாண்டியனார் குறிப்பிட்டுள்ளார் *(1954:286)*.

மேசர் பானர்மேன் தூத்துக்குடி கேப்டன் டேவிசனுக்குக் கடிதம் எழுதி, அவரிடம் அடைக்கலம் புகுந்திருந்த கட்டபொம்மனின் உறவினர்களைக் கைது செய்யுமாறு கேட்டுக்கொண்டார். அதன்படி அங்குக் கைதுசெய்யப்பட்ட பதினாறுபேரும் இராமநாதபுரம் அனுப்பப்பட்டனர். அவர்களில் கட்டபொம்மன் மனைவி சக்கம்மாள், ஞானமுத்தம்மாள், மைத்துனர் மனைவி கோசலையம்மாள், தம்பி மனைவி சௌந்திர வடிவம்மாள், மாமன் மனைவி சிக்கம்மாள் ஆகியோரும் அடங்குவர் *(1947:163)*.

கதைப்பாடல்கள் இச்செய்திகளைக் குறிப்பிடவில்லை. போர்க்களத்திலிருந்து தப்பித்துச் செல்பவர்கள் பெண்களை உடனழைத்துச் செல்வது இயலாது. எதிரி அவர்களைப் பிடித்துக் கொள்ளுமாறு விட்டுவிட்டுச் செல்வதும் இழிவு என்ற

மானவுணர்வோடு பெண்களைத் தெப்பக்குளத்தில் தள்ளிக் கொன்றுவிட்டுச் சென்றனர் என்று பாடகன் பாடியுள்ளான். இதனை,

பெண்டுபிள்ளைகளைக் கூட்டிப்போனால்
இளப்பத் தனங்களும் வந்துவிடும்
வாரிப் பிடித்துப் பெண்டுகளைத் தான்
வாகுடன் தெப்பக்குளத்தில் போட்டான்

என்று பாஞ்சை ஏடு கூறுகிறது (1299–1300). இராஜபுத்திரர்களிடம் இத்தகைய வழக்கம் இருந்தது. இது போல போர்க்காலங்களில் எங்கோ என்றோ நிகழ்ந்த நிகழ்ச்சியை அறிந்த பாடகன் அதை இங்கு ஏற்றி உரைத்துள்ளான். பாஞ்சாலங்குறிச்சி அரண்மனைப் பெண்கள் தூத்துக்குடிக் கேப்டன் டேவிசனிடம் அடைக்கலம் பெற்றிருந்தனர் என்பதே உண்மை. கதையின் அவலத்தையும் கதைத்தலைவனின் மானவுணர்ச்சியினையும் மிகுவிப்பதற்காகப் பாடகன் இவ்வாறு பாடியிருக்கலாம்.

கட்டபொம்மனின் சொத்துக்களும் பாளையமும் பறிமுதல் செய்யப்பட்டன. மேசர் பானர்மேன் கோட்டைக்குள் அகப்பட்ட கால்நடைகளையும் நகை மற்றும் விலையுயர்ந்த பொருள்களையும் விற்றுவந்த பணத்தைப் படையெடுப்பில் பங்குபெற்ற வீரர்களுக்குப் பரிசாகப் பிரித்துக் கொடுக்க விருப்பம் தெரிவித்துக் கவர்னருக்குக் கடிதம் எழுதினார். கவர்னர் இதனை ஏற்றுக்கொண்டார். ஆனால் உள்நாட்டு வீரர்கள் போரில் சரியாகச் செயல்படாததால் அவர்களுக்குக் கொடுக்க வேண்டாம் என்றும் கவர்னர் கருத்துத் தெரிவித்தார் (1947:163–164). கட்டபொம்மனின் சிற்றன்னை கோட்டையை விட்டு வெளியேறும்போது தன்னுடைய நகைகள் அடங்கிய பெட்டியை வழியில் கோசுக்குண்டு என்ற ஊரில் தமக்கு வேண்டியவரிடம் கொடுத்து வைத்திருந்ததையும் பானர்மேன் கைப்பற்றினார் (1947:163). இவரைக் கட்டபொம்மனின் அத்தை சிக்கம்மாள் என்று கீன்ஸ் அடிகள் குறிப்பிட்டுள்ளார் (1873:86).

பானர்மேன் நாகலாபுரத்தில் முகாமிட்டிருந்தபோது செப்டம்பர் மாதம் 18ஆம் நாள் அறிக்கை ஒன்றை வெளியிட்டார். அதில், "தென்னாட்டுப் பாளையக்காரர்களில் சிலர் கும்பினியார் ஆணைக்குக் கட்டுப்படாமலும் தவறான நடவடிக்கையிலும் ஈடுபட்டு வருகின்றனர். இவர்கள்மீது கடுமையான நடவடிக்கை எடுக்க மேசர் பானர்மேனுக்கு அதிகாரம் வழங்கபட்டுள்ளது. ஏழாயிரம்பண்ணை, நாகலாபுரம், கோலார்பட்டி, காடல்குடி, குளத்தூர் ஆகிய பாளையக்காரர்கள் கட்டபொம்மனோடு கூட்டணி அமைத்துக் கும்பினியாரின் பாதுகாப்பின்கீழ் இருக்கும்

சிவகிரிப் பாளையக்காரர்மீது போர் தொடுத்தனர். இவர்கள் கும்பினியார்க்குக் கீழ்ப்படியாமலும் எதிர்த்துப் புரட்சியில் ஈடுபட்டும், கலெக்டரை மதிக்காமலும், வரி செலுத்த மறுத்தும் பல அழிவு வேலைகளில் ஈடுபட்டு நாட்டின் அமைதியைக் கெடுத்துக் குடிகளைத் துன்புறுத்தியும் கொலைகள் செய்தும் வந்துள்ளனர். மேற்கூறிய குற்றநடவடிக்கையில் ஈடுபட்டு வந்துள்ள பாளையக்காரர்களின் பாளையங்களைப் பானர்மேன் தான் பெற்றுள்ள அதிகாரத்தின் மூலம் பறிமுதல் செய்துள்ளார். இந்தப் பகுதிகள் கலெக்டர் லூசிங்டன் பொறுப்பில் கொடுக்கப்படுகின்றன. எனவே இப்பகுதி மக்கள் கும்பினியாரின் கட்டுப்பாட்டிற்குள் வருவதால் அவர்கள் கலெக்டரின் உத்தரவுக்குக் கீழ்ப்படிந்து நடக்க வேண்டும்.

மேலே குறிப்பிட்டுள்ள பாளையங்களின் கோட்டைகள் பயன்படாதவாறு இடித்துத் தரைமட்டமாக்க ஆணையிடப்படு கிறது. பாளையங்களில் உள்ள காவல்காரர்கள், பணியாளர்கள், குடிமக்கள் யாராக இருப்பினும் வெடிகுண்டு, துப்பாக்கி, ஈட்டி, ஆகிய ஆயுதங்களை எடுத்துத் திரிந்தாலும் மறைத்து வைத்திருந்தாலும் அவர்களுக்கு மரணதண்டனை வழங்கப்படும். அவர்கள் தங்களிடம் உள்ள ஆயுதங்களை மேசர் பானர்மேனால் நியமிக்கப்பட்ட ஆட்களிடம் ஊர்த்தலைவர்கள் மூலம் கொடுத்துவிட வேண்டும். ஊர்த்தலைவர்கள் முழுமையாக விசாரித்து ஆயுதங்களைப் பறிப்பதில் வேகமான நடவடிக்கையை மேற்கொண்டு, அமைதியை நிலைநாட்டி குடிமக்களை விவசாயத்தில் ஈடுபடுத்த வேண்டும். குடிமக்களில் யாரேனும் ஆயுதங்கள் வைத்திருப்பது கண்டுபிடிக்கப்பட்டால் அந்த ஊர்த் தலைவர்களுக்கும் மரணதண்டனை வழங்கப்படும்.

பாஞ்சாலங்குறிச்சிப் பாளையக்காரரும் காடல்குடியாரும் தப்பி ஓடிவிட்டனர். அவர்களை உயிரோடோ, பிணமாகவோ ஒப்படைப்பவர்களுக்கு 2000 சக்கரம் பரிசு வழங்கப்படும். மேலே குறிப்பிட்டுள்ள ஆறு பாளையக்காரர்களை ஏற்று அவர்களோடு தொடர்பு வைத்திருப்பவர்கள்மீது குற்றவியல் நடவடிக்கை மேற்கொள்ளப்பட்டு, அவர்களுடைய பாளையமும் பறிமுதல் செய்யப்படும். குடிமக்கள் ஆயுதங்களைக் கைவிட்டு, விவசாயத்தில் ஈடுபட்டு, அவர்களைப் பாதுகாக்கும் கும்பினியாருக்குச் சார்பாக நடந்துகொள்ள வேண்டும்"(1873: 74–76) என்று அந்த ஆணையில் அறிவிக்கப்பட்டு இருந்தது.

ஆங்கிலேயருக்கு எதிராகப் பாளையக்காரர்கள், கிளர்ச்சியில் ஈடுபட்டுக் கலகம் செய்வதற்குப் பின்புலமாக இருப்பவை அவர்களுடைய கோட்டைகளும் ஆயுதங்களுமே ஆகும். எனவே

அவற்றை அழித்துவிட்டால் கும்பினியார்க்கு எதிர்காலத்தில் எவ்வித எதிர்ப்பும் எழாது என்பதாலேயே மேசர் பானர்மேன் அவற்றை அழிக்கத் திட்டம் வகுத்தார். மேசர் பானர்மேன் தன்னுடைய ஒவ்வொரு நடவடிக்கையிலும் இந்தத் திட்டத்தை நிறைவேற்றுவதிலேயே கருத்தாக இருந்ததை அவர் எழுதிய கடிதங்கள் மூலம் அறிய முடிகிறது.

இந்தத் திட்டம் 1792இல் உருவாக்கப்பட்டது. கர்னல் ஹாமில்டன் தென்னாட்டுப் பாளையக்காரர்கள் அனைவரையும் திருநெல்வேலி அருகே உள்ள கங்கைகொண்டான் என்ற ஊருக்கு வரவழைத்து, கவர்னர் கிளைவால் ஒப்பமிடப்பட்ட அறிக்கையை அவர்களிடம் கொடுத்தார். பானர்மேன் அப்போது கர்னல் ஹாமில்டனுடைய செயலாளராக இருந்தார். எனவே, இந்தத் திட்டத்தை முன்பே நன்கு புரிந்திருந்த மேசர் பானர்மேன் அதை நிறைவேற்ற 1799இல் கடுமையான நடவடிக்கைகள் மேற்கொண்டார்.

கோட்டைகளை இடித்து ஆயுதங்களை ஒப்படைக்க வேண்டுமென்ற பானர்மேன் அறிக்கையையும் அதனை நிறைவேற்ற அவர் மேற்கொண்ட தொடர் நடவடிக்கைகளையும் கதைப்பாடல்கள் குறிப்பிடவில்லை. கதைப்பாடகனுக்குக் கதைத்தலைவனோடு தொடர்புடைய சிறப்பான நிகழ்ச்சிகளைப் பாடிக் கதையை வளர்ப்பதே முதல் நோக்கம். எனவே, தங்கள் ஆதிக்கத்தை நிலைநாட்ட எதிர்நிலைத் தலைவர்கள் மேற்கொண்ட அரசியல் நடவடிக்கைகளின் நுட்பங்களில் அவன் கவனம் செலுத்தவில்லை. பாஞ்சாலங்குறிச்சிக் கோட்டை இடித்துத் தரைமட்டமாக்கப்பட்ட செய்தியை மட்டுமே,

சித்திரைச் சாவடி மெத்தை வீடுமுதல்
சேரத் தகர்த்துப் பொடியாக்கிக்
கொத்தள நெட்டையும் தானிடித்து அந்தக்
கோட்டை மதிலையும் தான் தகர்த்து
இங்கிலீஸ் கொடி தானாட்டி
(1960:138)

என்று பாடியுள்ளான்.

கோலார்ப்பட்டியிலிருந்து தப்பிய கட்டபொம்மன் நேராகச் சென்னை சென்று அங்குச் சரணடைவார், அல்லது சிவகங்கை காடுகளில் மறைந்திருந்து ஏனைப் பாளையக்காரர்களைத் தன்பக்கம் சேர்த்துக்கொண்டு மறுபடியும் கலகம் விளைவிக்கக் கூடும் என்று மேசர் பானர்மேன் எண்ணியதால் அவரைப் பிடிப்பதில் விரைவான நடவடிக்கைகளை மேற்கொண்டார்.

கலெக்டர் லூசிங்டன் செப்டம்பர் 8ஆம் நாள் புதுக்கோட்டை அரசருக்குக் கடிதம் எழுதினார். அதில் கட்டபொம்மனைத் தேடிக் கைது செய்யுமாறு வேண்டுகோள் விடுத்திருந்தார்.

புதுக்கோட்டை அரசர் தொண்டைமான் 15 நாளுக்குள் (செப்டம்பர் திங்கள் 24ஆம் நாள்) கட்டபொம்மனைக் கைது செய்து வைத்திருப்பதாகத் திருநெல்வேலி கலெக்டருக்குப் பதில் எழுதினார். தொண்டைமான் தன்னுடைய கடிதத்தில், பாஞ்சாலங்குறிச்சிப் பாளையக்காரரை ஆறு பேருடன் சேர்த்துப் பிடித்துவைத்திருப்பதாகவும் அவர்களைப் பிடிக்கத் தன்னுடைய வீரர்கள் பெரும் முயற்சிகளைச் செய்ததாகவும் உயிரைப் பொருட்டாக நினைக்காத கட்டபொம்மன், தற்கொலை முயற்சியை மேற்கொள்ளக்கூடும் என்று நினைப்பதாகவும் உடனே ஒரு படையைப் புதுக்கோட்டைக்கு அனுப்பி அவரைக் கொண்டு செல்ல வேண்டுமென்றும் கேட்டிருந்தார். கட்டபொம்மனைக் கைது செய்த தொண்டைமான் செயலைப் பாராட்டி, கட்டபொம்மனைத் தகுந்த பாதுகாப்போடு மதுரையிலுள்ள கும்பனிப்படைத் தளபதியிடம் உடனே ஒப்படைக்குமாறு பானர்மேன் செய்தி அனுப்பினார். தொண்டைமான் கடிதச் செய்தியை,

ஆங்கில வீரரே வாருமையா
அவசரம் பதில் கூறுமையா
கட்டபொம்முதுரை பட்டுக் கொண்டான்
கையில் விலங்கினைப் போடுமையா
தொண்டைமான் புதுக்கோட்டை வந்தால்
துன்ப மில்லாமல் பிடித்திடலாம்

என்று கட்டபொம்மு கூத்தும் (1972:66),

கட்டபொம்மு துரை நம்மிடத்தில் வந்த
காரியங் கும்பனி யார்கேட்டால்
திட்டப் படிக்குப் பொல்லாங்கு வருமென்று
சீக்கிரம் காயிதந் தானெழுதி

என்று கட்டபொம்மன் வரலாறும் (1960:121) கூறுகின்றன.

கட்டபொம்மன் எங்குத் தங்கியிருந்தபோது, எவ்வாறு பிடிபட்டார் என்பதில் கதைப்பாடல்களிடையே இருவேறு கருத்துக்கள் காணப்படுகின்றன. கட்டபொம்மன் கதைப்பாடல் (1961), பாளைஏடு, பாஞ்சையேடு, கட்டபொம்மன் கும்மிப் பாடல் (1983) ஆகிய கதைப்பாடல்கள் கட்டபொம்மனைத் தொண்டைமான் தன்னுடைய கோட்டைக்குள் கைது செய்ததாகக் கூறுகின்றன. கட்டபொம்மன் கோட்டைக்குள்

தங்கி இருந்ததை, "இப்படியாகவே கட்டபொம்முதுரை இருக்கிறான் அந்தக் கோட்டையில்" என்று கட்டபொம்மன் கும்மிப் பாடல் குறிப்பிடுகிறது (1983:915). தொண்டைமானைக் கட்டபொம்மன் சந்தித்து நடந்த நிகழ்ச்சிகளைக் கூறி ஆதரவு வேண்டுதல், தொண்டைமான் அவருக்கு ஆறுதல் கூறி விருந்து கொடுத்தல், புதுக்கோட்டை அரசரை எட்டப்பன் சந்தித்தல், கும்பினியாரைப் பகைத்தால் புதுக்கோட்டை அரசிற்கு அழிவு நேரிடும் என்று தொண்டைமானை எட்டப்பன் எச்சரித்தல், கும்பினிப்படையோடு தான் இரவில் வரும்போது கட்டபொம்மனைக் கைது செய்து ஒப்படைக்க வேண்டுதல், எட்டப்பன் கும்பினிப் படையோடு வந்து கட்டபொம்மன் தங்கியிருந்த இடத்தை வளைத்துக் கொள்ளுதல், படைவீரர்கள் கட்டபொம்மன் அருகே வந்து அவரைக் கைது செய்ய அஞ்சியபோது, அவர் ஆயுதங்களைப் போட்டுவிட்டு விலங்கைத் தானே எடுத்துப் போட்டுக்கொள்ளுதல் என ஏறத்தாழ எழுபத்தைந்து வரிகளில் செய்திகளைக் கதைப்பாடல் விரிவாகப் பாடுகின்றது(பாளை: 1665–1720).

கதைப்பாடல் கூறும் இச்செய்தியை ஆதாரமாகக் கொண்டே ஜெகவீரபாண்டியனாரும், "ஒன்றுக்கும் அஞ்சவேண்டாம், இங்கேயே தங்கி இருங்கள் ஒரு தொல்லையும் வராதபடி பார்த்துக்கொள்கிறேன் என்று தேற்றி இருத்தி, அன்று சிறந்த விருந்து ஒன்று செய்து, உயர்ந்த உடை முதலியன உதவி, உவந்து அளவளாவி, அரண்மனையில் தனியாக ஒரு மாளிகையில் இருந்து வரும்படி புரிந்து, ஏவலாளரையும் அமைத்து ஆவலுடையவர் போல் அமர்ந்திருந்தார்" என்று குறிப்பிட்டுள்ளார் (1954:305).

கட்டபொம்மன் செப்டம்பர் 23ஆம் நாள் பிடிபட்டார். புதுக்கோட்டை அரசர் மறுநாள் செப்டம்பர் 24ஆம் நாள் கடிதம் எழுதினார். இந்தக் கடிதம் மேசர் பானர்மேனுக்கு 29ஆம் தேதிதான் கிடைத்தது. இடைப்பட்ட ஒருவாரம் வரையில் கட்டபொம்மன் புதுக்கோட்டை அரசரின் பாதுகாப்பில் இருந்துள்ளார். இந்த நாள்களில் கட்டபொம்மன் புதுக்கோட்டை அரண்மனையிலோ, தி.நா. சுப்பிரமணியன் கூறுவது போல திருமயம்கோட்டையிலோ சிறைவைக்கப்பட்டிருக்கலாம். கட்டபொம்மனை மதுரைக்குக் கொண்டு செல்லும்போது தொண்டைமானுடைய ஏதோ ஒரு கட்டடப் பகுதியிலிருந்து கொண்டுசென்றிருக்க வேண்டும். இந்தக் காட்சியைப் பார்த்த மக்கள் மூலம் கட்டபொம்மன் புதுக்கோட்டை அரண்மனையில் கைது செய்யப்பட்டார் என்ற செய்தி பரவியிருத்தல் வேண்டும்.

கட்டபொம்மன் புதுக்கோட்டையைச் சேர்ந்த காட்டுப் பகுதியில் பிடிபட்டார் என்பதே வரலாற்று உண்மை.

“பாளையக்காரர் ஆனியூரை விடுத்துக் கலியபுரத்தை அடைந்தனர். அவ்வூர் புதுக்கோட்டை சீமையில் திருக்களம்பூர் என்னும் இடத்துக்கு மேற்கில் உள்ள காட்டின் மத்தியில் உள்ள இடமாகும்” என்று தி.நா. சுப்பிரமணியன் குறிப்பிட்டுள்ளார் தேவதாஸ் நாயுடு இவ்வூரை “களியப்பபுரம்” என்கின்றார்.

நான் இப்பகுதிக்குச் சென்று கள ஆய்வு மேற்கொண்டபோது அந்தக் காடு திருக்களம்பூருக்கு அருகேயுள்ள குமாரபட்டில் உள்ளதை அறிய முடிந்தது. இப்பொழுது அந்தக் காடு ஏறத்தாழ முப்பது ஏக்கர் அளவில் ஒரு நினைவுச் சின்னமாக உள்ளது. இந்தக் காட்டிற்கு வடக்கே வேந்தன்பட்டியும் தெற்கே குமாரபட்டியும் மேற்கே பிரான்மலையும் கிழக்கே நெற்குப்பையும் ஆகிய ஊர்கள் உள்ளன. கட்டபொம்மனும் ஊமைத்துரையும் தங்கி இருந்ததாகச் சொல்லப்படும் இடத்தில் ஊமைத்துரைக்கு ஒரு சிறிய கோயில் கிழக்கு நோக்கி அமைக்கப் பெற்றுள்ளது. இது குறித்த விரிவான செய்திகள் ஊமைத்துரை வரலாறு என்ற எனது நூலில் சொல்லப்பட்டுள்ளன.

கட்டபொம்மன் பிடிபட்ட செய்தியை அறிந்த பானர்மேன் அவர்களைத் தகுந்த பாதுகாப்போடு மதுரைக்கு அனுப்பி விடும்படி எழுதினார். தன்னுடைய அதிகாரி ஒருவரை மதுரைக்கு அனுப்பி கட்டபொம்மனை அங்கிருந்து கயத்தாற்றிற்குக் கொண்டு வருமாறு பணித்தார். கட்டபொம்மன் அக்டோபர் 5ஆம் தேதி கயத்தாறு கொண்டுவரப்பட்டார். கட்டபொம்மனும் அவரைச் சார்ந்தோரும் கயத்தாற்றுச் சாவடியில் சிறைவைக்கப்பட்டனர். இதனை, “கைத்தாத்திலே கொண்டு வந்து துரை கல்லு மடத்திலே தானடைச்சு” (நாசரேத் ஏடு: 275) என்று குறிப்பிடுகின்றது. இந்தக் கட்டடம் இன்றும் கயத்தாறு காவல் நிலையத்திற்கு அருகே பழுதடைந்த நிலையில் உள்ளது.

கட்டபொம்மன்மீதான விசாரணையைப் பானர்மேன் அக்டோபர் மாதம் 16ஆம் நாள் காலை 10 மணிக்குத் தொடங்கினார். பானர்மேன் விடுத்திருந்த ஆணையை ஏற்றுத் தென்பகுதி பாளையக்காரர்கள் விசாரணையைப் பார்வையிட வந்திருந்தனர். கூளப்பநாயக்கனூர் ஜமீன்தார் நாகம நாயக்கரைத் தவிர மற்றெல்லாப் பாளையக்காரர்களும் வந்திருந்தனர். கயத்தாற்றிற்கு வடமேற்கே, பழைய வெட்டும் பெருமாள் ராசா இருந்த கோட்டையின் அருகில் அமைக்கப்பட்டிருந்த கூடாரத்தில் மிகுந்த பாதுகாப்புடன் பானர்மேன் விசாரணையைத் தொடங்கினார் *(1954: 322–325)*. அவருக்குத் துணையாக இராபர்ட் டூரிங் *(Robert Turing)*, ஜார்ஜ் ஹூக்ஸ் *(George Huges)*, மேஜர் பிறகட் *(Major Prikatt)*, கர்னல் பிரௌன் *(Colonel Brown)* ஆகியோர் இருந்தனர்.

பிடிபட்டோரின் விபரம்

திருக்களம்பூர் காட்டில் கட்டபொம்மனுடன் ஏழு பேர் பிடிபட்டனர். அவர்கள் முறையே, குமாரசாமி நாயக்கர் (தம்பி), முத்தையா நாயக்கர், குமாரசாமி நாயக்கர், முத்துக் குமாரசாமி நாயக்கர், வீராணா மணியக்காரர் (மெய்க்காப்பாளர்), சங்கிலி அண்ணன் (பணியாளர்) என்று மேசர் பானர்மேன் குறிப்பிட்டுள்ளார் (1870:10). தி.நா. சுப்பிரமணியன் ஐந்தாம் நபரை "வீரண்ண மணியக்காரர்" என்றும், ஆறாம் நபரை "அண்ணன்" என்றும் குறிப்பிட்டுள்ளார் (1947:166). மேசர் பானர்மேன் *"Veerana Monigar," "Gngly Annan"* என்று ஆங்கிலத்தில் எழுதிய பெயர்களை, இவர்கள் மொழி பெயர்த்ததில் இத்தகையக் குழப்பம் ஏற்பட்டுள்ளது. ஜெகவீரபாண்டியனார் ஆறாவது நபரின் பெயரைக் குறிப்பிடாமல், அதற்குப் பதிலாகக் கட்டபொம்மனின் இரண்டாம் தம்பி துரைசிங்கம் பெயரைக் குறிப்பிட்டுள்ளார். பிடிபட்ட இடத்தில் துரைசிங்கம் இல்லை. அவர் அரண்மனைப் பெண்களுக்குத் துணையாகத் தூத்துக்குடியில் கேப்டன் டேவிசனுடைய பாதுகாப்பில் இருந்தார். பிடிபட்டவர் பட்டியலில் கட்டபொம்மனின் மற்றொரு தம்பி பெயர் இல்லை என்ற காரணத்தால் ஜெகவீரபாண்டியனார் அப்பெயரை இணைத்துள்ளார். கதைப்பாடல்கள் கட்டபொம்மன், ஊமைத்துரை ஆகியோர் பெயர்களை மட்டுமே குறிப்பிடுகின்றன.

கூட்டத்தினர் முன் கட்டபொம்மன் விசாரணைக் கைதியாகக் கொண்டுவந்து நிறுத்தப்பட்டார். கட்டபொம்மன்மீது பானர்மேன் நான்கு குற்றச்சாட்டுகளைக் கூறினார். அவை, வரிப் பணம் செலுத்தவில்லை, கலெக்டர் லூசிங்டன் அழைத்தபோது தன்னுடைய படைகள் இல்லாமல் வர மறுத்தார், சிவகிரிப் பாளையக்காரர் மகனுக்கு ஆதரவாகப் படைகளை அனுப்பி தந்தைக்கும் மகனுக்குமிடையே கலகம் ஏற்படுத்தினார், பாஞ்சாலங்குறிச்சியில் பானர்மேன் ஆணைக்குக் கீழ்ப்படியாமல் எதிர்த்துப் போரிட்டார் என்பனவாகும்.

கட்டபொம்மன் 4.9.1799இல் தானாபதிப் பிள்ளையையும் உடனழைத்துக் கொண்டு தன்னைப் பாளையங்கோட்டையில் சந்திக்க வேண்டுமென்று பானர்மேன் எழுதிய கடிதமும் அதற்கு, நல்ல நாள் வாய்க்காததால் வர இயலவில்லை என்று கட்டபொம்மன் எழுதிய பதில் ஓலையும் அவருக்குப் படித்துக் காட்டப்பட்டன. கட்டபொம்மன் அவற்றை ஒத்துக்கொண்டார்.

பானர்மேன் கவர்னருக்கு எழுதிய கடிதங்களை ஆதாரமாகக் கொண்டே வரலாற்று ஆசிரியர்கள் கட்டபொம்மன்மீது

நடத்தப்பட்ட விசாரணை பற்றிய செய்திகளை எழுதியுள்ளனர். பானர்மேன் கடிதத்தில், "கட்டபொம்மனைக் கூட்டத்தின் முன் கொண்டு வருமாறு ஆணையிட்டு விசாரிக்கத் தொடங்கினேன். பாளையக்காரரிடம் வாக்குமூலம் வாங்கினேன். அது 'ஏ' குறியுடன் என்னாலும் மேசர் ராபர்ட் டூரிங்காலும் தமிழ் மொழிபெயர்ப்பாளர் ஜார்ஜ் ஹூக்காலும் கையெழுத்திடப்பட்டு இத்துடன் உள்ள கடிதங்களில் சேர்க்கப்பட்டுள்ளது. தூக்கிலிடப்படும் இடத்திற்குக் கட்டபொம்மன் கொண்டுபோகப்பட்டார். கயத்தாறின் பழைய கோட்டைக்கு அருகே ஒரு முக்கியமான இடத்தில் அவர் தூக்கிலிடப்பட்டார்" என்று குறிப்பிட்டுள்ளார் *(1873:101–102).*

விசாரணையின் போது கட்டபொம்மன் சொல்லிய பதிலைச் சுருக்கமாகப் பானர்மேன் குறிப்பிட்டுள்ளார். விசாரணை முடிவை கட்டபொம்மனிடம் பானர்மேன் வாசித்துக் காட்டி, அவர் ஏதேனும் சொல்ல விரும்புகிறாரா என்று கேட்டபோது, "எதையும் மறுப்பதற்கில்லை. முன் கூட்டியே 'கவுல்' அனுப்பினால் மட்டுமே தாம் கும்பினி அதிகாரிகளைப் பார்ப்பது வழக்கம். சிவகிரிப் பாளையக்காரருக்கும் அவர் மகனுக்கும் ஏற்பட்ட சச்சரவைத் தீர்த்து, ஒற்றுமையை ஏற்படுத்துவதற்கே சிவகிரிக்குப் படையை அனுப்பினேன். இவற்றை நான் குற்றமாகக் கருதவில்லை" என்று பதில் கூறினார். மேற்கொண்டு ஏதேனும் சொல்ல விரும்புகிறாரா என்று கேட்டபோது கட்டபொம்மன் மிகுந்த அலட்சிய உணர்வோடு, "எதுவும் சொல்வதற்கில்லை" என்று பதில் சொல்லியதாகப் பானர்மேன் குறிப்பிட்டுள்ளார் *(1873:105).*

விசாரணையின் போது நான்கு குற்றச்சாட்டுகளுக்கும் கட்டபொம்மன் விளக்கமான பதிலைச் சொல்லியிருக்கலாம். கட்டபொம்மனின் பதிலில் உள்ள நியாயங்களை மறைப்பதற்காகவே அதனைப் பானர்மேன் சுருக்கமாகக் கூறியிருக்கலாம். ஜெகவீரபாண்டியனார் தன்னுடைய பாஞ்சாலங்குறிச்சி வீரசரிதம் என்ற நூலிலும் கேப்டன் ராவ் தம்முடைய "ஒரு பாளையக்காரர் மீதான இராணுவ நீதிமன்றத் தீர்ப்பு" என்ற கட்டுரையிலும் கட்டபொம்மன் தன்மீது சுமத்தப்பட்ட நான்கு குற்றச்சாட்டுகளையும் மறுத்துச் சொல்லிய பதிலை விரிவாகக் கொடுத்துள்ளனர். ஆனால் அவர்கள் இந்தச் செய்தியை எங்கிருந்து பெற்றனர் என்பதற்கான சான்றாதாரத்தைச் சுட்டவில்லை.

விசாரணையின் போது கட்டபொம்மன் நடந்துகொண்ட விதத்தை கவர்னருக்கு பானர்மேன் எழுதிய கடிதத்தில், "நேற்று விசாரணை நடைபெற்ற சமயத்தில் கூடியிருந்தவர்கள் முன்பாகப் பாளையக்காரரின் போக்கும் நடத்தையும் அஞ்சா

நெஞ்சத்துடனும் ஏளனத்துடனும் இருந்ததை நான் இங்குக் குறிப்பிடாமல் இருக்க முடியாது. அவரைப் பிடிப்பதற்குத் தீவிர முயற்சி செய்த எட்டயாபுரம் பாளையக்காரரையும் சிவகிரிப் பாளையக்காரரையும், அவர் மீண்டும்மீண்டும் சீற்றத்துடனும் நிந்தையுடனும் உற்று நோக்கினார். தூக்கிலிடப்படும் இடத்திற்கு அவர் உறுதியுடனும் வீரத்துடனும் கடந்து செல்லும் போது வலப்புறமும் இடப்புறமும் இருமருங்கிலுமிருந்த பாளையக்காரர்களை ஏளனத்துடனும் நிந்தையுடனும் உற்று நோக்கிக் கொண்டே சென்றார். தூக்கிலிடப்படும் இடத்திற்குச் செல்லுகையில் தன்னுடைய ஊமைச் சகோதரரைப் பற்றி மட்டும் சற்றுக் கவலை தெரிவித்ததாக என்னிடம் சொல்லப்பட்டது. தூக்கிலிடப்படும் மரத்தினடியில் சென்றதும் கோட்டையை விட்டுச் சென்றதற்கு அவர் வருத்தம் தெரிவித்ததாகவும் அதைப் பாதுகாப்பதில் தான் இறந்திருந்தால் நன்றாக இருந்திருக்கும் என்று கூறியதாகவும் என்னிடம் தெரிவிக்கப்பட்டது" என்று குறிப்பிட்டுள்ளார் *(1873:102–103)*.

இந்த உயர்ந்த நிகழ்ச்சியை, "மற்றப் பாளையக்காரர்கள் இல்லாதிருந்தால் கட்டபொம்மன் பணிந்து பானர்மேன் காலில் விழுந்திருப்பார்" என்று தமிழ்வாணனும், "கட்டபொம்மு சுத்த வீரனாக இருந்திருந்தால் அவரைத் தூக்கிலிட்டுக் கொல்வதை நாட்டு மக்கள் சகித்திருப்பார்களா?" என்று சிரஞ்சீவியும் நடைபெறாத ஒன்றைக் கற்பித்து எழுதியிள்ளனர்.

கட்டபொம்மனைத் தூக்கிலிட்ட பின்னர் மேசர் பானர்மேன் அக்டோபர் 21ஆம் நாள் ஓர் அறிக்கையை வெளியிட்டார். அதில், பாளையக்காரர்கள் அனைவரும் தங்கள் கோட்டைகளை இடித்து, ஆயுதங்களைப் கும்பினி அதிகாரி களிடம் ஒப்படைக்க வேண்டும். இதனை மீறுபவர்களுக்கு மரண தண்டனை விதிக்கப்படும் என்றும் குறிப்பிட்டிருந்தார். இந்த அறிக்கையைத் தமிழில் மொழி பெயர்த்து எல்லாப் பாளையங்களின் தலைமை இடங்களிலும் செப்புத்தகட்டில் வெட்டி வைக்குமாறு பானர்மேன் ஆணையிட்டார். இந்த விளம்பரச் செப்பேடு இன்றும் எட்டையாபுரம் சிவன் கோயில் முன்னரும் விருதுநகருக்கு மேற்கே 4 கி.மீ. தொலைவிலுள்ள பாவாலி என்ற கிராமத்திலும் காணப்படுகின்றது.

பாளையக்காரர்கள் அனைவரும் கயத்தாற்றில் இருக்கும் போதே அவர்களுடைய கோட்டைகள் இடிக்கப்பட்டன. எட்டையாபுரம் பாளையக்காரர் மற்றப் பாளையக்காரர்களுக்கு முன் மாதிரியாகத் தன்னுடைய மூன்று கோட்டைகளையும் இடித்தார் *(1931:256)*. கும்பினி அரசிற்கு எதிர் காலத்தில் எவ்வித

எதிர்ப்பும் இருக்கக் கூடாது என்பதற்காகவே பானர்மேன் பாளையக்காரர்களின் கோட்டைகளை இடித்து, ஆயுதங்களைப் பறித்தார். எல்லாப் பாளையக்காரர்களும் தங்கள் கோட்டைகளை இடித்து ஆயுதங்களை ஒப்படைத்துப் பாளையக்காரர்கள் என்ற உரிமையையும் இழந்து உயிர் வாழ்ந்தபோது, கட்டபொம்மன் இறுதிவரை இந்தத் திட்டத்தை ஏற்க மறுத்துப் போராடி உயிர் துறந்தது உயர்ந்த செயலாகும்.

கதைப்பாடல்கள் இராமநாதபுரம் பேட்டியை விரிவாகப் பாடிய அளவிற்குக் கயத்தாற்றில் நடைபெற்ற விசாரணையை முழுமையாகப் பாடவில்லை. கட்டபொம்மன்மீது எத்தகைய குற்றச்சாட்டுகள் சுமத்தப்பட்டன, அவர் அவற்றிற்கு எவ்வாறு பதில் கூறினார், விசாரணை எவ்வாறு நடத்தப்பட்டது என்பன போன்ற செய்திகள் கதைப்பாடல்களில் காணப்படவில்லை. கதைப்பாடகர்களுக்கு விசாரணை பற்றிய விரிவான செய்திகளை அறியும் வாய்ப்புக் கிடைக்காமல் போயிருக்கலாம். மேலும் இந்தக் கதைப்பாடல்கள் ஆங்கிலேயரின் ஆட்சிக்காலத்தில் பாடப்பட்டவை. கட்டபொம்மன் கூத்து "ஏர் வாய்ந்த ஆங்கிலேய அரசும் வாழி" என்று ஆங்கில அரசிற்கு வாழ்த்துக் கூறுகிறது *(1972:76)*. கட்டபொம்மன் கதைப்பாடலைத் தன்னை மறந்து பாடிவந்த வண்டிக்காரனிடம் முழுவதையும் பாடும்படி கேட்டபோது 'போலீசிற்கு' அஞ்சி அவர் பாட மறுத்ததாகக் 'கட்டபொம்மு' என்ற நூலின் முன்னுரையில் தி.நா.சுப்பிரமணியன் குறிப்பிட்டுள்ளார் *(1961:5)*. எனவே, ஆங்கிலேயரின் நீதி விசாரணை பற்றி எதுவும் பேசாமல் கட்டபொம்மனைத் தூக்கிலிட்ட செய்தியை மட்டும் பாடி இருக்கலாம். எனினும் கதைப்பாடல்கள் விசாரணையின் போது நிகழ்ந்த சில செய்திகளைப் பாடியுள்ளன.

கட்டபொம்மன்மீது விசாரணை நடைபெற்ற போது பானர்மேன் எல்லாப் பாளையக்காரர்களையும் வரவழைத்திருந்ததை,

பாளையப்பட்டுத் துரைகளுந்தான்
பக்கத்திலே அவர் சூழ்ந்து நிற்க

என்று கட்டபொம்மு கும்மிப்பாடல் *(1978:287)* குறிப்பிடுகிறது. கட்டபொம்மன் வரலாறு,

எல்லாப் பாளையக்காரர்களையும் உடன் வைத்து
எட்டையா புரத்தாரையும் வைத்து
சட்டதிட்டப்படித் தான்பேசிக் கட்ட
பொம்முமுகம்தான் பார்த்துத்
திட்டப்படிக்கு நடவாமல் நீயுஞ்

செய்யும் குறும்புக ளதனாலே
வம்பு மரத்திலே தூக்கும்படி எங்கள்
கும்பனி உத்தர வானபடி

(1960:136)

என்று கூறுகிறது.

விசாரணையின் போதும், தூக்கு மேடைக்குச் செல்லும் போதும் கட்டபொம்மன் எவ்வாறு நடந்து கொண்டார், எத்தகைய மனநிலையில் இருந்தார் என்பதைக் கதைப்பாடல்களும் குறிப்பிடுகின்றன. கட்டபொம்மன் தன் இருமருங்கும் நின்ற பாளையக்காரர்களை நோக்கி,

நாளை தெரியப்போகுது என்று
நடந்து வந்தாரே மேசை முன்னே
கும்பினியார் சீமையானாக்கால் நீங்கள்
குதிரைக்குப் புல்லும் சுமைப்பியலே
கும்பினியாருக்குச் சலாம் சலாம்

என்று கூடியிருந்த பாளையக்காரர்களை நோக்கிக் கட்டபொம்மன் ஏளனமாகவும், அலட்சியமாகவும் கூறியதாக நாசரேத் ஏடு குறிப்பிடுகின்றது (287–289). இதனைக் கட்டபொம்மன் வில்லிசை,

பாளையத்து மன்னரெல்லாம் பக்கமாக வரிசையிலே
வீற்றிருக்கும் போதினிலே வேந்தன் கட்டபொம்மனுமே
பாளையத்தார் தம்மையெல்லாம் பரிகாசப் பார்வையாக
இகழ்ச்சியுடன் தானும் பார்த்து ஏறுபோல நடந்துசெல்ல

என்று பாடுகின்றது (வில்: 22).

கட்டபொம்மன் தூக்குமேடையை அடைந்தபோது, தன்னுடைய ஊமைத்தம்பியைப் பற்றிக் கவலைப்பட்டதாகவும் கோட்டையை விட்டு வெளியேறியதற்கு வருந்தியதாகவும் பானர்மேன் தன் கடிதத்தில் குறிப்பிட்டுள்ளார். இதனை,

கோட்டையை விட்டு வெளியேறி யிப்போ
கும்பினிக் கைவசமாகி விட்டேன்
தம்பியைத் தானுமே கண்பார்த்து நீங்கள்
தர்க்காக்க வேணுமென்று சொல்லி
கயித்தைக் கழுத்தில் தான் போட்டார் நல்ல
கட்டபொம்மு துரை யிப்போது

என்று பாஞ்சை ஏடு குறிப்பிடுகின்றது (1489–1491). கட்டபொம்மன் தூக்கிலிடப்பட்ட இடத்தை,

ஆத்தங் கரைக்குக் கீழ்ப்புறமாக
அகிலாண்டம்மன் கோயில் முன்
புளிய மரத்திலே மேசர்
பலகை போட்டிருந்தான் வெள்ளைக்காரன்

என்கின்றது நாசரேத் ஏடு *(281–282).*

கட்டபொம்மனைத் தூக்கிலிட்ட பின்னர் உடலை அவருடைய உறவினர்களிடம் கொடுத்ததாகவும் அவர்கள் அதனை அங்கேயே தீ மூட்டித் தகனம் செய்ததாகவும் தேவதாஸ் நாயுடுவும் ஜெகவீரபாண்டியனாரும் கூறியுள்ளனர். கட்டபொம்மன் உடலைக் கண்டு ஊமைத்துரையும் உறவினர்களும் வருந்தியதைக் கதைப்பாடல் குறிப்பிடுகிறது *(நாசரேத்: 292–294).*

கட்டபொம்மனைத் தூக்கிலிட்ட இடத்தில் போவோர் வருவோர் ஒரு கல்லை எடுத்துப் போடுவது வழக்கமாக இருந்துள்ளது. தேவதாஸ் நாயுடு, "அந்த இடத்தை ஞாபகப்படுத்த தெற்கே இருந்து வடக்கே போகிறவர்களும் வடக்கே இருந்து தெற்கே போகிறவர்களும் ஆளுக்கொரு கல் எடுத்துப்போட்டு விட்டுப் போவது தற்காலம் வரைக்கும் வழக்கம். அந்த ரோட்டின் மார்க்கமாய்ப் போகிறவர்களெல்லோரும் அந்தக் கல்குவியலைப் பார்த்திருப்பார்கள். அவர்கள் பின் சந்த்தியாரும் வருஷம் ஒருமுறை அல்லது இரண்டு முறை அந்தக் கல்குவியலைப் போய்ப் பார்த்து ஏதோ விசேசங்கள் செய்வது வழக்கமாய் இருக்கிறது. கல் போடுவது தாங்கள் நினைத்த காரியம் கைகூடுமென்ற நம்பிக்கை," என்று குறிப்பிட்டுள்ளார். வழிபாட்டின் அறிகுறியாகவே கல்லை எடுத்துப் போட்டனர் என்று ஜெகவீரபாண்டியனாரும் கூறுகிறார்.

கலெக்டர் பேட் தயாரித்த "திருநெல்வேலி கெசட்டியரும்" இந்தக் கற்குவியலைப் பற்றிக் குறிப்பிடுகிறது. "கட்டபொம்மனின் ஆன்மா சாந்தியுறுவதற்காகக் கடந்த நூறு ஆண்டுகளாக வழிப்போக்கர்கள் போட்ட கற்களின் குவியல் இது" என்று குறிப்பிட்டுள்ளார். நோயிலிருந்து குணமடையவும், பயிர்களுக்கு நோய் ஏற்படாமலிருக்கவும் பொங்கல் வைத்து ஆடு பலியிடப் படுவதாகவும் பழங்கள் படைக்கப்படுவதாகவும் பேட் கூறியுள்ளார். மேலும் கட்டபொம்மன் ஆவியின் உபயோகத்திற்காகச் செருப்புகளும் கட்டித் தொங்கவிடப்படுகின்றன என்று குறிப்பிட்டுள்ளார் *(1917:383).*

ஒரு வரலாற்றுச் சம்பவத்தை நினைவு படுத்துவதற்கு நாட்டுப்புற மக்கள் பல முறைகளைத் கையாள்கின்றனர். அந்த

முறையில் அந்தச் சமூகத்தின் நம்பிக்கையும் கலந்து விடுகிறது. தமிழ்நாட்டில் வீரமரணமடைந்தவர்களுக்கு நடுகல் நட்டு நினைவு கூரும் வழக்கம் உள்ளதைப் புறநானூற்றில் காண முடிகிறது. நாட்டார் வழக்கில் இறந்தவர்களுக்குப் பதினாறாவது நாள் ‘கல் எடுப்பு’ என்று ஒரு நிகழ்ச்சி நடத்தப்படும். உலகெங்கிலும் இத்தகைய வழக்கம் உள்ளது. தென்கிழக்காசிய நாடுகளிலும் மத்திய கிழக்கு நாடுகளிலும் ஐரோப்பா முழுவதிலும் முன்வரலாற்றுக் கால மக்கள் இறந்தவர்களைப் புதைத்த இடங்களில் நினைவிற்காகப் பெரும் கற்களை நட்டு வைத்தனர் *(1990:500)*. கட்டபொம்மன் இறந்த இடத்தில் அவர் நினைவாகவும் அவரை வழிபடும் நோக்கிலுமே மக்கள் காலங்கலமாகக் கல்லைப் போட்டு மரியாதை செலுத்தியுள்ளனர். இன்று அக்கற்குவியல் சமமாக்கப்பட்டு அதன்மீது கட்டபொம்மன் சிலை நிறுவப்பட்டுள்ளது. கட்டபொம்மன் தூக்கிலிடப்பட்ட அக்டோபர் 16ஆம் நாள் மக்கள் திரளாக இங்கு வந்து அஞ்சலி செலுத்துகின்றனர்.

பாஞ்சாலங்குறிச்சி வரலாற்று எச்சங்கள்

- பாஞ்சாலங்குறிச்சியில் தொல்பொருள் துறையினரால் அகழ்வாய்வு செய்யப்பட்ட அரண்மனையின் அடித்தளம் உள்ளது. ஆய்வில் கண்டெடுக்கப்பெற்ற சிலைகள், பொருள்கள் அங்கு வைக்கப்பட்டுள்ளன.

- கட்டபொம்மன் நினைவுக் கோட்டைக்கு மேற்கே பீரங்கி மேடு ஒன்றுள்ளது. 1801இல் இந்த மண்மேட்டை அமைத்து, அதில் 24 பவுண்டு பீரங்கியை ஏற்றிக் கர்னல் அக்னியூ கோட்டையைத் தகர்த்தார்.

- இதற்கு வடக்கே செங்கற்களால் கட்டப்பட்ட சுற்றுச் சுவருக்குள்ளே இரண்டாம் போரில் மரணமடைந்த ஆங்கிலேயர் 49 பேர்களுடைய கல்லறைகள் உள்ளன. இதன் அருகில் போரில் இறந்த முகமதிய வீரர்களின் கல்லறைகள் சிதைந்து காணப்படுகின்றன.

- ஒட்டப்பிடாரம் ஊருக்கு வடக்கே முதலாம் போரில் உயிர்துறந்த ஆங்கிலேயரின் கல்லறைகள் உள்ளன.

- கட்டபொம்மன் தூக்கிலிடப்பட்ட கயத்தாற்றில் அவரது உருவச்சிலை நிறுவப்பெற்றுள்ளது. கயத்தாற்றில் கட்ட பொம்மன் சிறை வைக்கப்பட்டிருந்த சிறைக் கட்டடம் காவல் நிலையத்துக்கு அருகில் மிகவும் பாழடைந்த நிலையில் இருக்கின்றது.

- எட்டையாபுரம் சிவன்கோயில் வாயிலில் மேஜர் பானர்மேனால் வெளியிடப்பட்ட செப்பேடு அறிக்கை உள்ளது.

- விருதுநகருக்கு மேற்கே 4 கி.மீ. தொலைவிலுள்ள பாவாலியில் மேஜர் பானர்மேனின் செப்புப்பட்டய அறிக்கை கல்தூணில் பொருத்தப்பட்டுள்ளது.

- தூத்துக்குடியிலிருந்து 22 கி.மீ. தொலைவில், தாமிரபரணி ஆற்றோரம் அமைந்துள்ள ஆத்தூரில் கட்டபொம்மனது மணிமண்டபம் இன்றும் நல்ல நிலையில் இருக்கின்றது.

- திருச்செந்தூர் முருகன் கோயிலில் கட்டபொம்மன் வழிபட்ட முருகக்கடவுளின் திருவுருவ வெள்ளிச்சிலைகள் இருக்கின்றன. இங்குள்ள பழைய முருகன் கோயிலுக்கு மேற்கே கட்டபொம்மனின் மணிமண்டபம் இருக்கின்றது. மாசி, ஆவணி மாதத் திருவிழாக்களில் முருகப்பெருமான் இந்த மண்டபத்தில் எழுந்தருளுவார். இன்றும் பாஞ்சாலங்குறிச்சிக் கட்டளை நடைபெற்றுவருகின்றது.

- பாளையங்கோட்டைக் காவல்துறைக் கண்காணிப்பாளர் அலுவலகத்திக்கு மேற்கே உள்ள கல்கட்டடம்தான் ஊமைத்துரையைச் சிறைவைத்த இடமாகும். இன்று இதில் அரசு அருங்காட்சியகம் இயங்கி வருகின்றது. இதில் ஊமைத்துரைக்கு நினைவு அரங்கம் அமைக்கப் பெற்றுள்ளது.

- இராமநாதபுரத்தில் கலெக்டர் ஜாக்சனைக் கட்டபொம்மன் பேட்டிகண்ட இராமலிங்க விலாசக் கட்டடத்தில் தொல் பொருள்துறை அலுவலகம் இயங்கிவருகின்றது.

- கட்டபொம்மன் அணியில் நின்று ஆங்கிலேயரை எதிர்த்துத் தூக்கிலிடப்பட்ட மருதுபாண்டியரின் சமாதி காளையார்கோயி லின் எதிரே உள்ளது. சிறுவயலில் மருதுபாண்டியரின் அரண்மனைச் சிதைவுகள் காணப்படுகின்றன.

- புதுக்கோட்டையிலிருந்து பொன்னமராவதி செல்லும் சாலையில் 30 கி.மீ. தொலைவில் குமாரபட்டி என்னும்

கிராமம் உள்ளது. இவ்வூர்க் காட்டில் கட்டபொம்மனும் ஊமைத்துரையும் கைது செய்யப்பட்ட இடத்தில் ஊமைத்துரைக்குக் கோயில் கட்டி ஊரார் வழிபடுகின்றனர்.

- புதுக்கோட்டையிருந்து 17 கி.மீ. தொலைவிலுள்ளது திருமயம் கோட்டை. புதுக்கோட்டையில் கைது செய்யப்பட்ட கட்டபொம்மனும் ஊமைத்துரையும் ஆறுநாள்கள் இங்குதான் சிறைவைக்கப்பட்டனர். இதனை, ஊமையன் கோட்டை என்றே மக்கள் சொல்கின்றனர்.

துணைநூற் பட்டியல்

கமால், எம்.எஸ்.	*1987*	விடுதலைப் போரிலே சேதுபதி மன்னர்கள்
கிருஷ்ணமூர்த்தி, கு.சா.	*1987*	தமிழ் நாடக வரலாறு
குருகுகதாசப் பிள்ளை	*1931*	திருநெல்வேலி சீமைச் சரித்திரம்
சிரஞ்சீவி	*1958*	வீரபாண்டியக் கட்டபொம்மன்
ம.பொ.சி	*1960*	சுதந்திர வீரன் கட்டபொம்மன்
சுப்பிரமணியன், தி.நா.	*1947*	கட்டபொம்மு
சுப்பு ஆறுமுகம்	*1954*	வீரபாண்டியக் கட்டபொம்மன்
தமிழ்வாணன்	*1965*	கட்டபொம்மன் கொள்ளைக்காரன்
தேவதாஸ் நாயுடு	*1928*	பாஞ்சாலங்குறிச்சி சரித்திரம்
புத்தனேரி சுப்பிரமணியன்	*1977*	பாட்டும் கூத்தும்
புலியூர்க் கேசிகன்	*1959*	புலித் தேவனா? பூலித் தேவனா?
ராஜா முகமது, ஜெ.	*1992*	புதுக்கோட்டை மாவட்ட வரலாறு

லூர்து, தே.	*1988*	நாட்டார் வழக்காறுகள்
ஜெகவீரபாண்டியனார்	*1954*	பாஞ்சாலங்குறிச்சி வீர சரிதம்
Caldwell	*1982*	A History of Tinnevelly
Ganapathy Pillai, W.E.	*1890*	Ettaiyapuram Past And Present
Kearns, J.F.	*1873*	Panjalamcourchy Poligar
Pate, H.R.	*1917*	Tinnevelly District Gazetteer
Rajayyan, K.	*1971*	South Indian Rebellion
Welsh James	*1830*	Military Reminiscences

பாடநூலாக வெளிவந்தவை

இரவிச்சந்திரன்	ஊமைத்துரை, சித்தார்த்தா பப்ளிஷிங் ஹவுஸ், மதுரை – 1979.
மு. கணேசன்	உயர்ந்த உள்ளங்கள், இராதாகிருஷ்ணன் பதிப்பகம். திருநெல்வேலி – 1969.
சா. சண்முகம்	வீரபாண்டியக் கட்டபொம்மன், ரதி பதிப்பகம், மதுரை – 1958.
ந. சண்முகம்	ஊமைத்துரை அல்லது தன்னலம் கருதாத தியாகி, வித்யோதயா பப்ளிகேஷன்ஸ், மதுரை – 1954
சிலம்பின் செலவன்	தென்னாட்டுச் சிங்கம், இளங்கோ பதிப்பகம், கோவை – 1955.
பு. செல்வாரசன்	கட்டபொம்மனும் வீரர் சிவாஜியும், கலைவாணி பப்ளிகேஷன்ஸ், சென்னை – 1961.
பி.கே. சுப்பராஜ்	வீரபாண்டியக் கட்டபொம்மன், குகன் பதிப்பகம், இராஜபாளையம் – 1958.

எம்.எஸ். சுப்பிரமணிய ஐயர்	ஊமைத்துரை, ஆசிரியர் நூற்பதிப்புக் கழகம், சென்னை – 1955.
எம்.எஸ். சுப்பிரமணிய ஐயர்	வீர கட்டபொம்மு, ஆசிரியர் நூற்பதிப்புக் கழகம், சென்னை – 1953.
ஈ. பண்டார நம்பியார்	கட்டபொம்மன் கதை, பூமகள் பதிப்பகம், நாகர்கோவில் – 1969.
எம்.வி. வெங்கட்ராம்	வீரபாண்டியக் கட்டபொம்மன், பழனியப்பா பிரதர்ஸ், சென்னை – 1973.
வி.சே. லீலா, பி.ஏ., பி.டி.,	வீரபாண்டியக் கட்டபொம்மு, அருணா பப்ளிகேஷன்ஸ், சென்னை – 1952.
ஆசிரியர் பெயர் இல்லை	விடுதலை வீரர் ஐவர் கழக வெளியீடு – 1968.
———	தமிழ் நாட்டுத் தியாகிகள், சதர்ன் ஸ்தாபனம், சென்னை – 1950.
———	தென்னாட்டு மும்மணிகள், விசாலாட்சி பதிப்பகம், சென்னை – 1955.
———	முச்சிங்கங்கள், எஸ்.வாஸன் கம்பெனி, மதராஸ் – 1958.
———	வீரபாண்டியக் கட்டபொம்மன், வானதி பதிப்பகம், சென்னை – 1980.

இவை போன்று நூற்றுக்கும் மேற்பட்ட நூல்கள் வெளி வந்துள்ளன.

www.ingramcontent.com/pod-product-compliance
Lightning Source LLC
LaVergne TN
LVHW100838051026
849519LV00006B/2337

* 9 7 8 9 3 8 2 0 3 3 9 1 2 *